தாமிரபரணியில் கொல்லப்படாதவர்கள்

மாரிசெல்வராஜ்

தாமிரபரணியில் கொல்லப்படாதவர்கள்	:	சிறுகதைகள்
ஆசிரியர்	:	மாரிசெல்வராஜ்
	:	© ஆசிரியருக்கு
முதற்பதிப்பு	:	டிசம்பர் 2012
பன்னிரெண்டாம் பதிப்பு	:	டிசம்பர் 2024
அட்டை புகைப்படமும் வடிவமைப்பும்	:	அபுல்கலாம் ஆசாத்
வெளியீடு	:	வம்சி புக்ஸ் 19.டி.எம்.சாரோன், திருவண்ணாமலை. செல் : 9444867023, 04175 - 251468
அச்சாக்கம்	:	மணி ஆப்செட், சென்னை - 600 077
விலை	:	₹ 200/-
ISBN	:	978-93-80545-71-4

Thamirabharaneil Kolapadathavargal	:	Short Stories
Author	:	Mariselvaraj
	:	© Author
First Edition	:	December 2012
Twelfth Edition	:	December 2024
Photography & Cover Design	:	Abulkalam Aazad
Published by	:	Vamsi books 19.D.M.Saron, Tiruvannamalai-606 601 9444867023, 04175-251468
Printed at	:	Mani Offset, Chennai-600 077
Price	:	₹ 200/-
ISBN	:	978-93-80545-71-4

vamsibooks@yahoo.com * www.vamsibooks.com

நொண்டிப்பெருமாளின் மூத்த மகன்
செல்வராஜீக்கும்
நொண்டிபெருமாளின் மூத்த மருமகள்
பாப்பாவிற்கும்

முன்னுரை

முதலில் எனக்கு மாரிசெல்வராஜை எல்லாம் தெரியாது. செல்வத்தை மட்டுமே தெரியும். எப்படித் தெரியும்? ஐந்து வருடங்களுக்கு முன்பு வெளிவந்த "கற்றது தமிழ்" திரைப்படம் எல்லோர்க்கும் படித்திருந்தது. எனக்கும் பிடித்திருந்தது. அதன் இயக்குனர் ராமை பிடித்திருந்தது. எப்போதும் ராமுடனேயே இருந்த/ இருக்கிற செல்வத்தை அப்புறம் எப்படி பிடிக்காமல் போகும்.

ராம், செல்வம், சாம்ராஜ், நான் எல்லாம் திருச்செந்தூரிலிருந்து கன்னியாகுமரி வரை கடற்கரையோரமாக, மோட்டார்சைக்கிள் பயணம் போனது அந்த சமயத்தில்தான். என்னுடைய ஸ்ப்லெண்டர் வாகனத்தை செல்வம் ஓட்டியிருக்கிறார். நான் செலுத்த, பின்னால் அவர் இருந்திருக்கிறார். கையொடிந்த ஒரு அம்மன் சிலை சாய்ந்து கிடந்த குலசேகரப்பட்டினம் கடற்கரையில் நின்று, இருட்டுக்குள் மணப்பாடு தூரத்தில் மினுங்குவதைப் பார்த்திருக்கிறோம். இரண்டு பக்கமும் உப்புக்காற்றில் பனைமரங்கள் சலசலக்கிற சாலையில் விரைந்து சென்றிருக்கிறோம். வெட்டவெளியில் பைக்கை நிறுத்தி ஒதுங்கிட்டு மறுபடி உதைத்துக் கிளம்பியிருக்கிறோம். நான்கு பேராகப் போய், எட்டுத் திசைகளில் பிரிந்து மணப்பாடு கடற்கரையில் அவரவர் பிலோமியுடன் அலைந்திருக்கிறோம்.

உவரி சர்ச்சில் உட்கார்ந்து ஐஸ் விற்பவர்களை, பனங்கிழங்கு விற்கிற பெண்களை, மணலில் புரண்டு புரண்டு ஒரு விபரீதக் கனவு போல தன்னைக் கலைத்துக்கொண்டே காணாமல் போய்விட்ட அந்தப் பைத்திய மனுஷியை எல்லோரையும் பார்த்துக்கொண்டு இருந்தோம். சாப்பிட்ட பொரித்த மீன்களுக்குக் கணக்கில்லை.

அப்போது எந்தச் சமயத்திலேயும் இந்த இருபத்தியோரு கதைகளில் ஒன்றைக்கூட அவர் என்னுடைய கண்ணில் காட்டவே இல்லை. ஒவ்வொருவரும் கண்ணில் காட்டமுடியாத எத்தனை எத்தனையோ கதைகளை மடியில் கட்டிக்கொண்டுதான் இப்படி அலைந்துகொண்டு இருப்போம் போல காட்டுவது காட்சியா? காண்பது காட்சியா? அதெப்படி யாரோ காட்ட, யாரோ காண, ஒரு சலனப் படம் போல இந்தக் காட்சிகள் சதா நகர்ந்துகொண்டே இருக்கின்றன நமக்கு முன். நொண்டிப் பெருமாளும், முக்கனியும், நொச்சியும், முண்டனும்,

காட்டுப் பேச்சியும், வேம்படியாவும், உச்சினியும், கள்ளாண்டனும், பொத்தையனும், பூலானும் வடமலையானும் செல்லையாவும் விஜியலட்சுமியும் (விஜய - லட்சுமி அல்ல) ராமகிருஸ்ணனும் (ஷ அல்ல ஸ தான்), மாங்கொட்டாரத்தாளும், ஐயாகுட்டியும், சாம்போரையனும், முகிலனும், சுதாவும், ஜோவும், சென்பகவள்ளியும் எங்கே எந்தக் கணத்திற்காக இதுவரை வெளிப்படாமல் காத்திருந்தார்கள்.

காட்சி என்ற அந்தக் கணினி வலைப் பூவில் ஒரு காலிக் கிண்ணம் கவிழ்ந்துகொண்டிருக்கும். "கொண்டு கூட்டிப் பொருள் சொல்" என முகப்பு வரி சொல்லும். மாரிசெல்வராஜை, சாம்ராஜை, அற்றவைகளால் நிரம்பியவளான யமுனா ராகவனை எல்லாம் அங்கேதான் காண முடிந்தது. என் நினைவுகளில் பழுதில்லை எனில், "எனக்கு ரயிலைப் பிடிக்காது" என்கிற கதைதான் கன்னங்கருத்த செல்வமாக மாறுவேடமிட்டு என் முன்னால் சிரித்தபடியே மறைந்து திரிந்த இந்த "மாரிசெல்வராஜ்" என்கிற தீவிரமான ஒருவனை அம்பலப் படுத்தியது. பீயைப் பீ என்று சொல்கிற, மலம் என்று சொல்லாத. இப்படி ஒருவன் அம்பலப்படுகிற, பிடிபடுகிற, தப்பிக்கிற, கற்பிக்கிற, ஒன்று சேர்க்கிற நேரம் எவ்வளவு முக்கியமானது, இவனுக்குத்தான் ரயில் தண்டவாளத்திற்கு அருகில் தட்டானுக்கு வீடு கட்டவேண்டும் என்று தோன்றும். தண்டவாளங்களுக்கு நடுவில் காய்ந்தும், காயாமலும் கிடக்கும் மாட்டுச் சாணத்தைப் பார்த்திருக்கிறீர்களா என்று இவன்தான் நம்மைப்பார்த்துக் கேட்பான். நடு ராத்திரியில் தூரத்தில் இருந்து பார்க்கும் போது, ஆடு மேய்ப்பதைப் போல காந்தி தெரிவது இவனுக்குத்தான்.

இறந்துகொண்டு இருக்கிறவன் கண்களை இவன் மிக அருகில் உற்றுப் பார்த்திருக்கிறான். பெரும்பாலும் விரும்பும்படியான காமத்தில் முடிகிற சண்டையை இடும் காமராசும் கோமதியும் இவன் கண்ணிலேதான் படுவார்கள்.

இவன் மட்டுமே அறிவான், "நிசமாலுமே அந்த மகராசன் கூட நீ ஒரு முறை படுத்து எந்திரிச்சு இருந்திருக்கக் கூடாதா தாயி"என்று தன் மகளிடமே அழுதுகொண்டே கேட்கும் ஒரு அப்பனை. கட்டின அப்பாவிக் கிழவனுக்கு சோத்தில் விஷம் வைத்துக் கொன்றுவிட்டு, செம்புலப் பெயல் நீர் போல மணிகண்டனும் சாந்தியும் அன்புடை நெஞ்சம் கலப்பதற்கு இவனே சாட்சி.

அப்பாதுரை மாமாக்கள் நொச்சியின் உசிரு தடத்தில் மிதித்துவிட்டு, இரட்டைத் தம்ளர் ஒழிப்பு பற்றி முழங்குவார்கள். தோழர் ராமகிருஷ்ணன் சந்தனம் தேய்த்து புது மாப்பிள்ளை மாதிரி கிடக்கையில், 'அந்த ராசந்தா உன் அப்பா என்று கற்பகத்தக்கா தன் மகளிடம், காலசாமி கோவில் தெரு ஏழாவது

வீட்டிலிருந்து வந்து அழுது கதறுவாள். "என்னைக்காவது நீங்க வந்தா, அந்த சட்டையை வாங்கிக்கோன்னு சொன்னார்" என்று சிரிப்புடன் பவானி சொல்ல, சத்தமில்லாமல் தொபுதொபுவென பால்யம் கொதிக்க இவன் ராமமூர்த்தி முன்னால் நிற்பான். நெற்றியில் கண்ணுக்குப் பக்கத்தில் ஒரு தழும்பு உள்ள வசந்தி அக்கா கல்வெட்டாங்குழியில் அம்மணமாக அழுகி மிதக்க, பாவம் செய்யாதவர் முதல் கல் எறிவார்.

தட்டான் பூச்சிகளின் வீடு அருகிருக்க, ரயில் தண்டவாளத்தின் மீது ஏறி ஆடுகள் மேயும். பதறவைக்கும் சத்தத்துடன் ஏழெட்டு பால்குடி மாறாத பன்றிக்குட்டிகள், தோல்கருகிக் கிடக்கும் தாய்ப் பன்றியின் அடி மார்புக் காம்புகளில் முட்டி முட்டி மோதும். ஆச்சி முத்தா கோவிலும் பொட்டைக்குளம் சம்புக் காட்டு ஒற்றையடிப் பாதையும் இடிந்து கிடக்கும் கிளாக்குளம் சுடலைமாடசாமி கோவிலும், நித்தமுடையார் சாஸ்தாவும், ஸ்ரீவைகுண்டம் ஜவஹர் தியேட்டரும், கண்ணெதிரே தெரியும்.

இந்த அத்தனை கதைகளும் அதன் அசலான முகங்களோடும், சொல்லோடும், லகர ளகர, னகர ணகர மாறுதல்களோடும், உச்சரிப்பின் பள்ளத்தோடும், ஒரு நாவலின் கலைந்து கிடக்கிற அத்தியாயங்கள் போல அடுக்கப்பட்டிருக்க, ஆனந்த் - ஷா, அலைந்து திரியும் பெருங்கடல், வனதெய்வம் ஆகிய மூன்றும் வேறொரு மொழியில், வேறொரு குரலில், மாரிசெல்வராஜுவுக்கும் திரைப்பட ஊடகத்திற்கும் உரிய நெருக்கத்தின் கெட்டிக் காரத்தனத்துடன் மாந்திரீகத்துடன் எழுதப்பட்டிருக்கின்றன.

திரைப்படத் தன்மையுடன் இவை ஒருபுறம் இருக்க, ஒரு பெரும் ஆவணத் தன்மையுடன் வரலாற்றுக் கூர்மையுடன் பதிவு செய்யப்பட்டிருக்கிறது 1999, ஜூலை 23ம் தேதி. ஒளிந்து செயல்படும் அரசு அதிகாரத்தை, அரசு வன்முறையை, திரண்டு எழும் விளிம்பு நிலை அரசியலை எல்லாம் அடுக்கடுக்காக முன் வைத்து,

உத்தபுரத்திலும், பரமக்குடியிலும், தர்மபுரியிலும் காக்கிச் சட்டை அணிந்த, மிலிட்டரி உடை அணிந்த, வேஷ்டி சட்டை அணிந்த அவன் எறியும் கல் மிகச் சரியாக விழவேண்டிய இடத்தில் வீசப்படுவதைப் பற்றிப் பேசுகிறது.

முகிலனும் ராஜகிளி மாமாவும் நடத்தும் திறந்த உரையாடல்கள், வேறொரு தளத்தில் இயல்பாக முண்டனுக்கும் கதிரேசனுக்கும் இடையே நிகழ்கிறது.

சிவபாண்டியும் காதலித்த விஜியலெட்சுமிக்கும் மொத்த ஊர்க் கூட்டத்துக்கும் எதிராக நிகழ்கிறது.

எனக்கு இப்போது செல்வத்தைத் தெரியாது. மாரிசெல்வராஜை மட்டுமே தெரியும். கொல்லப் படாதவர்களைத் தெரிந்து கொள்வது, கொல்லப்பட்டவர்களைத் தெரிந்துகொள்வதற்குத் தான்.

நான் தெரிந்துகொண்டேன், நீங்களும் தெரிந்துகொள்வீர்கள்.

சி. கல்யாணி
10.12.12.

ஓர் ஊர் ஒரு நதி ஒரு பெருங்கடல்

நதி இல்லாத ஊரில் பிறந்து நதி ஓடாத ஊர்களில் வாழ்ந்த, வாழ்கிற நான் பெரும்பாலும் கதைகளிலும் கவிதைகளிலும் திரைப்படங்களிலும் ஓடுகிற நதியில் மட்டுமே நீந்தியிருக்கிறேன்.

நதியின் கரைகளில் பிறந்தது நாகரிகம் என்ற ஆரம்பக்கல்வி போதித்த அறிவுடனே என் நதி குறித்த நினைவு தொடங்குகிறது.

தமிழ் வகுப்புகளில் காவிரியும் வைகையும் தாமிரபரணியும் நொய்யலும் வார்த்தைகளில் ஓடிக்கொண்டே இருந்திருக்கிறது.

வரைபடங்களில் கறுப்புக் கோடுகளாய் ஓடிய நதிகளின் பெயரை மாற்றி எழுதி கங்கையை தஞ்சாவூருக்கும் திருச்சிக்கும் இடையே ஓடவிட்டு மதிப்பெண் குறைந்திருக்கிறது.

வண்ணதாசன் வண்ணநிலவன் கலாப்பிரியா சுகாவின் வார்த்தைகளில் பட்ட தாமிரபரணி மட்டும் இலக்கிய அந்தஸ்துடன் ஓடியிருக்கிறது.

புதுமைப்பித்தன் குளித்து ஏறிய படித்துறைகளில் குளிக்கிற குளித்த அத்தான்கள் மீதும் மதினிகள் மீதும் பொறாமை வந்திருக்கிறது.

இதைத்தாண்டி அப்பா சொன்ன ஸ்ரீவைகுண்டத்து பாலமும் அதில் வெள்ளம் கரைபுரண்ட கதைகளும் பத்திரமாய் இருக்கிறது.

மொத்தத்தில் நதி ரொம்ப அழகானது, கனிவானது, அன்பானது, மிதமானது. கவிதையானது காதல் மிகுந்தது. இலக்கியத்தின் தத்துவத்தின் நாகரிகத்தின் ஊற்று என்ற சித்திரமே எனக்குள் ஓடிக்கொண்டு இருந்தது. செல்வத்தின் ''தாமிரபரணியில் படுகொலை செய்யப்படாதவர்கள்'' படிக்கிற வரைக்கும்.

நெல்லை ஜில்லா படைப்பாளிகள் பூஜித்து போற்றிப் பாதுகாத்து தெய்வீக நதியாய் பரவவிட்ட பரணியின் கரைகளில் படர்ந்திருக்கும் நிஜத்தை அவலத்தை அதன் உடல் முழுதும் ரத்தம் பூசப்பட்ட வலியை செல்வம் படைப்பு ஆக்கி இருக்கிறான். இதற்கு முன் யாரும் தொட்டிராத தொடாமல் நீக்கி வைத்த அல்லது அப்படி ஒன்று இருப்பதையே மறைத்த அந்த அடிமணலை பரணியின் அடிமணலை ரத்தத்தோடும் சதையோடும் நம்மீது வீசி எறிகிறான்.

இனி எப்படி நெல்லை படைப்பாளிகள் தாமிரபரணியில் குளித்து எழுவார்கள் என்று தெரியவில்லை.

திருநெல்வேலி ஜில்லா. என் முழுப்பெயருக்கு சொந்தக் காரர்களான தாத்தாக்களும் பூட்டத்தாத்தாக்களும் வாழ்ந்த ஸ்ரீவைகுண்டம் அப்பாவின் ஊர். 1975ல் பூர்விக வீட்டை விற்றதோடு அந்த ஊர் அப்பாவின் ஆச்சிகளின் பேச்சிலும் விடுமுறைக்கு வந்து போகிற அத்தைகளின் மாமாக்களின் அத்தான்களின் பேச்சிலும் வாங்கி வருகிற கொஞ்சூண்டு அல்வாக்களிலும் மட்டுமே காணக் கிடைத்தது.

2007ல் 'கற்றது தமிழ்' படப்பிடிப்பிற்காய் திருநெல்வேலிக்கு வந்ததே கிட்டதட்ட முதல்முறை. புனித சேவியர் கல்லூரியில் படப்பிடிப்பு. செல்வம் ஜார்ஜ் ஆக நடித்த நாளின் மாலை. செல்வத்திடம் நான் ஸ்ரீவைகுண்டம் போய் பார்க்கவேண்டும் என்று சொன்னேன். அவன் சரி என்று விருப்பம் இல்லாமல் சொன்னது போல் இருந்தது. அவன் ஏன் அப்படி விருப்பம் இல்லாமல் சொன்னான் என்பது இத்தொகுப்பு கதைகளை படித்த போதுதான் தெரிந்தது.

அடுத்த நாள். அவன் ஊரான புளியங்குளத்தையும் என் அப்பாவின் ஊரான ஸ்ரீவைகுண்டத்தையும் பிரித்திருந்தது

தாமிரபரணி. அப்பாவின் கதைகளில் நிறைந்திருந்த அந்த பாலத்தை தாண்டி ஊருக்குள் சென்றோம். யாரிடம் கேட்டு பூர்விக வீட்டை கண்டுபிடிப்பது என்று தெரியவில்லை. “என்னடா உங்க ஊருக்குப் பக்கத்தில் இருக்கற ஊரு, உனக்கு ஒருத்தரக் கூடவா தெரியாது'' என்பதற்கு சிரித்தான். இந்த ஊர்ல இருக்கறவங்க எங்க கூட பழக மாட்டாங்க சார், நாங்க தனியா இந்த ஊருக்கு வரமாட்டோம் என்றான். அப்பா படித்த குமரகுருபரர் கலைக் கல்லூரிக்கு போக வேண்டும் என்றேன். அரசாங்க நிதியுதவிக் கல்லூரி. இந்தக் கல்லூரிக்கு எங்க ஊர் பசங்க யாரும் வரமாட்டாங்க சார், ஏனா ஸ்ரீவைகுண்டத்தை தாண்டி வரணும், மீறி வந்தா எதாவது பிரச்சனை ஆயிடும் அதான் என்றான்.

திரும்ப இரவானது. தாமிரபரணி சலசலக்க அதன் கரையில் அமர்ந்திருந்தோம். நிலவு பெருத்துக் கொட்டியும் இருள் மிச்சமிருந்தது. எந்த நொடியிலும் அதனுள் இருந்து சாதீய பயங்கரம் வெளிப்படலாம் என்று பயமுறுத்தியது. செல்வத்தின் பல கதைகள் கிராமங்கள் மேல் இதுவரை கட்டப்பட்டிருக்கும் புனிதத்தை கேள்வி கேட்கிறது.

நகரம் கேவலம் கிராமம் புனிதம் என்று பொதுபுத்தியில் கட்டப்பட்டிருக்கும் சித்திரம் எத்தனை அபத்தமானது என்று நிறுவுகிறது. மகாத்மாவைக் கொல்ல சதித்திட்டம் என்ற கதை நகைச்சுவை தொனியில் எழுதப்பட்டதாயினும் புளியங்குளம் வரலாறு தோறும் சந்தித்த அடக்குமுறையை வெறுப்புடன் பதிவு செய்கிறது. ‘நின்றெரியும் பிணம்’ புளியங்குளத்துக்குள்ளும் நின்று எரிகிற சாதீய அடக்குமுறையால் நம்மை எரித்து உள்இட ஒதுக்கீட்டின் தேவையை உணரவைக்கிறது.

நகரங்களில் வாழ்ந்த எனக்கு கிராமத்தின் விதிகள் அகப்படுவதாய் இல்லை. நான் வாழ்ந்த நகரங்களில் நீ என்ன சாதி என்று நேரடியாய் யாரும் கேட்டது இல்லை. யோசித்துப் பார்க்கையில் நகரம் கிராமத்தைக் காட்டிலும் பத்திரமானது என்று தோன்றியது. சென்னையில் யாரும் எங்கும் செல்லலாம். யாரும் யாருக்காகவும் பயப்பட வேண்டியதில்லை. கூவம் அழுக்காய்

மலமாய் நாற்றத்தோடு ஓடினாலும் தாமிரபரணியைக் காட்டிலும் புனிதமானது என்று ஏனோ தோன்றுகிறது.

தாமிரபரணி, திருநெல்வேலி, அப்புறம் செல்வத்தின் கதைகளில் பெண்கள் நிறைந்திருக்கிறார்கள், அலைந்து திரியும் பெருங்கடலாய்.

பெண்களின் பெயர்கள் சுதா, கோமதி, செண்பகவள்ளி, விஜயலட்சுமி, சாந்தி, வசந்தி, முத்தாரம்மா என வெவ்வேறாக இருந்தாலும் ஆண்களின் உலகில் அவர்கள் அழகு சதை கூந்தல் முலை பிட்டம் மலர் கற்பு என்ற ஒற்றை அர்த்தம் மட்டுமே கொண்டிருக்கிறார்காள்.

அவர்கள் பயந்து நடுங்கி மனம் பிறழ்ந்து அழுது அரற்றி வாயடைத்து மொழியின்றி பாவாடையில் எல்லோருக்கும் முன்னும் மூத்திரம் பெய்தார்கள். பெய்கிறார்கள். பெய்து கொண்டிருப்பார்கள். இந்த உலகத்தின் பெரும் வாசனை அவர்களின் மூத்திர வாசமே.

தாமிரபரணி மட்டும் அல்ல அனைத்து நதிகளிலும் அவர்களின் மூத்திரமே ஓடி ஓடி உப்புக்கடல் சேர்கிறது. அவர்கள் அலைந்து திரியும் பெருங்கடல் ஆகிறார்கள்.

வசீகரக் கறுப்பு நிறத்துடனும் எள்ளல் மிகு கண்களுடனும் “பெட்ரோல் கிடக்கா?” போன்ற நெல்லையின் உச்சரிப்புகளோடும் என்னோடு ஏறக்குறைய 5 வருடங்கள் வசிக்கிற வாழ்கிற மாரிசெல்வராஜ் என்றும் மாரி என்றும் செல்வம் என்றும் அழைக்கப்படுகிற இவன் மீதான என் பிரியங்களையும் அக்கறைகளையும் எதிர்பார்ப்புகளையும் நான் எழுதவேண்டாம் என்று நினைக்கிறேன். எழுதிச் சொல்லமுடியாத நேசங்கள் எழுதிச் சொல்லும் போது அர்த்தமற்ற நாடகமாய் ஆகிவிடுகிறது என்பதால்.....

ராம்

சென்னை

இந்த வாய்ப்பை பயன்படுத்தியாவது

"உங்களால் நம்பமுடியாத என் இருப்பு என்பது எவர் ஒருவரால் சாத்தியமானதோ, அதே போல் உங்களால் ஏற்றுக்கொள்ளமுடியாத என் இருத்தலுக்கான இந்த பகிரங்க அறிவிப்பும் அவராலே சாத்தியமானது. இனி நிகழப்போகும் அத்தனைக்கும் அவர் ஒருவரே பொறுப்பு என யாவரும் அறிந்துகொள்வீராக"

பாட்டி சொல்ல சொல்ல கதை கேட்டு வளர்ந்த பேரன் அல்ல நான். அதே போல் தாத்தா சொன்ன கதைகளுக்கும் சரியாக காது கொடுக்காதவன். ஆனால் அண்ணன் சொன்ன கதைகளை கேட்டு வளர்ந்த தம்பி நான்.

அண்ணனின் கதைகளில் ராஜா ராணி வரமாட்டார்கள், சிவாஜிகனேசன் எம்.ஜி.ஆர் கூட வரமாட்டார்கள். ஏமாந்த நரிகளோ அல்லது ஏமாற்றும் காக்கைகளோ வருவதற்கு வாய்ப்பே இல்லை. பறக்கும் குதிரைகளையும் எப்போதும் கிணற்றுக்குள்ளேயே விழுந்து கிடக்கும் நல்லதங்காக்களையும் அவனுக்கு பிடிக்கவே பிடிக்காது. மாறாக அவன் நேற்று பார்த்தவர்கள், இன்று அவனை பார்க்கலாம் என்று சொன்னவர்கள், நாளைக்கு அவனை பார்க்க போகிறவர்கள் தான் அவனுடைய கதையின் கதாபாத்திரங்கள். அந்த கதாபாத்திரங்களுக்கும் அவனுக்கும் இடையே நடக்கும் காதலோ கருணையோ, இரக்கமோ, ஏமாற்றமோ, துரோகமோ அருவருப்போ, அல்லது அவமானமோ, புறக்கணிப்போதான் பெரும்பாலும் அவன் சொல்லும் கதைகளாக இருக்கும்.

நடுவீட்டில் திரி தீண்டிவிடப்பட்ட மண்ணெண்ணை விளக்கை சுற்றி எல்லாரும் சாப்பிட்டுக்கொண்டிருக்கும் போது, எங்கோ எப்போதோ அவன் சாப்பாட்டு தட்டு பிடுங்கப்பட்டு எச்சி கையோடு அவன் விரட்டப்பட்ட கதையை சோற்றை பிசைந்தபடி சிரித்துக் கொண்டே அவன் சொல்லுவான். அம்மா அழுதுகொண்டே நகர்ந்து போவாள்.

வீட்டு முற்றத்தில் மல்லாந்து படுத்துக்கொண்டு தம்பிகளின் கையை தன் நெஞ்சின் மீது பரப்பி படுக்க இடமில்லாமல் நகரங்களின் நாதியற்ற சாலையில் ஒரு நாய் போல உறக்கம் வராமல் உடம்பை புரட்டிக்கொண்டு கிடந்த கதையை எங்களை 'உம்' கொட்ட சொல்லி சொல்லுவான். அப்பா இருமியபடி புரண்டு படுப்பார்.

அவசரத்திற்காக விடுதி நண்பனிடம் வாங்கிய ஆயிரம் ரூபாய் பணத்தை கொடுக்கமுடியவில்லை என்பதற்காக விடுதிக்கும் செல்ல முடியாமல் வீட்டுக்கும் வரமுடியாமல் தங்கம்மையின் குச்சிலுக்குள் மாதக்கணக்காய் முடங்கி கிடந்த கதையை அவன் சொல்லும் போது சின்ன அண்ணன் மாரிராஜா அவசரமாய் போர்வைக்குள் போய் ஒளிந்துகொள்வான்.

தான் அக்காவென்று அழைத்து அப்படியே நேசித்த கல்யாணமான ஒருத்தி அவன் இளமையின் குரவளையை ஈவு இரக்கமின்றி நெரித்த கதையை சொல்லும் போது என் வயசின் அரணையில் அவ்வளவு வேகமாய் நெரிகட்டும்.

இவையெல்லாவற்றிற்கும் மேலாக கூட்டுடன்காடு குருட்டு மலையின் உச்சியில் மொட்ட வெயிலில் எப்போதாவது பணம் கொண்டு வரும் அப்பாவிற்காக வெகுநேரம் அவன் காத்திருந்த கதையை சொல்லிமுடிக்கும் போது அவனே எழுந்து சிமெண்ட் குளத்தை பார்த்து போய்விடுவான். அவன் திரும்பி வருவதற்குள் நாங்கள் உறங்கிப்போவோம்.

அவன் கதை சொல்லும் போது அது எந்தக் கதையாக இருந்தாலும் நடந்த கதை, நடக்கிற கதை, நடக்கப்போகும் கதை எதுவாக இருந்தாலும் அதற்கு நாங்கள் 'உம்' கொட்ட வேண்டும். அதை

மட்டும் தான் அவன் எதிர்பார்ப்பான். ஆனால் அவன் சொல்ல வந்த, சொல்ல நினைத்த இன்னும் எத்தனையோ கதைகளுக்கு உம் கொட்ட முடியாமல் நான் எங்கோ அவன் எங்கோ இருப்பதுதான் இப்போதைய எங்கள் வாழ்வின் பெரும் துயரம். ஆனால் அவன் உம் கொட்டி கேட்பதற்கும் படிப்பதற்கும் என்னிடமும் இப்போது சில கதைகள் சேர்ந்திருக்கிறது அவ்வளவுதான்.

அண்ணன் சொல்லுவான்,

“எனக்கு நடந்தது எல்லாம் உனக்கும் அப்படியே நடக்கும், என்னை பார்த்து சிரித்தவர்கள், முறைத்தவர்கள், விலகியவர்கள் அருவருப்படைந்தவர்கள் எல்லாம் உன்னை பார்த்தும் அப்படியே அச்சு பிசகாமல் நடந்துகொள்வார்கள். அதற்கு காரணம் நீ என் தம்பி என்பதனால் அல்ல, நீ செல்வராஜின் மகன் என்பதனாலும் அல்ல, நீ நொண்டிபெருமாளின் பேரன் என்ற ஒரு காரணம் போதும், அது அப்படியே சொல்லிவைத்தாற்போல் நடப்பதற்கு''

ஆகவே இந்த தொகுப்பில் உள்ள கதைகள் ஏதும் அவனை அதிர்ச்சியடைய செய்யாது. ஆனால் என் கதைகள் அவனுக்கும் எனக்கும் உள்ள அந்த ''உம்'' மை மறுபடியும் தொடங்கிவைக்கும் என்று நம்புகிறேன். எங்களிடையே அது மட்டும் நிகழ்ந்தால் போதும்.

இப்போது நினைத்தால் காட்சி எனக்ககாத்தான் ஆரம்பிக்கப்பட்டதோ என தோன்றுகிறது. “உனக்கு என்ன தோன்றுகிறதோ அதை அப்படியே எழுது. அது கதையா, கட்டுரையா, அல்லது ஏதோ சும்மா எழுதியிருக்கியா என்பதை படிப்பவர்கள் முடிவு செய்துகொள்வார்கள். அவர்களை பற்றி நீ கவலைப்பட வேண்டாம். அவர்கள் என்ன விரும்புகிறார்கள் என அவர்களிடமே கேட்டு அதை எழுதுவதற்கு நீ ஒன்றும் சரவணபவனில் வேலை செய்யும் வேலை ஆள் அல்லவே. அவர்கள் சாம்பார் கேட்டால் மிக சரியாக சாம்பாரை கொண்டு போய் ஊற்ற'', என் இயக்குநர் ராம் அவர்கள் எனக்கு கொடுத்த இந்த கட்டற்ற சுதந்திரம் தான் எழுதும் அல்லது எழுதி பார்ப்போமே என்ற துணிச்சலை எனக்கு தந்தது. அப்படிதான் எல்லாமே நிகழ்ந்தது.

காட்சி கொண்டு கூட்டி என் பொருள் கொண்டது.

காட்சியில் எழுதியவைதான் அத்தனையும் என்றாலும் சில கதைகளுக்கு தவிர்க்கமுடியாத காரணங்களுக்காக கதை மாந்தர்களின் பெயரை மாற்றியுள்ளேன். அதேபோல் சில கதைகளின் தலைப்புகளையும் அதற்கு ஏற்றார்போல சில திருத்தங்களையும் செய்துள்ளேன். மேலும் “தாமிரபரணியில் படுகொலை செய்யப்படாத நான்'' என்ற என் கட்டுரையை “தாமிரபரணியில் கொல்லப்படாதவர்கள்'' என்ற தலைப்பில் கதையாக மாற்றியுள்ளேன். அதுவே இத்தொகுப்பின் சரியான தலைப்பும் கூட....

காட்சி எழுதிக்கொண்டிருக்கும்போதே என்னை பார்க்கும் இடத்தில் எல்லாம் பாராட்டி இன்னும் எழுதுங்கள் செல்வராஜ் என்று என் அப்பாவின் பெயரை சொல்லியே அத்தனை ப்ரியத்துடன் அழைக்கும் வண்ணதாசன் சார்தான் இதற்கு முன்னுரை எழுத வேண்டும் என்று நினைத்திருந்தேன். அதுவும் அப்படியே மிக சரியாக நிகழ்ந்தது. வண்ணதாசன் சாரை பற்றி நான் எழுத வேண்டியவை எல்லாவற்றையும் அவரே முன்னுரையில் என்னை பற்றி எழுதுவதாக எழுதிவிட்டார்... எப்போதும் அவரின் ‘ஸ்ப்ளண்டர்’ வண்டியை அவரை வைத்து ஓட்டுகிற அனுமதி எனக்கிருந்தால் அது போதும்.

இப்போதாவது இந்த வாய்ப்பை பயன்படுத்தியாவது என் வாழ்க்கையின் முதல் நன்றிகளை நான் சொல்லியே தீர வேண்டும் என நினைக்கிறேன்.

எனது அத்தனை ரகசியங்களையும் தெரிந்துகொண்டு என் எல்லா முட்டாள்தனங்களையும் பொறுத்துக்கொண்டு எப்போதும் எனக்காக என் ஏணியை உயர்த்தி பிடிப்பதற்கு அத்தனை வலுவாய் தன் தோள்களை கொடுத்துக்கொண்டிருக்கும் நண்பன் ஆனந்திற்கு எனது நன்றியை எப்போதும் சொல்லமுடியாது, அதனால் அவன் அம்மா அப்பாவிடம் அதை கொடுத்து வைக்கிறேன்.

வழி தெரியாமல் வந்து சேர்ந்த நாள் முதல் இன்று வரை தன்

உடன்பிறந்த தம்பியை போல அவ்வளவு ப்ரியத்துடன் என்னை வழிநடத்தும் கவிஞர் திருமதி. சுமதி ராம் அவர்களுக்கும்,

என்ன காரணமோ தெரியாது பார்த்தவுடனே நேசிக்க தொடங்கிய அண்ணன் அருண்சொக்கன் அவர்களுக்கும்,

தன் பள்ளி வேலைகளுக்கு நடுவிலும் எனக்காக என் மீதுள்ள ப்ரியத்தினால் பிழை திருத்தம் செய்து கொடுத்த தமிழாசிரியர் மங்கையற்கரசி அம்மாவிற்கும், அந்த நேரத்தில் அவர்களை எந்த தொந்தரவும் செய்யாமல் இருந்த சொர்ணா குட்டிக்கும்

எல்லாவற்றிற்கும் மேலாக இந்த தொகுப்பை இத்தனை பெருமையாய் சாத்தியப்படுத்திய அக்கா கே.வி. ஷைலஜா, அண்ணன் பவா அவர்களுக்கும் அவர்களின் வம்சி பதிப்பகத்திற்கும் என் நன்றிகள் எப்போதும் அவ்வளவு சத்தமாய் சொல்லப்பட வேண்டியவை.

இதோடு மட்டுமல்லாமல் காட்சியில் எழுத தொடங்கிய நாளிலிருந்து இன்று வரை என்னை அத்தனை நம்பிக்கையோடு ஊக்கப்படுத்தும் அத்தனை ப்ரியமானவர்களுக்கும் என் நன்றிகள் அவர்களின் அருகாமைக்கு கொண்டுபோய் சேர்க்கப்பட வேண்டியவை.

கடைசியாக

என் கனவுகளை அப்படியே ஒன்றுவிடாமல் சொல்ல சொல்லி ஒரு ராட்சசி போல் அந்த பெரிய கண்களை விரித்து வைத்துக்கொண்டு கேட்பதோடு மட்டுமல்லாமல் அதை எப்படியாவது நிறைவேற்ற வேண்டுமே என எந்நேரமும் ஒரு தேவதையின் முக சாயலோடு தவிச்சிக்கிடக்கும் திவ்யாவிற்கு என் வாழ்வின் மிச்சமிருக்கும் அத்தனை நன்றிகளும் அப்படியே போய் சேருவதாக

மாரிசெல்வராஜ்.

Mariselvaraj84@gmail.com

9659564820

உள்ளே...

1. அவர்கள் எனக்கு சுரேஷ் என்று பெயரிட்டார்கள்........................ 20

2. அடுக்கு செம்பருத்தி.. 26

3. உடுக்கு.. 37

4. தட்டான்பூச்சிகளின் வீடு.. 47

5. ஆனந்த் ஷா.. 53

6. சென்பகவள்ளி புராணம்.. 59

7. நினைவில் கொதிக்கும் பால்யம்.. 66

8. மகாத்மாவை கொல்ல ஒரு சதி திட்டம்.. 72

9. முதல் கல் 82

10. காலசாமிகோவில் தெரு குறிப்புகள்... 91

11. தாமிரபரணியில் கொல்லப்படாதவர்கள் 97

12. எனக்கு ரயில் பிடிக்காது 122

13. சிவபாண்டியும் அவளை காதலித்தான் 132

14. -மிச்சமிருக்கும் விஷம் 136

15. என் தாத்தாவை நான்தான் கொன்றேன் 144

16. அலைந்து திரியும் பெருங்கடல் 150

17. தனிமையை கவ்வித் தின்னும் பன்றிகள் 161

18. அப்பாத்துரை மாமா 167

19. செம்புலப் பெயனீர் போல் 174

20. வன தெய்வம் 180

21. நின்றெறியும் பிணம் 191

அவர்கள் எனக்கு சுரேஷ் என்று பெயரிட்டார்கள்

எல்லாருக்கும் பிடித்தமான ஒரு மழை நாளில் தான் என்னை அவர்கள் இங்கு கொண்டுவந்தார்கள். என் அம்மா என்னுடன் இல்லாத நேரத்தில் தான் இவர்களால் என்னை இங்கு கொண்டுவர முடிந்தது. அந்த வீட்டில் இருந்த சிலருக்கு என்னையும் என் மூக்கில் இருந்த செங்காமட்டை கலர் பெரியப் பொட்டையும் சுத்தமாக பிடிக்கவில்லையென்றாலும் கூட அந்த வீட்டில் இருந்த சிறுவர்கள் எல்லாருக்கும் என்னை மிகவும் பிடித்துபோய்விட்டது. என் வெள்ளை நிறமும் மூக்கில் மட்டும் உள்ள அந்த செங்காமட்டை நிறமும் என் ரோமத்தின் அடர்த்தியும் அவர்களுக்கு ரொம்பவே பிடித்துவிட்டது போலும். எல்லாரையும் மீறி என்னை அந்த வீட்டின் நடு அறைக்கே கொண்டு போய்விட்டார்கள்.

என் காதுகளை தூக்கி பிடித்து நான் சுறுசுறுப்பானவனாக வருவனா என்று சோசியம் பார்த்தான் அந்த வீட்டின் மூத்தக் கிழவன் அப்போது அந்த கிழவனின் மூக்கு ஒழுகிகொண்டிருந்தது. நான் வலியால் உடல்குலுக்கி சிணுங்கியபோது மொத்த வீடுமே நான் மிக மிக சுறுசுறுப்பானவன் எனக் கத்தி கூச்சலிட்டது. என் நெற்றியில் ஒரு ப்ளாஸ்டிக் பொட்டை வைத்து கைத்தட்டி தனியாய் சிரித்தாள் அந்த வீட்டின் கடைசி சிறுமி. வட்டமான கிண்ணத்தில் பால் கொண்டு வந்து அதில் விரல் முக்கி என் நாவினில் வைத்தாள் அந்த வீட்டு எஜமானியம்மா. ஆமாம் அவள் தான் எஜமானியம்மாவாக இருக்க வேண்டும். மழையில் நனைந்துபோன எல்லாருடைய தலையையும் அவள்தான் அதட்டி துவட்டி கொண்டிருந்தாள்.

''ஏல லூசு பயலுவளா இந்த நாய்குட்டிக்கு வாலை பாரு இப்பவே சுருட்டிக்கிட்டு முதுகை தொடுது இது குடும்பத்துக்கு ஆகாதுடா போய் எங்க தூக்கினீங்களோ அங்க கொண்டுபோய் விட்டுருங்கடா'' என்று ஒரு நாற்காலியில் அமர்ந்தவாறு சொன்னார் அந்த வீட்டு எஜமான். ஆனால் குழந்தைகள் என்னை அவர்களுக்கு பிடித்தமான தலையணையை போலவோ இல்லை ஒரு வெளிநாட்டு பொம்மை போலவோ கட்டிபிடித்துக்கொண்டதால் எனது வருகையும் எனது இருப்பும் அந்த வீட்டு எஜமானராலும் எல்லோராலும் ஏற்றுகொள்ளப்பட்டது.

சச்சின்.

கங்குலி

ராஜா

விஜய் என எனக்கு எனக்காய் அவர்கள் தங்களுக்குப் பிடித்தமான பெயர்களை யோசித்துகொண்டிருந்தார்கள். கடைசியாக சுரேஷ் என்றார். அந்த வீட்டின் மூத்தக்கிழவன். ஏனெனில் அந்த வீட்டில் என்னைபோலவே ஆனால் முழு செங்காமட்டை கலரில் முன்னாடி ஒருத்தன் இருந்தானாம். ஒரு விபத்தில் கிழவனை காப்பாற்றி அவன் போய் சேர்ந்துவிட்டானாம். ஆகையால் அவர்கள் எனக்கு சுரேஷ் என்று பிடிவாதமாக பெயரிட்டார்கள்.

''"சுரேஷ், சுரேஷ் ஏலேய் குட்டி பையா சுரெஷ்"

இப்படித்தான் என்னை அவர்கள் அழைப்பார்கள். சிலநேரம் மெதுவாய் சில நேரம் சத்தமாய். அந்த வீட்டின் எந்த அறைக்கும் சென்று வர எனக்கு அனுமதி உண்டு. எங்குச் சென்றாலும் என்னை அவர்கள் அழைத்துச் செல்லாமல் போனதில்லை. அவர்களுக்கு என் அழகான அடர்த்தியான வெண்மையான ரோமங்கள் ரொம்பவே பிடித்துப்போயிருக்கும் போல, எந்நேரம் அதை யாராவது தடவிவிட்ட வண்ணம் இருப்பார்கள். நானும் நன்றி மறவாமல் என் முன்னங்காலை தூக்கி அவர்கள் மூக்கில் முகத்தில் முத்தமிட முயலுவேன். சிலநேரம் சந்தோசப்படுவார்கள். பலநேரம் அதட்டிவிடுவார்கள். ஆனாலும் அவர்களின் தீராத துக்கத்தையும் சந்தோசங்களையும் என்னுடன் பகிர்ந்துகொள்ள அவர்கள்

தவறியதில்லை. அந்த வீட்டின் பெண்கள் தனிமையில் என்னிடம் என்னன்னவோ சொல்லி அழுது புலம்பியதை நான் யாரிடமும் இதுவரை சொன்னதில்லை. ஆனால் அந்த வீட்டின் ஆண்கள் யார் மீதோ உள்ள கோபத்தை என் மீது காட்டுவது எல்லாருக்கும் தெரியும். ஒருநாள் அவர்கள் கிரிக்கெட் பார்த்துக்கொண்டிருந்த போது கொசுக்கடி மிகுதியால் நான் குரைத்துவிட்டேன் அப்போது அந்த தெண்டுல்கர் அவுட் ஆனதற்கு நான் தான் காரணம் என ஒரு பக்கத்து வீட்டு சிறுவன் அடித்துவிட்டான். ஆனால் அந்த தெண்டுல்கர் யாரென்று எனக்கு இன்றுவரை தெரியவில்லை.

அவர்கள் எனக்கு சுரேஷ் என்று பெயரிட்டு இன்றோடு சரியாக ஏழு வருடம் ஆகிவிட்டது. நான் அந்த வீட்டில் அந்த மூத்தக்கிழவனின் சாவையும் அந்த வீட்டு எஜமானனின் தங்கை திருமணத்தையும் பார்த்துவிட்டேன். கிழவன் இறந்த போது உண்மையாகவே நான் அழுது அடக்கம் செய்யும் இடம் வரைக்கும் அவர்கள் பின்னாடி போய்வந்தேன். எஜமானனின் தங்கச்சி திருமணம் முடிந்து போனபோது அந்த வாகனத்தின் பின்னாடி மெயின்ரோடு முதல் கிணறு மடை வரைக்கும் நான் ஓடினேன். அவள் சிணுங்கலாய், சந்தோசமாய் கோபமாய் அதட்டலாய் சிறு கல்லை என் மீது வீசி அந்த வீட்டிற்கு என்னை திருப்பி அனுப்பினாள்.

இப்போது எனக்கு வயதாகிவிட்டது . என் ரோமங்கள் என் உடம்பிலிருந்து உதிர்ந்து அந்த இடத்தில் புண்கள் வெடித்து கிளம்பியது என் குற்றமல்ல. மேலும் என் உடம்பில் இருந்து வரும் அந்த துர்நாற்றத்திற்கும் என் முதுகு புண்களை காக்கைகள் கொத்தி திண்பதற்கும் நான் பொறுப்பல்ல. ஆனால் இதற்கெல்லாம் அவர்கள் மீது நான் கோபப்படவில்லை.

மாங்கொட்டாரத்தாளையும், ஐயாகுட்டியையும் நான் தான் வெறி பிடித்து கடித்தேன் என்று சொல்வதை தான் என்னால் தாங்கிகொள்ள முடியவில்லை. மாங்கொட்டாரத்தாள் அந்த பல்லு போன பாழாப்போன கிழவி என் வாலை மிதித்து நசுக்கினதால் வலி பொறுக்க முடியாமல் கடித்துவிட்டேன். அந்த ஐயாகுட்டி கண்

தெரியாத கபோதி ஒரு ஓரமாய் படுத்திருந்த என் மீது பொத்தென்று விழுந்ததால் அவசரத்தில் பயந்து கடித்தேன்.

நான் எதையும் திட்டமிட்டு செய்யவில்லை அப்படி செய்யும் அளவுக்கு என் உடம்பில் எனக்கு இப்போது திறனும் இல்லை. அப்புறம் அப்படி ஒரு கடிநாயாக நான் வளர்க்கப்படவுமில்லை அதற்காக "நான் ஏதோ செத்துப்போன கழுதை கறியை தின்னுட்டு வந்து கோட்டி புடிச்சு எல்லாரையும் கடிக்கிறேன்னு இவர்கள் சொல்வது அபாண்டம்" இதை கேட்டு தான் என் இரக்கமில்லாத எஜமான் என் கண்களை ஒரு முறை கூட பார்க்காமலே எனக்கு மரண தண்டனை கொடுத்தான்.

"ஏலேய் பசங்களா சுரேஷ் இனி தேறாதுன்னு நினைக்கிறேன் கழுத கறியை தின்னு நோய் பெரிசா ஆகி கோட்டி அதிகமாகிறதுக்குள்ள எங்கயாவது கொண்டுபோய் கொன்னுப்போட்டுடுங்க.

"ஐயா அதெல்லாம் வேண்டாம் தாயா பிள்ளையா எங்க கூடவே வளந்துட்டு... கொல்லாம ஆத்தங்கரைக்கு அந்த பக்கம் கொண்டுபோய் விட்டுட்டு வந்திருங்க."

இப்படி சொன்ன அந்த வீட்டு எஜமானி கொஞ்ச நேரம் அங்க நின்றிருக்கலாம். ஆனால் அந்த சண்டாளி வேகமாய் சமையலறைக்குள் போய்விட்டாள்.

"அதெல்லாம் வேண்டாம்பா ஆத்தை தாண்டி வந்தாலும் வந்துரும் பேசாம கொண்டு போய் கயித்தோட ரயில்வே தண்டவாளத்தில கட்டிப் போட்டம்னா ரயில்ல அடிப்பட்டு செத்துட்டு போகுது பாவம் நமக்கு வராதுலா" பக்கத்து வீட்டு அண்ணாத்துரை ரொம்ப சந்தோசமா சொன்னான். அவனை ஒரு முறை கோபமாய் பார்த்து நான் குரைத்ததற்காய்.

"என்ன பண்ணுவிங்களோ எனக்கு தெரியாது ஆனால் அது எங்க கண்ணு முன்னாடி வேண்டாம்பா" என்று என் எஜமான் உள்ளே போய்விட்டார். அவர்கள் என்னை ஏமாற்றுவதாக நினைத்து என்னை பிடிக்க எனக்கு சோறு வைத்தார்கள். "எனக்கு ஏனோ அந்த நேரத்தில்

சாகவேண்டும் என்று தோன்றியதால் சோத்தை தொடாமலே அவர்கள் பக்கத்தில் போய் நின்றேன். ஆனால் என் வாலை நான் ஆட்டவில்லை.

மூன்று வாலிபர்கள் என்னை கயிற்றை கட்டி இழுத்துகொண்டு வந்தார்கள். நான் எந்த மறுப்பும் இல்லாமல் அவர்கள் பின்னாடி வந்ததை ஒருவன் பாவமோடு பார்த்தான். என்னை அவர்கள் அந்த ஆலமரத்திற்கு கொண்டு வந்தபோதே எனக்கு தெரிந்துவிட்டது. அவர்கள் என்னை என் நண்பன் வெள்ளையனை போன வாரம் இந்த மரத்தில் தூக்கிலிட்டதை போலவே தூக்கிலிடபோகிறார்கள் என்று.

ஒருவன் மரத்தின் மேலே ஏறி கயிற்றை கிளையைத் தாண்டிப் போட்டான் . என் கழுத்தில் அந்த கயிற்றின் சுறுக்கு இருந்தது. ஒருவன் என்னைப் பார்த்து ''யோவ் நீர்தான் வரிகட்ட மறுக்கும் வாய்சவடால் கட்டபொம்மனோ இன்னும் சிறிது நேரத்தில் பாருமய்யா உன் முடிவை ஆமாம் உன் கடைசி ஆசை என்ன சொல்'' என்றான். இன்னோருவன் ஒரு டம்ளர் தண்ணீர் கொண்டு வந்து என் முகத்தில் தெளித்து பாவத்தைப் போக்கினான். நான் தலையை உதற தூரத்தில் சிறுவர்கள் ஆர்ப்பரிக்க இந்த வாலிபர்கள் சந்தோச ஊளையிட என் கயிற்று சுருக்கை கிளைக்கு அந்த பக்கம் நின்று அவர்கள் இழுத்தார்கள்.

என் கழுத்து எலும்புகள் முறியத் தொடங்கியது. எனக்கு நன்றாகவே தெரிந்தது. நான் வலியால் ஓலமிட்டேன் ஆனால் என் வாலை நான் ஆட்டவில்லை. ஆட்டப்போவதுமில்லை. என் கண்கள் இருண்டது அந்த முதல்நாள் மழை இப்போது பெய்தால் நல்லாயிருக்குமே என்று மனசு அத்தனை ஆசைப்பட்டது, நாக்கு என் வாயிற்குள் இருக்க மறுத்தது. என் அசைவற்ற எதிர்ப்பற்ற உடல் அவர்களுக்கு என் இறப்பை அறிவித்தது. ஆனால் நான் இறக்கவில்லை இறந்துகொண்டிருந்தேன்.

என்னை இறக்கி தர தர வென பரும்பு கிடங்குற்குள் அவர்கள் இழுத்துகொண்டு போவது போலிருந்தது. சரளை கற்கள் என் ரோமமற்ற புண்ணான உடலை குத்திக்கிழிப்பது எனக்கு நன்றாகவே தெரிந்தது

கிடங்கிற்குள் போட்டுவிட்டு அவர்கள் கிளம்பும் போது சாவின் விளிம்பில் கிடந்தேன். இன்னும் சரியாக இரண்டு நிமிடங்களிலோ அல்லது நான்கு நிமிடங்களிலோ நான் செத்துபோவேன் என்று எனக்கு தெரியும். அப்போது ஒருவன் சொன்னான்,

''மாப்ள ஒருவேள சில நாய்கள் காத்த குடிச்சு உயிர் வந்தாலும் வந்துருமாம்ல அதனால ஒரு பெரிய பாறாங்கல்லை தூக்கி இந்த நாய்க்கு மேல வைச்சிட்டு போவோமா?

''அட போடா.... பாவம் செத்துப்போச்சு அதப்போய்... விடு வா..... ஆமா இந்த நாய்க்கு பேரு என்ன?

சுரேஷ் (நான் சொன்னேன்)

நான் நன்றாக என் மூச்சை இறுக்கப் பிடித்துக்கொண்டேன். நான் சுவாசித்துவிடக்கூடாது, எக்காரணம் கொண்டும் நான் உயிர் பிழைத்துவிடக் கூடாது, நெஞ்சு முட்டியது முட்டியது இன்னும் முட்டியது... வெடித்துவிடும் அளவிற்கு முட்டியது... அவ்வளவுதான்.....

அடுக்கு செம்பருத்தி

அன்று மாலை பாளையங்கோட்டை ராஜா டவருக்கு முன்னால் கொஞ்சமும் பிடிக்காத நண்பன் ஒருவனுக்காய் காத்திருந்தது மிகவும் அருவருப்பாய் தான் இருந்தது அவனுக்கு. யாரைப் பார்ப்பது, எந்த திசை நோக்கி திரும்பி நிற்பது, தெரிந்தவர்கள் யாராவது வந்தால் எப்படி சிரிப்பது, கட்டாயப்படுத்தப்பட்ட சிறுமிகளோ வேறு வழியில்லாமல் ஊனமுற்றவர்களோ வந்து கைநீட்டி காசு கேட்டால் அவர்களை எப்படி சமாளிப்பது, பாளை பேருந்து நிலையத்தில் எந்தநேரமும் மேலாடை இல்லாமல் அலைந்து திரியும் அந்த பைத்தியக்காரப் பெண் எதிரில் வந்தால் அவளை எப்படி எதிர்நோக்குவது, பேசாமல் இன்று மட்டும் ஒரு சிகெரெட் வாங்கி புகைத்துவிடலாமா அல்லது குமுதமோ ஆனந்தவிகடனோ வாங்கி அதன் நடுபக்கங்களில் ஒளிந்து கொள்ளலாமா என்றெல்லாம் யோசித்தபடி ராஜா டவரிலிருந்து கொஞ்சம் நகர்ந்து வினோதினி டி.வி.டி கடைக்கு முன்னால் வந்து நின்றான்.

வினோதினி டி.வி.டி கடை.

இந்த கடை வாசலில் நிறைய நாள் காத்திருந்திருக்கிறான். அப்போதெல்லாம் பாளை தெற்கு பஜாரில் உள்ள ஆர்.சி சர்ச்சிலிருந்து ஜோ பிரார்த்தனையை முடித்துவிட்டு வருவாள். அதற்குள் அவன் ரெட்டைவால் குருவி டிவி.டி வாங்கி கையில் வைத்துக்கொண்டு நிற்பான்.

‘‘அன்னைக்கு சதிலீலாவதி, இன்னைக்கு இந்த படத்த போய் ஏன் வாங்குன?

"இல்ல பாட்டு நல்லாயிருக்கும் எனக்கு ரொம்ப பிடிச்ச 'ராஜராஜசோழன் நான்' இதில தான் இருக்கு.

"அதுக்கு... படத்தை போய் வாங்குவியா, நல்லாவே இருக்காது இரண்டு பெண்களை ஏமாத்துற கதை பார்க்கிறதுக்கு கடுப்பா இருக்கும் அதை வைச்சிகிட்டு காமெடி வேற பண்ணுவாங்க.

"ஏன் ஜோ உனக்கு இரண்டு ஆம்பிளைங்கள ஏமாத்துற மாதிரி படம்னா பிடிக்குமா?

அவ்வளவுதான். அவள் பேருந்தில் முன் வாசலில் ஏறுவாள் இவன் பேருந்தில் பின் வாசலில் ஏறுவான். அந்த பேருந்தில் ஒருவேளை தற்செயலாக புன்னகைமன்னன் படத்திலிருந்து ஏதாவது ஒரு பாடல் எதேச்சையாக ஒலிப்பரப்பியிருந்தால் இறங்கும் போது ஒரே வாசல் வழியாக இருவரும் இறங்குவார்கள். ஆனால் நிறைய நாள் அப்படி நிகழவில்லை.

ஆதலால் அவன் இப்போது அந்த வினோதினி டி.வி.டி கடைக்குள் செல்லவில்லை.

அதன் வலது பக்கத்தில் இருந்த டீக்கடையில் போய் ஒரு டீ வாங்கி குடிக்கலாம் அல்லது அந்த டீயை வாங்கி கீழே ஊத்திவிட்டு காசு மட்டும் கொடுத்துவிட்டு வரலாம் என்று வேகமாய் அவன் நகர்ந்த போதுதான் அவளைப் பார்த்தான்.

பார்க்கும் யாவரையும் சந்தோசப்படுத்தும் முகம் அவளுக்கு. அதோடு அவள் உடுத்தியிருந்த அந்த சிகப்பு கலர் பட்டுப் புடவையும், எப்போதும் அவள் உதட்டிலிருந்த அந்த சிரிப்பும் அவளை இன்னும் அழகாக்கியது. இதுவரைக்கும் அவன் பார்க்காத யாரோ போல் அவள் இருந்தாலும் அவளின் சிரிப்பும் அவள் கையில் இருந்த குழந்தையிடம் அவள் காட்டிய குறும்பும் அவன் நினைவை அவனுக்கு கலைத்துப் போடுவதாக இருந்தது. அந்தக் கூட்டம் நிறைந்த இடத்திலும் யாருக்கும் தெரியாமல் தன் இடையை கிள்ளும் கணவனின் கை விரல்களை திருகி தன் மூக்கின் மீது விழுந்து கிடந்த முடிக்கற்றைகளை அவ்வளவு அழகாக அவள் தூக்கிப் போட்ட போதுதான் அவளின் அந்த சின்ன நெற்றியின் வலது புறத்தில் இருந்த

தழும்பை பார்த்தான் அவன். அவள் அப்படியே பத்மாவாக அவனுடன் பதினோறாம் வகுப்பில் வெறும் இருபது நாட்கள் மட்டும் படித்த பத்மாவாக மாறியிருந்தாள்.

ஐயோ கடவுளே! அவள் அவனைப் பார்த்துவிடக்கூடாது, பார்த்து ஒரு சிரிப்போ ஒரு முறைப்போ அல்லது ஒரு புறக்கணிப்போ செய்துவிடக்கூடாது அப்புறம் அவ்வளவுதான் திருச்செந்தூர் - திருநெல்வேலி பாசஞ்சர் ரயிலில் விழுந்த அநாதை பிணமாகத்தான் அவன் சாக வேண்டியதிருக்கும்.

.வேகமாக அவன் கீழே ஊற்றிய டீக்கான காசை எடுத்துக் கொடுத்துவிட்டு நடக்க முயலும்போதுதான் அவன் கைகளை கண்ணாடி வளையல்கள் அணிந்த யாரோ பிடித்து இழுத்தார்கள். அதிர்ச்சியுடன் திரும்பிய போது அவனை பழிவாங்கும் கொடூர சிரிப்புடன் கைகுழந்தையோடும் கணவனோடும் அவள் நின்றிருந்தாள் அவள் பத்மாவேதான்.

''ஏய் நீ பன்னீர் தான (மிகுந்த சந்தோசத்தோடு) என்று கேட்டாள். “இல்லை'' என்று சொல்லி தற்கொலை செய்துகொள்ளுவதை விட, “ஆம்'' என்று சொல்லி சரணடைந்துவிடலாம் என்று அவன் “ஆம்'' என்று சொன்னதும், எங்கும் தப்பி ஓடிவிடாதபடி அவன் கைகளை இன்னும் நன்கு இறுக்கிப் பிடித்துக்கொண்டு ஆச்சர்யமாய் கேட்டாள் ''எப்படிடா இருக்க'' என்று. அவள் கேட்டது எவ்வளவு பெரிய சுனாமி வந்தது அதிலுமா இவன் சாகவில்லை என்று அவள் நினைப்பது போலிருந்தது அவனுக்கு. அவன் பதில் சொல்வதற்குள் அவள் கணவனிடம் பள்ளிக்கூட நண்பன் என்றும் அவள் குழந்தையிடம் பன்னீர் மாமா என்றும் அவனை அவளே அறிமுகம் செய்துவைத்துக் கொண்டாள். கொஞ்சமும் பதுங்காமல் பயப்படாமல் அவனை பார்த்து அவள் சிரித்தது அவனை மேலும் பயமுறுத்தியது. இனி நடக்கப்போகும் எல்லாவற்றுக்கும் தயாராக இருப்பது போல சிலுவையில் ஏறி பாவத்தின் ஆணிகள் அறையப் படுவதற்க்கு வசதியாக மல்லாந்து படுத்துக்கொண்டது அவன் மனம்.

சரணடைந்த குற்றவாளியான அவனை கொஞ்சமும் இரக்கமில்லாமல் தூக்குமேடைக்கு அழைத்து செல்வதைப்போல மிக வலுக்கட்டாயமாக அரசன் ஐஸ்கிரீம் பாருக்கு அழைத்துக்கொண்டு போனார்கள் அவர்கள். இப்போது பத்மாவின் ஒரு கை அவள் குழந்தையையும் இன்னோர் கை அவள் கணவனையும் பிடித்தபடி ஐஸ்கிரீம் பாருக்குள் நடந்துபோனாள். திரும்பி அவன் வருகிறானா இல்லை ஓடிவிட்டானா என்றும் பார்த்துக்கொண்டாள். அருவருப்பும் அவமானமும் அவன் இரு கை பிடிக்க அவர்கள் பின்னால் அற்பமான பெயர் தெரியாத ஒரு பிராணி போல நடந்து போனான் பன்னீர்.

இனி அவன் உங்களிடம் நடந்ததை சொல்லுவான். ஏனெனில் அடுத்தவர்கள் அந்தரங்கத்தை நான் சொல்வது ரொம்பவே அநாகரிகம். மேலும், அவன் என்னுடன் இருக்கும்போது நான் அதை சொல்வதென்பது இன்னும் அபத்தம் என்பதால்

அவன் பன்னீர்

நான் அவனல்ல

அவன் நானல்ல

கதை என்னுடையது

நிஜம் அவனுடையது

எழுத்து என்னுடையது

குரல் அவனுடையது

நான் தான் பன்னீர், (போதுமாடா பயந்தாங்கொள்ளி நாயே உனக்கும் எனக்கும் எந்த சம்பந்தமும் இல்லை அவ்வளவுதானே)

நான் பன்னீர், நான் பதினோறாம் வகுப்பு படிக்கும்போது தான் இந்த பத்மா எங்கள் பள்ளிக்கும் என் வகுப்பிற்கும் வந்தாள். அவள் அப்பாவுக்கு வேலை மாற்றம் டில்லிக்கு கிடைத்ததால் தூத்துக்குடியிலிருந்து அவள் அம்மாவும் அப்பாவும் டில்லிக்கு போனதால் இரண்டு வருட படிப்பிற்காய் மட்டும் கருங்குளத்திலிருக்கும் தாத்தா பாட்டி வீட்டிலிருந்து பதினோறாம்

வகுப்பு வந்து சேர்ந்திருக்கிறாள் என்று எல்லாரும் பேசிக்கொண்டார்கள். வகுப்புக்கு வந்த முதல் நாளே பார்த்துவிட்டோம் அவள் எங்கள் சாதிதான் என்பதை. பத்மாவின் முகமும் அதில் எப்போதும் இருக்கும் சிரிப்பும் பார்த்தவுடன் எல்லாருக்கும் பிடிக்க கூடியதாகவும் அவள் பேசும் பயமில்லாத கூச்சமில்லாத பேச்சும் எல்லாரும் பொறாமைப்படும் அளவுக்கு இருக்கும். அவள் வந்த முதல் நாளே பிரேம்குமார் சார் என்ன நினைத்தாரோ தெரியவில்லை அவளை வகுப்பில் பாட சொன்னார். கணக்கு வாத்தியார் வகுப்பில் பாட்டு பாட சொல்வது என்பது எவ்வளவு பெரிய அதிசயம். அவளும் புன்னகை மன்னன் படத்திலிருந்து “ஏதேதோ எண்ணம் வளர்த்தேன்'' பாடலை பாடி எல்லாருக்கும் பிடித்த தேவதையாகிப் போனாள். (இந்த பாடலை ரசித்து கண்ணீர் வடித்து பாடுகிறவர்கள் எல்லாரும் தேவதைகள் தான் போல ஜோ உட்பட, மன்னித்துவிடுங்கள் அவன் கதையில் நான் குறுக்கிட்டுவிட்டேன் ஆர்வக்கோளாறு இல்லை ஜோ கோளாறு)

இன்னும் ஒரு நாள் என் நண்பன் ஸ்டாலின் வந்து தாமதமாக அதைச் சொல்லியிருந்தால், அவளை நான் காதலித்திருக்ககூடும் அவளுக்காகவே வாழ்ந்திருக்கக்கூடும். ஆம் அவன் பத்மாவை காதலிப்பதாக அவள் வந்த பத்தாவது நாளில் என்னிடமும் எல்லா நண்பர்களிடமும் சொன்னான். பதினைந்தாவது நாள் அவள் பெயரைத் தன் நெஞ்சில் பச்சை குத்திக்கொண்டு வந்து காண்பித்தான். ஒருமாதத்தில் அவளை மெதுவாக காதலிக்கத் தொடங்கலாம் என்றிருந்தவர்களின் வயிற்றெரிச்சலையும் வாங்கிகொண்டான். எங்கள் எல்லாருக்கும் தெரியும் நாம் பார்த்தவுடனே நமக்கு அவ்வளவு பிடித்து போகிற பெண் எங்கள் சாதியாகவே இருப்பது எவ்வளவு பெரிய வரம் என்று.

ஸ்டாலின் என் பால்ய நண்பன். அவனின் கோபத்திற்கும் அவனின் திருட்டு தனத்திற்கும், அவனின் கபடி விளையாட்டிற்கும் நானும் என் மற்ற நண்பர்களான சுந்தர், கண்ணன், முகேஷ் நான்கு பேருமே அடிமை. வரலாற்று ஆசிரியருக்கும் கம்யூனிஸ்ட்காரரான அவன் அப்பாவிற்கும் தான் அவன் ஜோசப் ஸ்டாலின். எங்களுக்கு

அவன் பக்காஸ் ஸ்டாலின்தான் (பக்காஸ் என்பது அவன் பட்டப்பெயர் பித்தாகரஸ் தேற்றத்தை பக்காஸ் தேற்றம் என்று அவன் சொன்னதால்) எங்கள் பள்ளி தினங்கள் தினமும் எவ்வாறு அமைய வேண்டும் என்பதை முடிவு செய்வதே அவன் தான்.

சரியாக பத்மா வந்த பதினேழாவது நாள் நாங்கள் நான்குபேர் சேர்ந்து ஸ்டாலினுக்காக பத்மாவுக்கு எழுதிய கடிதத்தை

கடிதத்திலிருந்து என் நினைவில் இருக்கும் சில வரிகள் மட்டும்

அன்பே பத்மா

நீ இல்லாமல் இனி

வாழாது என் ஆத்மா,

உன் பதிலுக்காக சிவன் கோவிலில் காத்திருப்பேன்

நீ சம்மதித்தால் பெருமாள் கோவிலில் மணமுடிப்பேன்,

சாதி வேறில்லை அதனால் எனக்கு பயமில்லை

மதமும் வேறில்லை ஆதலால் நமக்கு மரணமில்லை

உன்னால் வாயால் சொல்ல முடியவில்லையெனில்

அடுக்கு செம்பருத்தி மட்டும் வைத்துக்கொண்டு வா

நான் தெரிந்துகொள்கிறேன் நீ என் ஆளு என்று.

இவ்வளவு தான் என் நினைவில் இருக்கிறது. கடைசியாக இப்படிக்கு உன் ஸ்டாலின் என்று எழுதும் போது அதை இரத்தத்தால் எழுத வேண்டும் என்று ஐடியா கொடுத்தது மட்டுமல்லாமல் ஏற்கனவே கபடிப் போட்டியில் அவன் காலில் அடிப்பட்டிருந்த புண்ணை கொஞ்சம் பிய்த்து அதில் வடிந்த இரத்தத்தை தொட்டு

"இப்படிக்கு உன் ஸ்டாலின்" என்பதை இரத்தத்தில் எழுதியது அடியேனே..

அந்தக் கடிதத்தை சிவன்கோவில் வாசலில் வைத்துதான் பத்மாவிடம் கொடுத்தான் ஸ்டாலின். அவள் அதை வாங்கி சாக்கடையில் வீசிவிட்டு போனபோது ஸ்டாலின் சிறிதும் கோபப்படாமல் எங்களிடம் வந்து கண்கலங்கியது எங்களுக்கே ஆச்சர்யமாத்தான் இருந்தது மறுநாள் பள்ளி முடிந்துபோகும் போது பெருமாள் கோவில் மலையில் வைத்து அவளை மறித்து நான்கு பேரும் பேசுவதாக போட்ட திட்டம் தான் அவனை கொஞ்சம் சமாதானம் ஆக்கியது.

பெருமாள் கோவில் மலையில் நான்கு பேரும் பள்ளி முடிவதற்கு முன்னரே வந்து காத்திருந்தோம். அவள் ஒரு ஆறாம் வகுப்பு சிறுமியை துணைக்கு அழைத்துகொண்டு வந்தாள். முதலில் சுந்தர்தான் அவளை நிற்க சொன்னான். அவள் திரும்பி பார்த்துவிட்டு வேகமாக நடக்க கண்ணனும் நானும் ஓடிப்போய் அவள் முன்னால் நின்று மறித்தோம். ஸ்டாலின் வந்து அவளிடம் தடுமாறி தடுமாறி என்னமோ பேசினான். அவள் அழுதுவிடுபவளை போல என் கைகளை தட்டிவிட்டு ஓட முயலும்போது தான் ஸ்டாலின் அவள் கழுத்தை பிடித்து "பதில் சொல்லிட்டு போ" என்றதும் அவள் எல்லாரையும் அவமானப்படுத்தும் விதமாக "உன்னை எனக்கு பிடிக்கலடா" என்று சத்தமாக சொல்லி எங்கள் கைகளை தட்டிவிட்டு அந்த மலை இறக்கத்தில் ஓட்டமும் நடையுமாய் திரும்பி பார்க்காமல் மறைந்தாள்.

ஸ்டாலினை நாங்கள் சமாதானம் செய்யும் அளவிற்கு அவனிடம் எந்த மாற்றமும் எங்களுக்கு தெரியவில்லை. அமைதியாகவே மலையிறங்கியதும் அவன்தான் நாங்கள் கை கால் கழுவ அந்த அடிபம்பில் வெகுநேரம் தண்ணீர் அடித்தான். அப்போது ஒரு பாடல் கூட சத்தம் போட்டு பாடினான்.

"நான் அனுப்புவது கடிதமல்ல உள்ளம்
அதில் உள்ளதெல்லாம் எழுத்துமல்ல எண்ணம்.

வீட்டிற்கு போகும்போது எல்லாருக்கும் சாயுபு கடையில் சிகரெட் வாங்கி கொடுத்தான். காலையில் நேரத்தோடு விளையாட வருமாறு எங்களிடம் சொல்லிவிட்டு தான் போனான். ஆனால் மறுநாள் காலையில் பொட்டைகுளம் கரையில் அவன் பிணமாக கிடப்பதாக எல்லாரும் அலறிகொண்டு ஓடினோம். அவன் நெஞ்சில் இருந்த பத்மாவின் பெயர் தீயால் முற்றிலுமாய் அழிக்கப்பட்டு இருந்தது. ஆனால் பொட்டைக்குளம் முதல் மடை முழுவதும் பத்மா, பத்மா, பத்மா, இன்னும் நிறைய பத்மா. அப்புறம் ஒரே ஒரு இடத்துல மட்டும் பெருசா ஆத்மான்னு எழுதியிருந்தது.

பக்காஸ் ஸ்டாலின் இறந்துவிட்டான்.

சொல்லாமல்கொள்ளாமல் போய்விட்டான்

சின்ன சிக்னல் கூட காட்டாமல் சென்றுவிட்டான்.

வந்து பத்தொன்பதாம் நாளில் எங்கள் வாழ்வின் பரமபதம் ஆகிப்போனாள் பத்மா. ஸ்டாலின் இறந்த இரண்டு நாட்கள் நாங்கள் பள்ளிக்கு போகவில்லை மூன்றாவது நாள், பத்மாவிற்கு அது இருபதாவது நாள் நாங்கள் பள்ளிக்கு போனோம். அதே பெருமாள் கோவில் மலையில் காத்திருந்தோம். நாங்கள் எழுதிய கடிதத்தை அவள் படிக்கவில்லை கிழித்தெறிந்துவிட்டாள். அதன் கிழிந்த பக்கங்கள் கூட எங்களிடம் தான் இருந்தது ஆனால் அவள் அப்படியே அதே அடுக்கு செம்பருத்தியோடுதான் வந்தாள். அவளுக்கு ஸ்டாலின் இறந்தது தெரியுமா, தெரியாதா? தெரிந்திருந்தால் எப்படி இவ்வளவு அழகாய் அடுக்கு செம்பருத்தி பூவோடு வருவாள். ஆனால் அவளை அப்படி அதே சிரிப்புடன் பார்த்தபின் எங்களால் சும்மா இருக்க முடியவில்லை.

அன்று அவளின் அழகு கொடூரமான அழகாக மாறியிருந்தது

இந்த அழகு நாளை என்னை கொல்லக்கூடும், நாளை மறுநாள் பக்கத்தில் இருப்பவர்களையும் கொல்லக்கூடும் என்று அவர்களுக்கும் தெரியும். ஏற்கனவே தீட்டிய திட்டத்தின்படி கண்ணன் அவளின் ரெட்டை ஜடையில் ஒரு ஜடையை பிடித்து நிறுத்தினான். அவள் கத்தி கூச்சலிட அவளின் டிபன்பாக்ஸை திறந்து

அந்த சாம்பார் கலந்த சாப்பாட்டை அவளின் உச்சந்தலையில் நான்தான் கொட்டினேன். அவள் ஓடிவிடாதபடி முகேஸ் அவள் கைககளை இறுக்கி பிடித்துக்கொண்டான். அவள் கத்திகூப்பாடு போடும்போதே கண்ணன் தன் பையில் இருந்த கத்திரிக்கோலை எடுத்து அவளின் ஒரு ஜடையை மட்டும் வெட்டி எடுத்தான் அவள் அலறி துடித்தாள். அந்த அடுக்கு செம்பருத்தியை நான் கையில் எடுத்து வைத்துக்கொண்டேன். பேனாவை கழற்றி அதிலிருந்த மையை அவளின் முகத்தில் கொட்டிவிட்டு அந்த ஜடையை தூரமாக வீசிவிட்டு எதோ ஒரு திசையில் தலை தெறிக்க ஓடி மறைந்தோம். அவளின் உதடுகளை மிக அருகில் பார்த்தற்காய் நான் தான் இந்த சம்பவத்தில் முதல் குற்றவாளியென்று கண்ணனும்,முகேஷும் இப்போதும் என்னை குற்றம் சுமத்தி பொறாமைப்படுவார்கள்.

அத்தனைக்கும் காரணமான அந்த அடுக்கு செம்பருத்தியை நான் ஆற்றில் விட்டதாக நினைவிருக்கிறது.

அதோடு வீட்டில் காசை திருடிக்கொண்டு கண்ணன் எங்கோ பயந்து ஓடிப்போய்ட்டான். நானும் முகேஷும் ஆத்தங்கரையில் வைத்து மாட்டிக்கொண்டோம். எங்களை தலைமை ஆசிரியர் அறையில் அடைத்துவைத்தார்கள். போலிஸ் வருவதாக சொன்னார்கள். (இதுக்குதான் கதையை நான் சொல்லல). ஆனால் பத்மாவின் தாத்தா மட்டும் தான் வந்தார். ஆனால் அதற்கும் முன்பாகவே எங்கள் தோல் உரிக்கப்பட்டுவிட்டது. பத்மாவின் தாத்தா எங்களை பார்த்தார் குனிந்துகொண்டிருந்த என் தலையை தூக்கிப் பார்த்தார் அப்புறம் முகேசை கூப்பிட்டு ''உங்க அப்பா என்ன செய்கிறார்'' என்று கேட்டார். அதற்கு அவன் ''அப்பா டீ கடை வைச்சிருக்கார்'' என்றான். அவ்வளவுதான். டீசியை வாங்கிகொண்டு எங்களை அம்மா அப்பாவிடம் சொல்லி கண்டிச்சி வையுங்கள் என்று சொல்லிவிட்டு போனார் அழுதபடி.. அதன்பிறகு இன்றுதான் பத்துவருடம் கழித்து பத்மாவை நான் பார்க்கிறேன்.

அவன் பார்க்கிறான்.

பன்னீர் பார்க்கிறான்

இனி நான் சொல்கிறேன்

பாவம் அவன்

நானே சொல்லிவிடுகிறேன் இனி நடந்ததை

அவளுக்கு முன்னாலும் அவளின் சந்தோசங்களுக்கு முன்னாலும் ஒரு ஊனமுற்றவனைப் போல அந்த குளிரூட்டப்பட்ட அறையில் அவன் அமர்ந்திருந்ததை அவள் ரசித்திருப்பாள் போல. பள்ளியில் நடந்ததை பற்றி அவள் எதுவும் அவனிடம் பேசவில்லை. ஆனால் நிறைய பேசினாள். அவள் கணவர் கிருஷ்ணாவும் (அவள் தலமுடியை நாங்கள் அறுத்த போது எங்கு என்ன செய்து கொண்டிருந்திருப்பான் இந்த கிருஷ்ணா, எல்லாவற்றையும் சொல்லியிருப்பாளா சொன்னாலும் சொல்லியிருப்பாள் இப்போது எல்லாரும் திருமணம் ஆனதும் முதலிரவில் ஒருவருக்கொருவர் தன்னொழுக்கத்தின் மீதான வாக்குமூலம் கொடுத்து சத்தியம் செய்த பின்னர்தானே சங்கதியே நடக்கிறது) அவரும் என்னன்னமோ பேசினார் அவள் இடையிடையே தன் குழந்தைக்கு முத்தமும் கொடுத்தபடி இருந்தாள். அவனது எண்ணெய் தேய்க்காத தலை மயிரையும், தூய்மையில்லாத ஆடைகளையும், காலின் தேய்ந்த ரப்பர் செருப்புகளையும் அவள் கவனித்திருப்பாள் போல ''எதாவது காசு கீசு வேணும்னா வெட்கபடாம கேளு இந்த நம்பருக்கு எப்ப வேணும்னாலும் போன் பண்ணு இவர் தாசில்தாரா இருக்காரு'' என்று அவள் கூறிய போது தான் தெரிந்தது, இது அவனை கழுவ மரத்தில் ஏற்றி கொல்ல போடும் பழிவாங்கும் திட்டம் என்று. இன்னோரு முறை அவள் அவனைப் பார்த்து பரிதாபமான பாவமான சிரிப்பை சிரித்தாள் அவ்வளவு தான், அவள் காலில் விழுந்து மன்னிப்பு கேட்க வைத்து விடுவாளோ என்கிற பயம் அவன் தலையை கிறுகிறுக்க வைத்தது. தப்பித்து ஓட எத்தனித்தவனைப் போல வேகமாக விடைபெற முயன்றான்.

''சரி பிழைத்துப்போ இனிமேல் எங்கள் கண்ணில் படாதே, அப்புறம் அவ்வளவுதான் இன்னோர்தடவை பாவமெல்லாம் பார்க்கமாட்டேன்'' என்பதை போல அவனுக்கு அனுமதி

கொடுத்தார்கள். அப்பாடி தப்பித்தேன் என்று திரும்பி பார்க்காமல் அவன் வெளியேறிய போதுதான் அவள் தன் இரண்டு வயது மகனிடம் சொன்னாள் "டேய் ஸ்டாலின், பன்னீர் மாமாவுக்கு பைய் சொல்லு" என்று. அவனுக்கு தன் குரவளையை பின்னாடியிருந்து அவள் நெரிப்பது போலிருக்க வேகமாய் திரும்பி பார்த்தான். ஆம் அவள் அப்படி தான் சொன்னாள். இப்போது அவன் அவளின் கணவன் கிருஷ்ணாவும் சொன்னான் "டேய் ஜோசப்ஸ்டாலின், பன்னீர் மாமாவுக்கு பைய் சொல்லு" அந்த குழந்தை விருப்பமில்லாமல் கைகாட்ட அவள் எப்போதும் சிரிக்கும் அந்த சிரிப்பை மிக சாதரணமாய் சிரித்தாள். அவன் முழு உடலையும் நெருப்பு பற்றி கொண்டது. அவன் வாழ்வும் அதன் வன்மங்களும் அழுகி உதிர்ந்தது. அந்த கண்ணாடி கதவுகளை திறந்து வேகமாய் வெளியேறினான்.. நல்லவேளை பெருமழை வெளியே கொட்டிக் கொண்டிருந்தது. அடுக்கு செம்பருத்தியோடு ஒரு பெண் குடை பிடித்தவாறு மேற்கு நோக்கி போய்கொண்டிருந்தாள்.

உடுக்கு

நான் ஒரு ஓவியன். ஆம் சத்தியமாக நான் ஒரு ஓவியன். உங்கள் வீட்டுச் சுவர்களிலோ அல்லது அந்த கரையான் அரித்த அந்த கதவுகளிலோ வேட்பாளர்களின் முகமோ அல்லது கட்சிகளின் சின்னங்களோ வரையப்பட்டிருக்குமெனில் அது நடு ராத்திரி ஒன்றில் உங்களுக்கு தெரியாமல் நான் வரைந்தவையாக இருக்கக்கூடும் அதற்காக முதலில் என்னை மன்னியுங்கள். என் ஓவியங்கள் நீங்கள் புகழக் கூடியவையாகவோ அல்லது நீங்கள் ரசிக்கக் கூடியவையாக கூட இல்லாமல் இருக்கலாம். ஆனாலும் என்னால் வரையப்படுபவை எல்லாமே ஓவியமாகும்போது அதை வரையக்கூடிய நான் ஓவியன் என்பதை நீங்கள் ஏற்றுக்கொள்ளத்தான் வேண்டும்.

நான் பேசுவது உங்களுக்குக் கேட்கிறதா...? இந்த சுவருக்கு பின்னால்...., இந்த சிறைச்சாலையின் பெரும் சுவருக்கு பின்னால் நிழலுக்காய் ஒதுங்கிய சுதந்திரமானவர்களே, அவசரத்தில் சிறுநீர் கழிக்க வந்தவர்களே, மது பாட்டில்களோடு நண்பனுக்காய் காத்திருக்கும் வாழ்க்கைக்கு பயந்தவர்களே, ஆடு மாடு மேய்ப்பவர்களே, என்ன செய்வதென்று தெரியாமல் விரக்தியாய் திரிபவர்களே, ஒரு சிகரெட் இல்லாததால் சுய இன்பத்தில் ஈடுபட்டு கொண்டிருப்பவர்களே, உங்களுக்கு நான் இந்த சிறைச்சாலைக்குள் இருந்து பேசுவது கேட்கிறதா....... நீங்கள் கேட்டாலும் கேட்கா விட்டாலும் நான் பேசுவேன் நான் பேசியே தீர வேண்டும்.

இங்கு என்னோடு யாரும் பேசுவதில்லை. என்னோடு இந்த அறையில் இன்னோர் சாதிக்கார பையனை காதலித்தாள் என்பதற்காக தன் சொந்த மகளுக்கு விஷம் வைத்து கொன்றதற்காய் அடைக்கப்பட்டிருக்கும் அந்த ஐம்பது வயது முதியவர் என் முகத்தை பார்க்ககூட விரும்புவதில்லை. சிறையில் மற்ற கைதிகளும் என்னோடு பேசுவதில்லை. பத்து கொலைகளை செய்த கைதி ஒருவன் நான் தென்படுகையில் முகத்தை திருப்பிக்கொள்கிறான். சொத்துக்காய் தன் தந்தையை கழுத்தறுத்து கொன்ற ஒருவன் என் சாப்பாட்டில் எச்சில் துப்பிவிட்டு போகிறான். அவர்கள் எல்லாரும் என்னை ஒரு மலக்குழியில் இருந்து வந்த கரப்பான்பூச்சியை போலப் பார்க்கிறார்கள். கொட்டாவி விட்டாலே வந்து காரணம் கேட்கும் போலிஸ்காரர்களோ நான் விடிய விடிய கத்தி கூப்பாடு போட்டாலும் என்னிடம் எதுவும் பேசுவதில்லை. எதிர் அறையில் இருக்கும் மூன்று பெண்களை ஏமாற்றி திருமணம் செய்த ஒருவன் தனக்கான கம்பிகளின் வழியே எப்போதும் என்னை பார்த்து சிரித்தபடியே இருக்கிறான். என்னோடு இருக்கும் அந்த முதியவரோ போலிஸ்காரர்களின் சட்டையை பிடித்து தினமும் கத்துகிறார் ''இவனோடு இந்த அற்ப நாயோடு என்னால் இருக்க முடியாது என்னை அறை மாற்றுங்கள் இல்லை என்னை தூக்கிலிடுங்கள் அல்லது மறுநாள் நானே என் ஆண்குறியை அறுத்து தற்கொலை செய்துகொள்வேன்''. என்று.

ஆதலால்... நான் பேசியே ஆக வேண்டும். இந்த சுவரோடோ இல்லை சுவருக்கு பின்னால் சுதந்திரமாய் இருக்கும் உங்களோடோ நான் பேசியே ஆக வேண்டும். நான் சாகத் தொடங்கிவிட்டேன், இவர்களும் என்னை கொல்ல தொடங்கிவிட்டார்கள். எல்லாரையும் விட அந்த எதிர்த்த அறையில் இருந்து சிரிக்கிறானே அவன்தான் அதிகமாய் என்னைக் கொல்கிறான். ஒருவேளை இந்த வாக்குமூலம் முடியும்போது நீங்களும் என்னை கொல்ல ஆயுதம் தேடலாம் அதில் எனக்கு கவலையில்லை.

எந்த பிணமும் எவ்வளவு கொடிய ஆயுதத்திற்கும் பயந்தது கிடையாதுதானே......

அற்ப நாயான எனக்கு அம்மா வைத்த பெயர் க.சுந்தரேசன். ஆம் என் பெயர் சுந்தரேசன் என் அப்பா இறந்து பன்னிரெண்டு மாதம் கழித்து நான் பிறந்ததால் என் அம்மா கோதை (நல்லவேளை என் அம்மாவின் பெயர் சீதை இல்லை) சந்தேகத்துக்குரியவள் ஆனாள். நான் சந்தேகத்தின் அடையாளம் ஆனேன். அண்ணன் கதிரேசன் அப்படியே அப்பாவை போல இருப்பான், அப்பாவின் புகைப்பட சிரிப்பை போலவே இருக்கும் அவனின் சிரிப்பு. நான் அப்படியே யாரைப்போலவோ இருப்பேன். அப்பாவின் புகைப்படத்தின் அருகே என் புகைப்படத்தை அம்மா ஒருநாளும் வைத்ததில்லை.

நீங்கள் எப்போதும் அவசரமாய் அரசாங்க சுவற்றில் சிறுநீர் கழிப்பதைப் போலவே நான் ஒரு கோவிலின் சுவற்றில் கரி துண்டுகளால் வரைந்தேன் என் முதல் ஓவியமாய் என் கனவுகளை எப்போதும் உருட்டி திரியும் அந்த கறுப்பு பூனையை. அதன்பின் என் பிறப்பை சந்தேகபப்பட்டவர்களை வரைந்து பார்க்கத் தொடங்கினேன் ஓவியன் ஆனேன். கதிரேசன் அப்பாவைப் போலவே ஒரு மாணவர் விடுதிக்கு காப்பாளன் ஆனான்.

நான் இப்போது ஒரு ஓவியன். மனிதர்களோடு பேசவோ சிரிக்கவோ விரும்பாத ஒரு ஓவியன். என் ஓவியங்களோடு நான் பேச தொடங்கி இருந்தேன் அவை என்னை பார்த்து சிரிக்க தொடங்கி இருந்தது என்னோடு சண்டை போட தொடங்கிவிட்டது என்னை புனை பெயரில் அழைக்கத் தொடங்கிவிட்டது. என்னை கேலி செய்யக்கூட அவை துணிந்துவிட்டன. முதன்முதலாய் என் வயதின் காமம் வெடித்து சிதறிய நாள் ஒன்றில் என் ஓவியம் ஒன்றை அதன் அனுமதியோடு புணர்ந்து அத்தனை திருப்தியுற்றேன்.

கதிரேசன் மிக சரியானவனாக வளந்திருந்தான். சரியாக சொல்ல வேண்டுமென்றால் அவன் எனக்கு அண்ணனாக இருந்தாலும் எனக்கும் என் ஓவியங்களுக்கும் பயப்படத் தொடங்கியிருந்தான். என் கண்களில் ஏதோ தெரிவதாக அம்மாவிடம் அதிசயமாய் சொல்வான். நான் பூமியில் பிறக்க வேண்டியவனே இல்லை என்று அம்மாவிடம் சத்தியம் செய்வான். மனிதர்களுடான என்

மௌனத்தால் அவனையும் நான் தூரத்தில்தான் வைத்திருந்தேன். என் சட்டை பையில் இருந்து எனக்கு தெரியாமல் அவன் எடுக்கும் ஒரு சிகரெட்டிலும் சில நூறு ரூபாய் தாள்களிலும் தான் மறைந்து இருந்தது எங்கள் அண்ணன் தம்பி உறவு.

என் ஓவியங்கள் இப்போது மது அருந்தத் தொடங்கிவிட்டது அவைகளோடு சேர்த்து நானும்தான். நானும் என் ஓவியங்களும் யாருக்கும் பயப்படாமல் யாரையும் தொந்தரவு செய்யாமலும் மது அருந்தத் தொடங்கினோம் அருந்திகொண்டே இருந்தோம். எனது இருபத்தெட்டாவது வயது வரைக்கும் அண்ணன் கதிரேசனின் முப்பதாம் வயதுவரைக்கும் நாங்கள் இப்படியே இருந்தோம். சரியாக சொல்லவேண்டுமென்றால் மிக சந்தோசமாக இருந்தோம். அவள் எங்கள் வீட்டுக்கு வரும் வரை....

கதிரேசன் தனது முப்பதாவது வயதில் தன் காதலி என்று ஏதோ ஒரு கோவிலில் வைத்து தாலி கட்டி அவளை கூட்டி வந்தான். அவள் பார்ப்பதற்கு ஏதோ ஒரு வன தேவதைக்கு பிறந்தவள் போல எல்லாமே எல்லையற்று இருந்தாள். அவளை பார்ப்பதற்கு எனக்கு எந்த அவசியமும் இல்லை விருப்பமும் இல்லை. கதிரேசன் என்னிடம் அவளை அறிமுகபடுத்தும்போதுதான் நாங்கள் இருவரும் ஒருவரை ஒருவர் பார்த்துக்கொண்டோம். எங்கள் இருவரின் பார்வையும் விருப்பமில்லாத அருவருப்பான பார்வைதான்... ஏனோ முதல் பார்வையிலே அவளை நான் வெறுத்தேன் அவளுக்கும் அப்படித்தான் இருந்திருக்கும். ஒரு ஓவியனாகக் கூட அவளை என்னால் ரசிக்கமுடியவில்லை அவளின் பெருத்த உதடுகளும் அசிங்கமான அந்த பார்வையும் அளவுக்கு மீறிய அவள் வனப்பும் எனக்கு அப்போதே பயமுறுத்த விலகிபோய்விட்டேன்.

இந்த இரண்டு வருடங்களில் நானும் என் ஓவியங்களும் எல்லாரையும் விட்டு கொஞ்சம் விலகியே இருந்தோம். முழு இரவும் நாங்கள் அலைந்து திரிவோம் பகல் நேரத்தில் எங்கள் வீட்டுக்குப் பின்னால் உள்ள அந்த வேப்ப மரத்தில் முடங்கிகொள்வோம். எனக்கும் என் ஓவியங்களுக்கும் எடுபிடி உதவிகள் செய்யும் அந்த

சிறுவன் குமாரை தவிர்த்து எங்களுக்கிடையில் நாங்கள் யாரையும் அனுமதிப்பதோ அங்கீகரிப்பதோ இல்லை. எனக்கு யாரும் எதற்கும் தேவைப்படவில்லை எனக்கு என் ஓவியங்களே போதுமானதாக இருந்தது.

இதோ! எப்போதாவது தவிர்க்கமுடியாமல் அல்லது உங்கள் தற்காப்புக்காக நீங்கள் ஒரு கொலை செய்துவிட்டு இந்த அறைக்கு வருவீர்கள் எனில் என்னைப் பார்க்க முடியாவிட்டாலும் என் ஓவியங்களை பார்க்க முடியும். ஆம் இந்த அறை முழுவதும் என் ஓவியங்களால் நிரப்பி வைத்துள்ளேன். அந்த மேற்கு சுவரில் பாருங்கள் ஒரு மான் ஒரு புலியை துரத்திக்கொண்டு போவதை, அந்த மானின் பற்களில் கசிவது அந்த புலியின் ரத்தம் தான். இன்னும் சரியாகச் சொன்னால் அது என் இரத்தம் ஆம் நான் தான் புலி அவள் தான் என்னை துரத்தும் மான்.

மான்கள் ஆவேசமாய் புலிகளை துரத்துகின்றன.

ஆளில்லா ஒரு பகல் பொழுதில் என் தூக்கத்தை பிரித்து எனக்கு பிடிக்காத அந்த தடித்த உதடுகளால் அவள் என் பெயர் சொல்லி அலறி துடித்தபோது நான் பதறிக்கொண்டு ஓடியிருக்கக் கூடாது. அந்த முழு கரி சூழ்ந்த சமையலறைக்குள் நான் போனபோது அசிங்கமான அருவருப்பான ஒரு சிரிப்புடன் அவள் என்னை பார்த்தது என் உடம்பில் பெயர் தெரியாத பூச்சிகள் ஊர்வதை போல இருந்தது. அவள் எதற்கு அலறினாள் என்று நான் ஊகிப்பதற்குள் அவளின் தடித்த கரங்களால் என்னை இறுக்கி அணைத்து, அவளின் பெருத்த மார்புகளை என் மீது வைத்து அழுத்தி, அருவருப்பான அவள் உதடுகளால் என்னை முத்தமிட எத்தனித்தபோது நான் கத்தி கூச்சலிட்டு அவளை வேகமாய் தள்ளி விட்டிருக்க கூடாது. ஆனால், அவள் உடல் முழுவதும் உடலிலிருந்து வந்த வியர்வையிலும் கதிரேசனின் வாசனை அடிக்கும் போது அவளை பலமாய் நான் தள்ளிவிட்டது அத்தனை சரிதான். அவள் ஒரு பித்தளை பானையின் மீது போய் மிக சரியாக விழுந்தாள். அவளின் இடுப்பில் பலமாக அடிபட்டிருக்க வேண்டும். ஏனெனில் இப்போது அவள் ஒரு

ராட்சஸியாய் மாறியிருந்தாள் சரியாக சொல்லவேண்டுமென்றால் அந்த பரமசிவனையே காலின் கீழ் போட்டு மிதித்து அவன் தலை மயிர் அறுக்க முற்பட்ட அந்த அட்டகாளி போல் ஆவேசம் கொண்டவளாய் உருமாறியிருந்தாள். அவள் கண்களால் என்னை எரித்து விடுபவளைப் போல பார்த்தாள். என் சட்டையை கொத்தாக பிடித்து இழுத்து

''ஏண்டா உனக்கு என்னை பிடிக்கலையா? என்று அவள் கேட்டபோது ஒரு கணம் கூட தாமதிக்காமல் அவள் முகத்தில் காரி நான் உமிழ்ந்ததுதான் தாமதம். "டேய் நீயும் உங்க அண்ணன மாதிரி இடுப்புக்கு கீழ உடுக்கு இல்லாம தான் திரியிறீயா, ஆம்பிளையா இல்லாத உங்களுக்கு எதுக்குடா கல்யாணம் பொண்டாட்டிலாம். உங்க அம்மா பண்ணாத தப்பையாடா நான் பண்ணிட்டேன்'' என்று கத்தினாள் அப்போது அவளின் நாக்கு தப்பி ஓடும் இரையை கவ்விப்பிடிக்கும் கொடும் பசித்த பாம்பைப் போல என்னை பார்த்து சுழண்டது.. வெளியே ஓட நினைத்த என் சட்டையை பிடித்து தன் பக்கத்தில் வைத்துக் கொண்டாள்.

என் கண்முன்னே அவளின் ஜாக்கெட்டை அவளே கிழித்து எறிந்து தன் பெருத்த மார்புகளை தன் கைகளில் தூக்கி என்னை பார்த்து.

''இங்க பாரு கல்யாணம் ஆகி ரெண்டு வருசம் ஆகி போச்சு இன்னும் அப்படியே இருக்கு பார்,பொட்டபயலுவளா என்மேல காரி துப்புறீங்களா? என்று என் மீது காரி உமிழ்ந்தாள். அது என் மூக்கின் மேலிருந்து என் வாய் நோக்கி வடிய வடிய ஓடி வந்தேன். ஆளில்லா அந்த ஆத்தங்கரை காட்டுக்கு.

என் உடல் முழுவதும் அருவருப்பு பற்றி எரிந்து கொண்டிருந்தது. என் உடைகளை கிழித்தெறிந்தேன் முழு நிர்வாணமாய் அந்த சுடு மணலில் சுட்டு பொசுக்கிக் கொண்டிருந்தேன். பகிரங்கமாய் குற்றம் சாட்டப்பட்ட என் ஆண்குறியை அறுத்து எறிந்துவிடலாம் போலிருந்தது. இரவு வரும்வரை அப்படியே கிடந்தேன். முழு

இரவும் மொத்த ஊரையும் கவ்வி சுருட்டிய பிறகே ஊருக்குள் போனேன். எனக்காய் குமாரும் என் ஓவியங்களும் காத்திருந்தார்கள்.

என் ஓவியங்களை பார்க்கவோ அதனுடன் பேசவோ எனக்கு துளியும் தைரியமில்லை கண்டிப்பாய் அது என் முகத்தை பார்த்தால் கண்டிப்பாக கண்டுபிடித்துவிடும் என் அருவருப்பான அவமானங்களை... இன்று குமாரும் நானும் மது அருந்தினோம். குமார் என் ஓவியங்களுக்கு அடிமை. இரண்டாவது கோப்பையிலே நான் உளற தொடங்கி விட்டேன். போதை ஏற ஏற என்னை என்னால் என் கோபத்தில் இருந்து கட்டுப்படுத்த முடியாமல் கத்தினேன் அவளைத் திட்டித் தீர்த்தேன். என் வேஷ்டியை தூக்கி குமாரின் முன் என் ஆண் குறியை பிடித்து காட்டி "டேய் குமார் நான் ஆம்பிளை இல்லையாடா'' என்று கேட்டப்போது பாவம் குமார் பயந்தே போனான். ஒரு நிமிடம் கூட தாமதிக்காமல் அவனின் சைக்கிளில் என்னை தூக்கி வைத்து எங்கோ கொண்டுபோனான்.

நாங்கள் ஒரு புளியமரத்தின் அடியில் தான் பார்த்தோம் அது ஒரு கரிய உருவம் என் நினைவில் நன்றாக இருக்கிறது. அதை பார்த்து முதலில் குமார் பயந்தே போனான் பேயோ பிசாசோ என்று. அந்த உருவமும் அப்படிதான் வெறும் உருவமாகவே நின்றிருந்தது. பக்கத்தில் போனோம் இல்லை போனேன். மிகவும் கிழிந்து போன உடைகளை உடுத்திருந்தாள். காய்ந்து போன வாழைதடைகளைப் போல இருந்தது அவளின் தலை மயிர். நன்கு உற்று கவனிக்கும் போதுதான் தெரிந்தது அவள் இரண்டு கண்களும் பூத்திருந்தது. அவளால் எங்களை சரியாக பார்க்கமுடியவில்லை என்பது அவள் நின்றிருப்பதிலேயே எங்களுக்கு தெரிந்தது. ஆனால் அவள் பெண் சத்தியமாய் அவள் பெண் ஆம் நான் என் ஆண்மையை நிருபிக்கத் தேவையான எல்லாம் அவளிடம் இருந்தன. எனது போதைக்கும், கோபத்திற்கும் எனக்கே நான் பொட்டை இல்லை என்று நிருபிக்கவும் ஒரு பெண் தேவை. இன்னும் சரியாக சொன்னால் எந்த எதிர்ப்பும், எதிர்பார்ப்பும் இல்லாத பெண் தேவை.. அவளை நெருங்கும்போது எனக்கு அவளின் உடலில் இருந்து கதிரேசனின் வாசனை வரவில்லை மாறாக பல கொடிய மிருகங்களின் நாற்றம் வந்தது எனக்கு. அவள்

மாரிசெல்வராஜ் - 43

கழுத்தில் நிறைய சாமி டாலர்கள் அணிந்திருந்தாள், அவளின் எல்லா உறுப்புகளிலும் சிகரெட்டால் சுடப்பட்ட புண்கள் ஏராளம் இருந்தது. அவளின் மார்பகங்கள் மிகவும் சிறுத்து போயிருந்தது அதிலும் நிறைய புண்களும் வடுக்களும் இருந்தது. எது எப்படி இருந்தால் எனக்கு என்ன.

"என் உடுக்கின் ஒலியை நான் இன்று கேட்டே ஆகவேண்டும்".

அவள் எந்த கத்தலும் கூச்சலும் இடக்கூட சக்தியில்லாமல் இருந்திருப்பாள் போல மாறாக தன் பலம் முழுவதையும் திரட்டி என் தலையையும் தலை மயிரையும் கடித்தாள். அவளிடம் வந்த நாற்றம் என்னைக் குமட்டச் செய்தது. அவள் தன் பற்களை தானே நறு நறு வென கடித்துக்கொண்டாள். என் மீது அவள் காரி துப்ப முயன்றாள். ஆனாலும் நான் என் ஆண்மையை அவளிடமும் என்னிடமும் நிருபித்து திருப்தியுற்று ஒரு ஆணாய் தன் இரையை வேட்டையாடிய கொடும் பசி அடங்கிய விலங்காய் மெதுவாய் அந்த மணற்பரப்பில் அப்படியே சாய்ந்தேன். இப்போது குமார் அவளுக்கு அருகில் நின்றிருந்தான். அவளின் மீது ஏறி அமர்ந்து அவன் ஏதோ ஒருவித சறுக்கு விளையாட்டை விளையாடுவதைபோல இருந்தது எனக்கு.

மறுநாள், அதே வேப்பமரத்தின் அடியில் ஈக்கள் மொய்க்க உறங்கிகொண்டிருந்த என்னை "ஒரு குருட்டு பைத்தியக்கார பெண்ணை கற்பழித்து கிணற்றில் வீசி கொன்றதற்காய் கைது செய்தார்கள். அம்மா தலைவிரிகோலமாய் தரையில் மோதி மோதி அழுதாள். கதிரேசன் அவளை அவன் பத்தினி பொண்டாட்டியை நான் பார்க்காதவாறு மறைத்து அவன் முகத்தையும் திருப்பிகொண்டு நின்றான். ஒட்டுமொத்த ஊரும் சுவரில் இருந்த எதுவுமறியா என் ஓவியங்களின் மீது அப்படி ஆவேசமாய் காரி உமிழ்ந்தது.

செத்து நான்கு நாட்கள் ஆகி அழுகி புழு தின்றுகொண்டிருக்கும் ஒரு பன்னியை பார்ப்பது போல என்னை பார்த்த நீதிபதி அவர்கள் தன் மேஜை டம்ளரில் இருந்த அவ்வளவு சுத்தமான நீருக்குள் காரி துப்பி எனக்கு ஆயுள் தண்டனை கொடுத்து இதோ இங்கே என்னை அடைத்து வைத்திருக்கிறார்கள்.

இப்போது தினமும் என் உடுக்கு ஒலி எனக்கு கேட்கிறது. கண்டிப்பாய் அவளுக்கும் கேட்கும். கேட்காமலா எல்லா இராத்திரியும் வந்து தலையை விரித்து போட்டு இப்படி ஆடுவாள்.

இத்தனை நாட்களில் என்னை பார்க்க வந்த ஒரே உறவு அவன் தான், குமார் மட்டும் தான். அவனை பார்த்ததும் நான் கதறி அழுதுவிட்டேன். அவனுக்கும் என்னை பார்த்து கதறி அழாமல் இருக்க முடியவில்லை. சத்தமாய் கதறி அழுதான். எங்கள் இருவரையும் யாரும் பொருட்படுத்த வில்லை. அப்போது தான் குமார் என் கைகளை இறுக்க பிடித்துக் கொண்டு சொன்னான்

''அண்ணே மன்னிச்சுருன அன்னைக்கு எனக்கு தூக்கமே வரல காலையில நேரத்தோட அந்த இடத்திற்கு போனேன் இரத்தம் கசிந்தபடி என்னன்னமோ முனங்கியபடி அதே இடத்தில அந்த பொண்ணு கிடந்தா எனக்கு ரொம்ப பயமாகிடுச்சு'' இல்லை இதற்கு மேல் குமார் சொன்னதை நான் உங்களிடம் ஒருபோதும் சொல்லப்போவதில்லை

ஆனால் சுதந்திரமானவர்களே! சந்தர்பத்தின் கொடூர வாயிலிருந்து மிக சரியாக தப்பித்துக்கொண்டவர்களே, எல்லா உணர்வுகளையும் ரகசியமாய் பாதுகாத்து அதை அனுபவிக்க தெரிந்தவர்களே, எல்லாம் தெரிந்தும் ஊமையாகவும் செவிடாகவும் வாழும் நல்ல மனிதர்களே.... நான் அவளை கொல்லவில்லை அவளை கொல்லும் அளவிற்கு நான் தைரியமானவனுமில்லை.. அவள் பல மிருகங்களால் ஏற்கனவே வேட்டையாடப்பட்டவள் என்னையும் இந்த சின்ன மிருகத்தையும் அவளால் தாங்கிக்கொள்ள முடிந்திருக்கும். ஒரு குருட்டு பைத்தியகார பெண்ணிடம் என் ஆண்மையை நான் நிருபித்ததற்காய் என்னை வெட்ட வெளியில் நிறுத்தி கல்லால் அடித்து கொல்லுங்கள் அல்லது எல்லாவற்றுக்கும் காரணமான என் உடுக்கின் ஜவ்வுகளை அறுத்தெறியுங்கள் ஆனால் அந்த பலகீனமானவளை பாவப்பட்டவளை நான் கிணற்றில் வீசி கொன்றேன் என்று என்னை அடைத்து வைத்து புறக்கணிப்பதின் கொடுமையை தான் என்னால் தாங்கிகொள்ள முடியவில்லை. நானே

என்னை என்னால் கொலை செய்ய எனக்கு தைரியமில்லாமல் இரெவெல்லாம் அவள் தலைவிரி கோலமாய் ஆடுவதை பார்த்து அலறி துடித்துக் கொண்டே இருக்கிறேன். இருந்தாலும் குமார் கூறியதை என்றும் நான் உங்களிடம் சொல்லப்போவதில்லை.

எப்படியும் ஒருநாள் ஏதோ ஒரு செய்தித்தாளில் காமக்கொடூரன் க.சுந்தரேசன் சிறையில் தற்கொலை என என்னைப்பற்றி நீங்கள் படிப்பீர்கள். அப்போதும் குமார் உங்கள் உலகத்தில் என் ஓவியங்களை வரைந்து கொண்டிருப்பான் என்பதே எனக்கான ஆறுதல் அல்லது உங்களை நான் வென்றதன் சாட்சி.

தட்டான்பூச்சிகளின் வீடு...

"கோவில் கொடை கொடுத்தாயிற்று இன்னும் பலி மட்டும் கொடுத்துவிட்டால் சாமி திருப்தி ஆகிவிடும் அதோடு கொடையையும் முடித்து விடலாம். ஆனால் பலி ஆடுகளுக்கு நாம் எங்கே போவது அதையும் சாமிதான் கொடுக்க வேண்டும்"

"இதோ என்னிடம் மூன்று பலி ஆடுகள் இருக்கின்றன உனக்கு வேண்டுமானால் ஒன்றை கடனாக தருகிறேன் ஆனால் அடுத்தக்கொடையில் அதை நீ எனக்கு திருப்பித்தர வேண்டும"

"ஐயோ ச் சீ பாவம் தட்டான்பூச்சிகளை எப்படி பலி ஆடுகளாய் கொல்வது ?"

"சாமிதான் சொல்லிச்சு எனக்கு இந்த கொடைக்கு தட்டான் பூச்சிகளை பலி கொடு என்று"

"இல்ல நீ பொய் சொல்லுற சாமி அப்படி சொல்லிருக்காது நான் விளையாட்டுக்கே வரல போ"

"பலி கொடுக்காமல் நீ கொடையை முடிக்காமல் போனால் உன் வீட்டுக்கு பாம்பு வரும், வால் அறுந்த பல்லிகள் வரும் போ"

"அப்படின்னா தட்டான்பூச்சிகளை பலி கொடுக்காமல் இன்று சாமிக்கு வெண்டைக்காய்களை பலி கொடுப்போம்"

"வெண்டைக்காய்களை எப்படி பலி கொடுப்பது அதுக்கு இரத்தம் வடியாதே"

''வெண்டைக்காய்களுக்கும் தலை இருக்கிறது அதுக்கு வெள்ளியாய் இரத்தம் வரும்''

''ஆனால் வெண்டைக்காய்கள் பலியிடும் போது துடிக்காதே''

''போடா வெண்டைக்காய்களை பலியிட்டால் நான் இருப்பேன் இல்லை நான் போய்விடுவேன்''

''சரி சரி வெண்டைக்காய்களையே பலியிடுவோம். ஆனால் இந்த மூன்று தட்டான்களை என்ன செய்வது''

''அவற்றை பறக்க விடு அவை போகட்டும்''

''ஐயோ! ஆனால் இவைகளால் இனி பறக்க முடியாது அதன் இறக்கைகளை நான் ஏற்கனவே கசக்கிவிட்டேன் இப்போது என்ன செய்வது''

''அதை அப்படியே அந்த முள் மரத்தில் வைத்துவிடு''

''ஆனால் யார் பிடிக்க வந்தாலும் அவைகளால் பறக்க முடியாது அது மறுபடியும் பிடிபட்டுவிடும். சுந்தரியோ அல்லது கனியம்மாளோ வந்து பிடித்து சுடலைமாடனுக்கு பலியிட்டு விடுவார்கள்''

''அப்படியானால் நாம் அதற்கு ஓர் வீடு கட்டி அதற்குள் நாம் அதை தங்கவைப்போம் யாருக்கும் தெரியாமல்... தட்டான் பூச்சிகளின் வீடு எப்படி"

இப்படித்தான் நாங்கள் அந்த வீட்டை கட்ட முடிவுசெய்தோம். எங்கு கட்டலாம் என்ற போது, கருவேலமுள் மரத்தின் கீழே கட்டலாம் என்று சொன்னது அவள் தான். ஏனெனில் அந்த கருவேலமுள் மரம் தான் ரயில் தண்டவாளத்திற்கு அருகில் இருக்கிறது. அவளுக்கு ரயில் தண்டவாளத்திற்கு அருகே வீடு கட்ட வேண்டும் என்பது ரொம்ப நாள் ஆசை என்பதை நாங்கள் தண்ணீர் எடுக்க போன போதுதான் சொன்னாள்.

இப்போது யார் கொத்தனாராய் இருப்பது யார் சித்தாளாய் இருப்பது என்ற பெரும் குழப்பம் எங்களிடையே.

''நீ தான் ஆண், நீயே கொத்தனாராய் இரு. நான் பொம்பளை என்பதால் வேறு வழியில்லை நான் சித்தாள் தான்த் ஆனால் நீ என்னை தண்ணீர் எடுக்க தனியாய் அனுப்பக்கூடாது நீயும் துணைக்கு வரவேண்டும் ஏன் என்றால் அந்த குட்டக்கரையில் முனி இருக்கிறது என்று என் அம்மா அடிக்கடி சொல்லியிருக்கிறாள்''

நாங்கள் அந்த வீட்டை மூன்று நாட்களாய் கட்டினோம். செம்மண்ணால் அந்த வீட்டைக் கட்டினோம் வீடு கட்டிக் கொண்டிருக்கும் போதே எங்கள் ஆடு பக்கத்து வயல்களில் இறங்கிவிடும். வீட்டு வேலையை பாதியில் விட்டுவிட்டு ஓடுவோம் ஆடுகளை ஓட்டிக்கொண்டு வந்து எங்கள் வீட்டின் அருகே வந்து மேயவிடுவோம். யாராவது ஆட்கள் அந்த பக்கமாக வந்தால் அவள் தன் மஞ்சள் துண்டால் எங்கள் தட்டான்பூச்சிகளுக்கான வீட்டை மூடி வைத்துவிடுவாள். ஆம் நாங்கள் யாருக்கும் தெரியாமல் அந்த வீட்டைக் கட்டினோம். ஆனாலும் வேலுச்சாமி மாமா ஒரு நாள் எங்கள் வீட்டை பார்த்துவிட்டார். அவர் ரயில்வே கேட் கீப்பராய் இருக்கிறார். நாங்கள் இல்லாத நேரம் ஏற்கனவே மூடி வைத்திருந்த மஞ்சள் துண்டை தூக்கி எங்கள் வீட்டை பார்த்துவிட்டார்.

''ரயில் தண்டவாளத்திற்கு அருகே வீடு கட்டுவது சட்டப்படி குற்றம். நான் நினைத்தால் உங்களை போலிசில் பிடித்துக்கொடுக்க முடியும்''

முதலில் அவள்தான் அழுதாள். தெரியாமல் செய்துவிட்டதாகவும் நான் கொத்தனார் இல்லை வெறும் சித்தாள் தான் அவன் தான் கொத்தனார் என்றும் சொன்னாள். இப்போது நானும் அழுதேன் அந்த வீடு நாங்கள் எங்களுக்காய் கட்டவில்லை. பாவம் பறக்க முடியாத அப்பாவி தட்டான் பூச்சிகளுக்காகத்தான் கட்டினோம் என்று அழுதேன்.

''அழாதீர்கள் அழாதீர்கள் நான் உங்களைப் போலிசில் காட்டிக்கொடுக்க வேண்டாம் என்றால் உங்கள் வீட்டு பால் காய்ப்புக்கு என்னை நீங்கள் கட்டாயம் அழைக்க வேண்டும் மேலும் வரும் போது எனக்கு நீங்கள் சுருட்டும் வாங்கிதர வேண்டும்'' என்றார்.

மறுபடியும் நாங்கள் அந்த வீட்டை கட்டத்தொடங்கினோம். அந்த குழைந்த செம்மண் வாழை மட்டைகளில் ஒட்டாமல் வழுக்கி வழுக்கி விழுந்தது. அவள் என்னை திட்டினாள். கோபமாய் என் தலையில் கொட்டினாள். எனக்கு கொத்தனார் வேலை பார்க்த் தெரியவில்லை என்றும் இனி மேலும் மண் கீழே விழுந்தால் தானே கொத்தனாராய் மாறிவிடுவதாகவும் அவள் மிரட்டினாள். வாழைத் தண்டுகளுக்கு பதிலாய் மரபட்டைகளை மாற்றியதில் கொஞ்சம் எனக்கு வெற்றி கிட்டியது என்று சொல்லலாம். எங்கள் வீடு சிகப்பு கலரில் ஒரு மண் புற்றை போல வேகமாக வளர்ந்தது. அவள் சிரித்துக்கொண்டே அதை வளர்த்தெடுத்தாள் என்று சொல்வதுதான் மிக சரியாக இருக்கும்.

மிக சரியாக மூன்றாம் நாள் அந்த வீட்டை நாங்கள் கட்டிமுடித்தோம். அதன் ஈரமும் வண்ணமும் மாறாமல் அந்த கருவேல முள் மரத்தின் அடியில் ஒரு பச்சை குழந்தையைப் போல கிடந்தது அந்த வீடு. அதன் அழகை பார்த்துக்கொண்டிருந்தவள் திடீரென்று என்னை முத்தமிட்டாள். நிஜமாகவே அவள் என்னை முத்தமிட்டாள் பின் என் கன்னத்தில் ஒட்டியிருந்த எச்சியை அவளே தன் நீலக்கலர் அரசாங்க பாவாடையால் துடைத்தும்விட்டாள். அன்று அவள் அதை துடைக்காமல் இருந்திருக்கலாம்.

''ம் இனி வீட்டிற்கு பால் காய்ச்ச வேண்டும்''

''வேலுச்சாமி மாமவை கூப்பிடனுமா''

''கூப்பிடலாம் ஆனால் அவருக்கு சுருட்டு வாங்க காசு இல்லையே''

''என் தூக்குவாளியில் இன்னைக்கு இட்லி கொண்டுவந்திருக்கேன் அதையே கொடுக்கலாம்''

எங்கு தேடி பார்த்தும் வேலுச்சாமி மாமா எங்கள் கண்களில் அகப்படவில்லை. நாங்களே பால்காய்ச்சினோம் இல்லை இல்லை மோர் காய்ச்சினோம் என்று தான் சொல்ல வேண்டும். எங்கள் தூக்குசட்டியில் மோர் தான் இருந்தது அதை தான் அவள் ஒரு தேங்காய் சிரட்டையில் காய்த்து கிரேந்தி பூக்களை வீட்டுக்குள் தூவினாள். இப்போது சூடம் டப்பாவில் அடைத்து ஆச்சிமுத்தா

கோவில் ஆலமர பொந்தில் நாங்கள் பத்திரமாய் பாதுகாப்பாய் வைத்திருக்கும் அந்த மூன்று தட்டான் பூச்சிகளை எடுத்து வந்து இந்த வீட்டில் தங்கவைக்க வேண்டும் அவ்வளவுதான்.

தட்டான் பூச்சிகளின் வீடு

நினைக்கும்போதே அவ்வளவு சந்தோசமாய் இருந்தது. நாங்கள் தட்டான் பூச்சிகளுக்கு வீடு கட்டியிருக்கிறோம் என்று கத்திசொல்ல வேண்டும் போல இருந்தது. மிக சத்தமாய் கத்தினோம் அந்த மதிய ரயில் எங்களை கடந்து சென்றபோது

"ஹே இங்கே பாருங்கள் நாங்கள் தட்டான்பூச்சிகளுக்கு வீடு கட்டியிருக்கிறோம் நில்லுங்கள் இங்கே வந்து பாருங்கள்" என்று கத்திக்கொண்டே ரயில் போனபின்பு ஆச்சிமுத்தா ஆலமரத்துக்கு சென்று பொந்தில் சூடம் டப்பாவில் நாங்கள் அடைத்து வைத்த அந்த தட்டான் பூச்சிகளை எடுத்தோம்.

ஏற்கனவே எங்கள் டப்பாவை கரையானும் எறும்புகளும் சூழ்ந்திருந்தது. அதை அப்புறப்படுத்தி விட்டு டப்பாவை அவள் திறந்து பார்த்துவிட்டு "ஓ" என அழ தொடங்கிவிட்டாள். டப்பாவை வாங்கி பாக்கும்போது அதில் தட்டான்பூச்சிகளின் அரிக்கப்பட்ட உடலின் மிச்சங்கள் தான் இருந்தது அதையும் எறும்புகள் நக்கிகொண்டு கிடந்தது. அவள் அழுகையை என்னால் நிறுத்தமுடியவில்லை. நான் புதிய தட்டான் பூச்சிகளைப் பிடிக்க ஓடினேன். அந்த அவசரத்தில் எதுவும் என்னிடம் அகப்படவில்லை. அவள் அழுதுகொண்டே இருந்தாள் இன்னும் அழுதுகொண்டே இருந்தாள். வேறு வழியில்லாமல் நானும் அழத்தொடங்கிவிட்டேன்.

அவளோடு சேர்ந்து சிரிப்பதை விட அவளோடு சேர்ந்து அழுவதென்பது எனக்கு அப்போது அவ்வளவு பிடிக்கும். வாய் வரை வடியும் கண்ணீரை அவள் ஆச்சர்யமாய் துடைப்பதுண்டு. அதற்காக வாய் வரை வடியவிட்டு அப்போது அழுதேன்.

நாங்கள் இருவருமே அழுது ஓய்ந்துவிட்டோம். மேற்கு பக்கமாய் போன அந்த ரயில் இப்போது கிழக்கு நோக்கி வந்துகொண்டிருந்தது. அவள் அந்த சூடம் டப்பாவை கையில் வைத்துக்கொண்டு வந்தாள்.

ரயிலின் ஜன்னல் ஓரத்தில் இருந்த சிலர் எங்களை பார்த்து கைகாட்டி சிரித்தது எங்களுக்கு மேலும் அழுகை வந்துவிடுமோ என்ற பயத்தில் முகத்தை அவ்வளவு வேகமாக திருப்பிக்கொண்டோம். அவள் அந்த சூடம் டப்பாவை எங்கள் புதிய வீட்டுக்குள் தனது வலது கையால் திணித்து உள் வைத்தாள்.

''ஐயோ! செத்துபோனதை வைத்தால் இது கல்லறையாகி விடும்''

''இல்லை இது கல்லறை இல்லை. இது தட்டான்பூச்சிகளின் வீடு இங்கு தான் இவை இருக்க வேண்டும். இருக்கட்டும் அப்புறம் வீட்டின் கதவை எப்போதும் எதற்க்கும் அடைக்காதே எந்த தட்டான்பூச்சியும் எப்போதும் இங்கு வரலாம்.

என்று வேகமாய் ரயில் தண்டவாளத்தின் மீது ஏறி மேய்ந்து கொண்டிருந்த அவளின் ஆடுகளை விரட்ட அவள் ஓடிவிட்டாள்.

அந்த ஆடுகள் அந்த இடத்தில் எப்போதும் மேய்ந்துகொண்டே இருக்கின்றன.

ஆனந்த் - ஷா

"HELLO யாருங்க"

"நான் ஷா பேசுறேன். எனக்கு ஷான்னு தானே நீ பேரு வைச்சிருக்க ஏன் உன்கிட்ட என் நம்பர் இல்லையா அல்லது நடிக்கிறீயா"

"நீயா நம்பவே முடியல எனக்கு போன் பண்ற அதுவும் இன்னைக்கு"

"ஏன் பண்ணக்கூடாதா என்கிட்ட உன் நம்பர் இருக்கு அதனால பண்ணினேன்"

"ம்ம்ம் சொல்லு"

"என்ன சொல்லணும்"

"நீ தானே போன் பண்ணின எங்கிட்ட கேக்கிற

"ம்ம் எங்க இருக்க இப்போ?"

"உண்மையை சொல்லணுமா இல்ல பொய் சொல்லணுமா?"

"இரண்டையும் சொல்லு"

"பொய் என் பெட்ல படுத்துக்கிடக்கிறேன், உண்மை ஆளில்லாத கடற்கரையில் அநாதையாய் நின்று சிகரெட் குடித்துக் கொண்டிருக்கிறேன்"

"ம்ம் சரி நான் போனை வைச்சிடவா ?"

''ம்ம் **ok** திருமண வாழ்த்துக்கள்''

''**thanks** நான் உன்கிட்ட ஒண்ணு கேட்கலாமா?''

''இன்னைக்கே எதுவானாலும் கேட்டுவிடு''

''என்னை **first time** எங்கே, பார்த்த எப்படி பார்த்த ?''

''நீ கேட்டா கண்டிப்பா சொல்லியே ஆகணுமா என்ன?

''ஏன் அதை சொல்லாமலே வைச்சிருந்து என்ன பண்ண போறீயாம் சொல்லேன்''

''தென்காசி பஸ்டாண்ல செங்கோட்டை பஸ்ஸில் இருந்து நீ உன் தம்பியோ யாரோ ஒரு பையன் கூட இறங்கி வரும்போதுதான் முதன்முதலில் உன்னை பார்த்தேன் **but** உன் பெயரும் உன்னை பற்றி சில விஷயங்களும் அதுக்கு முன்னாடியே எனக்கு தெரியும்''

''என்னை பாக்கிறதுக்கு முன்னாடி உனக்கு எப்படி என்னை பற்றி தெரியும் நீ என்ன ஜோசியக்காரனா ம்ம்''

''அழகான பொண்ணுங்கள பற்றி தெரிஞ்சுவச்சுக்க ஜோசியகாரனா இருக்கணுமா என்ன..... அப்போ நாங்க செங்கோட்டை ரயில்வே கோட்ரஸ்ல இருந்தோம். செங்கோட்டை **Train** ல வந்த ஒரு பெரிய பையன் வந்து உன்கிட்ட **I love you** சொன்னதும் நீ சைக்கிளை செங்கோட்டை ரயில்வே ஸ்டேசன்ல போட்டுட்டு ஓடினதையும், பசங்க உன் முகத்தை பாக்க கூடாதுன்னு பர்தாவை முழுசா மூடி மரத்தில போய் முட்டிகிட்டதையும் பசங்க தினமும் சொல்லுவாங்க. அதிலையும் மூணு பசங்க உன்னை லவ் பண்ணினானுங்க ஆனா அது சின்சியரான்னு எனக்கு தெரியாது. எப்ப பார்த்தாலும் உன்னை பற்றியே பேசுவானுங்க. அப்பவே உன்னை பாக்கணும்னு நினைச்சேன் ஆனால் ஒரு வருசம் கழிச்சுதான் உன்னை முதன்முதலில் பாக்க முடிஞ்சது''

''அடப்பாவீங்க அவனுங்கள நினைச்சாலே பத்திகிட்டு வருது நேத்துக்கூட ஜவுளி எடுக்க போகும்போது அதுல ஒரு சனியனை பார்த்தேன் கீழ கூடி சிரிச்சுகிட்டு போகுது ராஸ்கல்''

"என்ன ரூம்ல தனியா இருக்கியா, இவ்வளவு நேரம் என்கிட்ட பேசுற அதுவும் சத்தமா"

''ஏன் பேசக்கூடாதா? ஆமா, என்ன அங்கே ஒரு சத்தமா கேட்குது என்ன பண்ற நீ''

''பெரிய பெரிய அலைகள் வந்து பெரிய பெரிய கல்லில் மோதும் சத்தம்''

''hey sujatha, if you don't come in time i'll kill you''

''என்ன திடீர்னு இங்கிலீஸ்ல என்னமோ ஏதோ பேசுற''

''தம்பி எதையோ எடுக்க என் ரூம்குள்ள வந்தான் அதுதான்''

''if anyone cant enjoy the beauty of ocean they cant understand the power of tears''

''என்ன சொன்ன சரியா கேட்கல''

''இங்க ஒருத்தர் வழி கேட்டார் அவர்கிட்ட பேசினேன்''

''ம்ம் அதுக்கு பிறகு என்னை எப்போ பார்த்த''

''அதுக்கு பிறகு ஆறு மாசம் கழிச்சு நம்ம காலேஜ்ல தான் உன்னை பார்த்தேன்''

''நம்பவே முடியல five years நாம ஒண்ணா படிச்சிருக்கோம் இல்ல''

''அப்படித்தாண்னு நினைக்கிறேன் உன்கிட்ட ஒண்ணு ரொம்ப நாளா சொல்லும் சொல்லணும்னு நினைச்சேன் இந்த five years ல உன்னை நான் disturb பண்ணியிருந்தா மன்னிச்சுடு என்ன''

''உனக்கு அது இப்பதான் தெரியுதா''

''இல்ல முன்னாடியே சொல்லணும்னு நினைச்சென் ஆனால் சொல்ல முடியல''

''ஏன் என்னை நீ லவ் பண்ணினியா''

''சத்தியமா உன்ன நான் லவ் பண்ணினேன்னு என்னால சொல்ல முடியாது''

''உனக்கு என்ன லூசா, இல்ல என்னை லூசாக்க பாக்கிறீயா''

''இல்ல உன்ன எனக்கு புடிக்கும் ரொம்ப பிடிக்கும் அதுக்கும் காதலுக்கும் சம்பந்தம் இருக்கிறதா எனக்கு தெரியல''

''உன்னை நான் ஒரு மிகப் பெரிய கோழையா நினைச்சுக்கிடலாமா''

''ஏன் அப்படி சொல்ற''

''பின்ன என்ன ரொம்ப பிடிச்சப் பொண்ணு கூட five years ஒண்ணா இருந்தும் ஒரு வார்த்தைக்கூட பேசாத உன்னை வேற என்ன சொல்ல''

''உன்னை பார்த்துக்கிட்டே இருக்கணும்னுதான் தோணிச்சு பேசணும்னு சத்தியமா தோணவே இல்லை நான் என்ன செய்ய''

''அப்படின்னா என் பின்னாடி சுத்திகிட்டு திரிஞ்ச அந்த அஞ்சு சனியன்களில் நீயும் ஒருத்தன்னு நான் எடுத்துக்கலாமா''

''அது உன் விருப்பம் அதேபோல் நானும் உன்னை ஒரு கோழை என்று சொல்ல்லாம்தானே''

''எதுக்கு என்னை எப்படி நீ கோழைன்னு சொல்ல முடியும்''

''நீ ஏன் அஞ்சு வருசத்துல ஒருநாள் கூட principal கிட்ட என்மேல complaint பண்ணல?''

''எப்படி complaint பண்ண சொல்ற என்னையவே பாத்துகிட்டு இருக்கான் சார் அடிச்சு திங்க போறது மாதிரி பாக்கிறான் சார்னு complaint பண்ண சொல்றீயா? ம்ம்ம்''

''ஏன் உன் friends எல்லாரும் complaint பண்ண சொன்னாங்க தானே''

''அவங்க சொன்னா நான் complaint பண்ணணுமா உனக்கு எப்படி என்கிட்ட பேசனும்னு தோணவே இல்லையோ அதே மாதிரி எனக்கு

உன் மேல complaint பண்ணணும்னு தோணவே இல்ல ஆனால் இப்போ தோணுது உன்மீது நான் complaint பண்ணிருக்கனும்''

''ஏன் அப்படி தோணுது''

''ஒருவேளை complaint பண்ணிருந்தா என்கிட்ட நீ பேசிருப்ப இல்ல?''

''தெரியல ஆனால் pirincipal கிட்ட கண்டிப்பா பேசியிருப்பேன்''

''எனக்கு சிரிப்பு வரல''

''எனக்கும்தான் சிரிப்பு வரல''

''சரி அதை விடு நாளைக்கு கல்யாணத்துக்கு வருவீயா மாட்டியா?''

''தெரியல ஒருவேளை வரணும்னு தோணிச்சுனா கண்டிப்பா வருவேன்''

''கண்டிப்பா வா ஆனால் நீ வரும்போது என்னால உன்னை பார்த்து ஒரே ஒரு தடவை தான் மேடையில் நின்று சிரிக்க முடியும் தப்பா நினைக்காதே''

''அப்படி ஒரே ஒரு முறை நீ சிரிக்கும்போது ஒருவேளை என்னால் பதிலுக்கு சிரிக்க முடியாமல் போனால் நீ என்னை தப்பாக நினைத்துக்கொள்ளாதே''

''MALE GENDER SUPERIORITY''

''என்ன சொன்ன''

''ஆம்பள திமிர் என்னடா''

''தெரியல இருக்கலாம் ஆனால் சிரிக்க முடிந்தால் கண்டிப்பா சிரிப்பேன்''

''ம்ம் அப்புறம் இந்த நம்பரை நான் மாத்திடுவேன் இன்னைக்கு தான் கடைசி நாளையில் இருந்து புது நம்பருக்குக்கு மாறிடுவேன்''

''ம்ம் நானும் என் நம்பர் மாத்திடுவேன்''

''நீ எதுக்கு நம்பர் மாத்தணும்''

''உனக்கு என் நம்பர் தெரியும் என்பது கூட எனக்கு தொந்தரவாக இருக்கலாம்''

''சரி அதெல்லாம் விடு எதுக்கு தேவையில்லாம பேசிகிட்டு உனக்கு என்னோட **Invitation** வந்துச்சான்னு கேட்கத்தான் போன் பண்ணினேன்.''

''ம்ம்ம் வந்துச்சுன்னு அம்மா சொன்னாங்க''

''பார்த்தியா''

''இல்ல இன்னும் பாக்கல பாக்கணும்னு தோணவும் இல்ல''

''ரொம்ப நல்லாதா போச்சி ப்ரண்ட்ஸ் எல்லாத்துக்கும் அனுப்பும் போது உனக்கும் வழி இல்லாம அனுப்ப வேண்டியதா போச்சி. அந்த **Invitation** ஐ நீ பார்த்திடாதா என் கல்யாணத்துக்கும் கண்டிப்பா வந்திடாதடா ப்ளீஸ் பை போடா''

மின்காற்றில் படபடத்துக் கொண்டிருந்த எப்போதோ பிரிக்கப்பட்ட அந்த அழைப்பிதழின் மீது தன் கைப்பேசியை அழுத்தமாய் வைத்தான் ஆனந்த்.

சென்பகவள்ளி புராணம்

அந்த பேருந்தின் ஜன்னலோரத்தில் நீல கலர் புடவையில் கையில் குழந்தையோடு போவது சென்பகவள்ளியா? யாரிடம் கேட்பது? யார் இருக்கிறார்கள்? அவளையும் என்னையும் தெரிந்தவர்கள் அப்படியே சிலர் இருந்தாலும் அவர்கள் இப்போது எங்கே இருக்கிறார்கள்? முதலில் சென்பகவள்ளி என்னை நினைவில் வைத்திருப்பாளா? அவள் ஜன்னலுக்கு வெளியே தலை நீட்டிப் பார்த்து சிரித்தது என்னைப் பார்த்து தானா...? உண்மையில் அவள் என்னைப் பார்த்தால் சிரிப்பாளா...? அது இருக்கட்டும் அந்த குழந்தை யாருடையது? அவளுடையதுதானா? அவள் தான் அதற்கு தாயா, ஐயோ! குழந்தை எவ்வளவு அழகாய் இருந்தது.

ஆமாம் அவள் குழந்தை மட்டும் எப்படி இவ்வளவு அழகாய்? அது எப்படி?, ஒருவேளை அவள் கணவன் அழகானவனாக இருப்பானோ. அப்படியே அழகானவனாக இருந்தாலும் எப்படி இவளை திருமணம் செய்திருப்பான்.? சரி, திருமணம் செய்திருப்பான் ஆனால் காதலித்திருப்பானா......

நிச்சயமாக அவள் சென்பகவள்ளியாக இருக்க அநேக வாய்ப்புகள் இருக்கிறது. அந்த குழி விழுந்த கண்களும், பெரிய பெரிய உதடுகளும் அந்த உதட்டையே அத்துமீறும் முன் இரண்டு தெத்துப்பற்களும், எப்போதுமே காற்று ஊடுருவும் அந்த கற்றை முடிகளும் கருப்பான ஆண்களே வெறுத்து பாவமாய் திரும்ப

வைக்கும் அவளின் தேக கருப்பையும் பார்த்தால் கண்டிப்பாக அவள் சென்பகவள்ளியாகத்தான் இருக்க வேண்டும்.

நல்லவேளை சென்பகவள்ளி இன்னும் உயிரோடுதானிருக்கிறாள், அதைவிட அவளுக்கு கல்யாணம் ஆகிவிட்டது, அழகாய் ஒரு குழந்தை இருக்கிறது. ரொம்பவே பயந்து போயிருந்தேன் அத்தோடு அந்த நாளோடு அவள் அழிந்து போயிருப்பாளோ என்று. என்றோ அழிந்து சுவடில்லாமல் போன ஒருத்தியின் முகம் நீங்கள் கட்டையில் வேகும் வரை கரிக்கட்டையாய் உங்கள் நினைவில் இருக்குமென்றால் நினைத்துப் பாருங்கள் அப்போது தெரியும். நான் ஏன் இப்படி சென்பகவள்ளி புராணம் பாடுகிறேன் என்று.

நான் மட்டுமா அப்போது வகுப்பில் எல்லாரும் எதற்கெடுத்தாலும் சென்பகவள்ளி புராணம் தானே பாடினார்கள். இப்போதும் அவளோடு படித்தவர்கள் இரண்டு பேர் சந்தித்துக் கொண்டால் கண்டிப்பாக சென்பகவள்ளி புராணம் பாடாமல் இருக்க முடியாது.

சென்பகவள்ளி எங்கள் நெஞ்சில் நாங்களே விருப்பபட்டு விதைத்து வளர்த்த ஒரு முள் செடி, இப்போது அது எங்களுக்கு முள் மரம்.

சென்பகவள்ளியை ஆறாம் வகுப்பு போன முதல் நாளிலே நான் ஹெட்மாஸ்டர் அறையில் வைத்து பார்த்தது கூட என் நினைவில் உள்ளது. எப்படி என்று எனக்கு தெரியவில்லை. ஆனால் அவள் அம்மா கையை பிடித்து கொஞ்சம் மிரட்சியோடு பள்ளியையும் அதில் நடமாடுபவர்களையும் பார்த்தது என் நினைவில் நிச்சயமாய் கலங்கி மங்கலாய் கிடக்கிறது. சென்பகவள்ளி என்னோடு ஆறாம் வகுப்பிலிருந்து பத்தாம் வகுப்பு வரை படித்தவள். கோனார் ரைஸ்மில் வழியே உடை மரங்களுக்குள் புகுந்து எல்லாரும் வைக்கிறார்கள் அதனால் நானும் வைக்கிறேன் என்று தனக்கு கொஞ்சம் கூட அழகூட்டாத மஞ்சள் கிரேந்தி பூக்களையும், தன் நிற விரோதியான அந்த மஞ்சளை அவ்வளவு தேய்த்து தன் முகம் நிறைய அப்பிக்கொண்டும் வாட்டர்டேங்க் ஒத்தையடிபாதை வழியாக நடந்து பெருமாள் கோவில் பாதி படிகட்டுகளின் வழியாக மலையில்

இருந்து கீழ் நோக்கி பள்ளிக்கு கோமதியோடும் புஸ்பலீலாவோடும் அவள் நடந்து வந்தது கூட நினைவில் இருந்து அழியவில்லை.

மொத்த பள்ளியில் உள்ள மாணவர்களும் பேச விரும்பாத, பெயரைக் கூட உச்சரிக்காத பெண்ணாய் தான் இருப்பதை நினைத்து அவள் கவலைப்பட்டதை யாருக்கும் காட்டிக்கொடுக்காத கண்கள் அவளுக்கு. எத்தனை கணவர்கள் அவளுக்கு அன்று பள்ளியில் இருந்தார்கள். பந்தயங்களில் தோல்வியுற்றவன், பல் விளக்காதவன், காதில் சீழ் வடிகிறவன், பிட் அடித்து மாட்டிக்கொண்டவன், அழுக்கு சட்டை அணிந்து வருபவர்கள், ஆங்கிலம் வாசிக்க தெரியாதவர்கள் இப்படி எல்லாரும் அன்று செண்பகவள்ளியின் கணவன் என்று தான் கிண்டல் செய்யப்படுவார்கள். பரீட்சையில் முட்டை மார்க் எடுப்பவர்கள் எந்த வகுப்பில் இருந்தாலும் சரி அவர்களை ''நீ படிக்கிற படிப்பிற்கு உனக்கு செண்பகவள்ளியை தான் கல்யாணம் பண்ணிவைக்கனும்'' என்று ஆசிரியர்கள் சொல்லும் போதும் அதற்கு சக மாணவர்கள் சிரிக்கும்போதும் பெயிலானவர்களின் உடம்பும் கண்களும் அப்படி கூசும் அவர்களுக்கு.

நான் கூட அவளுக்கு கணவனாக இருந்திருக்கிறேன், என்பதை உங்களிடம் சொல்வதில் எனக்கு உடம்பு இன்று கூசப்போவதில்லை என்ற நம்பிக்கையில் சொல்கிறேன். அப்போது நான் ஒன்பதாம் வகுப்பு படித்த மதியவேளை. பெருமாள் கோவிலின் மலை படிக்கட்டுகளில் டிபன் பாக்ஸை உருட்டிவிடும் போட்டியில் என் டிபன்பாக்ஸ் மிகப்பெரிய தோல்வி அடைந்து கடைசி இடம் பிடித்ததற்காகத் தான் நான் செண்பகவள்ளிக்கு கணவன் ஆனேன்.

நன்றாக நினைவில் இருக்கிறது ஒரு மாதம் நான் அவளுக்கு தெரியாமல் அவளின் கணவனாக இருந்திருக்கிறேன். ஒருநாள் தண்ணீர் குடிக்கும்போது சுந்தர் மீது தண்ணீர் தெளித்ததற்காக சுந்தர் என்னை பார்த்து ''போடா செண்பகவள்ளி புருஷா'' என்று சொன்னபோது அவள் நூலக வாசலில் நின்று என்னை பார்த்து சிரித்தாள். தெரிந்துதான் சிரித்தாளா தெரியாமல் சிரித்தாளா.....

செண்பகவள்ளியை ஆண்களுக்கு எவ்வளவுக்கு எவ்வளவு பிடிக்காதோ அவ்வளவுக்கு அவ்வளவு பெண்களுக்கு அவளை

பிடிக்கும் அதுவும் குறிப்பாக என் வகுப்பு மாணவிகளுக்கு அவளை ரொம்பவே பிடிக்கும். ஏனெனில் செண்பகவள்ளியால் மட்டுமே எந்த நேரத்திலும் எங்கும் சென்று வர முடியும். ஆலமரத்திற்கு கீழே வத்தல் மாங்காய் விற்கும் பட்டறை பாட்டியிடம் சென்று அவளால் மட்டுமே வெட்கப்படாமல் மாங்காயும் பலாப்பழ கொட்டைகளையும் வாங்கிவர முடியும். நொண்டி ஆறுமுகம் கடையில் சினிமா பாட்டு புத்தகங்களை வாங்கி வந்து வகுப்புக்கு கொடுக்க முடியும். காதலிக்கும் பெண்களுக்கு தூது போவது, அவசரமாக செல்லும் பெண்களுக்கு துணைக்கு போவது எல்லாம் அவள் தான். அது மட்டுமல்லாமல் சில ஆசிரியைகளுக்கு பேன் பார்ப்பது, அவர்களின் சாப்பாட்டு பாத்திரங்களை கழுவிக்கொடுப்பது என எல்லாம் அவள்தான். ஆனால் அதற்காக எந்த வகுப்பிலும் எந்த இரக்கமும் காட்டப்பட்டதாய் எனக்கு நினைவில் இல்லை.

எந்த கேள்வி கேட்டாலும் பதில் சொல்ல தெரியாத அவளிடம் ஏன் எல்லா வகுப்புகளிலும் முதல் கேள்வி கேட்கப்பட்டது என்றுகூட எனக்கு இன்னும் தெரியவில்லை. ஒருவேளை தூக்க கலக்கத்தில் இருக்கும் மற்ற மாணவர்களை விழிக்க வைப்பதற்காகவும், வகுப்பில் ஒருவித கலகலப்பை கொண்டு வருவதற்கும் ஆசிரியர்கள் பயன்படுத்திய ஒரு உத்தியோ என்ற சந்தேகம் எனக்கு இப்போது வருகிறது. "உன்சட்டையில காக்கா பேண்டிருக்கு ச்சீசீ" இதுதான் அவள் என்னிடம் பேசி என் நினைவில் இருக்கும் முழுவார்த்தை. அப்போது நாங்கள் பள்ளி தோட்ட கிணற்றை சுத்தப் படுத்திக் கொண்டிருந்தோம். நான் மண்ணை அள்ளி வெளியே கொண்டு போய் கொட்டும் போது என் பின்னால் நின்று சொன்னாள் "உன்சட்டையில காக்கா பேண்ட்டிருக்கு ச்சீ சீ"

ஆனால் கடைசியாய் என்று பார்த்தது இந்த செண்பகவள்ளியை,

அது பத்தாம் வகுப்பு தொடக்கம். அன்று மழை பெய்து ஓய்ந்திருந்ததா இல்லை தொடக்க தூறல்கள் தூறிக் கொண்டிருந்ததா என்பதில் எனக்கு சந்தேகம் தான். ஆனால் வீசிய காற்று திறந்த ஜன்னல்கள் வழியாகவும் வாசல் வழியாகவும் பழுத்த அரச மர இலைகளை அள்ளி கொண்டு வந்து எங்கள் கால்களுக்கு அடியில்

சத்தமில்லாமல் போட்டுக்கொண்டிருந்தது. எங்கள் சந்தோசம் யாரும் கவனிக்காமல் விட்ட கொதித்து எழும்பிய பால் போல் எல்லாரிடத்திலும் நிரம்பி வழிந்துகொண்டிருந்தது என்பது அப்பட்டமான உண்மை. எல்லாருடய முகத்திலும் மகிழ்ச்சி இருந்தது என்பது என் நினைவில் இருப்பதால் அது அந்த வருடத்தின் முதல் மழையாக இருக்கவேண்டும். எங்களின் பேனாக்களை வைத்து எங்களுக்கே நாங்கள் மீசை வரைந்து கொண்டிருந்தோம். நாங்கள் மர பெஞ்சுகளில் தாளமிட்டோம். வகுப்பு மாணவிகள் கொலுசுகளாலும் சைகைகளாலும் எங்களிடம் பேசி சிரித்துக் கொண்டிருந்தார்கள்.

அப்போதுதான் அந்த சத்தம் கேட்டது, அந்த சத்தம் எங்கள் வகுப்புக்கு அடுத்துள்ள தலைமை ஆசிரியர் அறையில் இருந்து கேட்டது. மிகத் தெளிவாய் கேட்டது ஒரு மாதமாய் விடுப்பில் இருந்த எங்கள் கணக்கு வாத்தியாரிடம் எங்கள் தலைமை ஆசிரியர் ஒரு மாதம் தொடர்ந்து விடுப்பு எடுத்தது தவறு என்றும் அதனால் பொதுதேர்வு எழுதபோகும் மாணவர்களான நாங்கள் பெரிதும் பாதிக்கப்பட்டுள்ளோம் என்றும் கோபமாக பேசிக்கொண்டிருந்தார். கணக்கு வாத்தியாரும் தன் விடுமுறைக்கான தர்க்க நியாயங்களை கோபமாக பேசிவிட்டு அதே கோபத்துடன் நாங்கள் ஊகிப்பதற்குள் எங்கள் வகுப்புக்குள் வந்துவிட்டார். அண்ட சராசரமும் அடங்கி ஒடுங்கியது எங்கள் வகுப்புக்குள். ''ஏலேய் ஒருத்தன் போய் அந்த டெஸ்ட் நோட்டையெல்லாம் எடுத்துட்டு வா''

''எந்த டெஸ்ட் நோட்டு சார்''

''அதுதான் போன மாச ஃபஸ்ட்ல டெஸ்ட் வைச்சேன்ல அதை தான் அப்படியே ஸ்டாப் ரூம்ல ஒரு பிரம்பு இருக்கும் அதையும் எடுத்துட்டு வா''

பொய், அன்று மழை பெய்திருந்ததாக அல்லது பெய்து ஓய்ந்திருந்ததாக நான் சொன்னது பொய்யாக கூட இருக்கலாம். ஏனெனில் கணக்கு வாத்தியாரின் வெறுப்பும் வெப்பமும் வகுப்பின் எல்லா துவாரங்களின் வழியாகவும் வீசுவது போலிருந்தது. எப்படியும் இவர் திருத்த மாட்டார். அப்படியே திருத்தி அதை நமக்கு தர இவர் பள்ளிக்கு வரமாட்டார் என்று எல்லாரும் எழுதிய ஒரு

வகுப்பு தேர்வு அது. அவ்வளவு வேகமாய் நோட்டுகளும் ஒரு பிரம்பும் வந்தமர்ந்தது, எங்களுக்கும் அவருக்கும் இடையில் உள்ள தூக்குமேடையாக உருமாறிவிட்ட அந்த மர மேஜையில்.

முதலில் ஆண்கள் எவனும் தப்பிக்கவில்லை. அங்கேயே திருத்தி அங்கேயே தண்டனை. அதிகபட்சமாக முப்பத்திரெண்டு எடுத்த முருகேசனுக்கே கதறி அழும் வரை அடி என்றால் எங்களுக்கு சொல்லவே முடியாது. நான்காவது அடியை அடிப்பதற்காக வெறி கொண்டு அவர் ஓங்க நான் வலி பொறுக்க முடியாமல் முறைக்க என் கழுத்தை பிடித்து வெளியே தள்ளியதால் நல்ல வேளை அப்போதைக்கு நான் சாகாமல் தப்பித்தேன். இப்போது வெளியே நல்ல மழை பெய்துகொண்டிருந்தது, நினைவில் இருக்கிறது அல்லது நினைவுக்கு திரும்புகிறது.

பெண்களில் புஸ்பலீலாவும் பத்மாவும் மட்டுமே தப்பினார்கள். மற்றவர்கள் தம் தலைமுறையே படிப்பை இனி வெறுக்கும் என்பது போல கத்தினார்கள். சென்பகவள்ளி எப்படி சொல்வேன் அதை. என்னால் சொல்லமுடியுமா முயற்சித்து பாக்கிறேன்.

''வாடி ஆக்கங்கெட்டவளே நீ எல்லாம் எதுக்குடி வர்ற எங்க உயிர வாங்கிறதுக்கா''

இந்த வார்த்தைகளுக்கே அழுதுவிட்ட அவள் ''மூஞ்சிகளையும் மோறைகளையும் பாரு மனுசன் கஞ்சி குடிப்பானா? இந்த லெட்சனத்துல உங்க மூஞ்சியள பார்த்து நான் பாடம் நடத்தலன்னு கண்ட நாய்வள்லாம் நிக்கவைச்சி கேள்வி கேக்குதுங்க, என்ன இருக்கு இந்த மூஞ்சியிலயும்இந்த பேப்பருலயும்'' இந்த வார்த்தைகளில் செத்துபோகமால் தைரியமாக கையை நீட்டியவள் பற்களை கடித்துக்கொண்டு மூன்று அடிகளை விரித்த இரண்டு உள்ளங்கைகளிலும் தாங்கிகொண்டாள். நான்காவது அடிக்கு அந்த பிரம்பு வான்நோக்கி போனபோது பாவம் அவள் சிறுநீர் கால்களின் வழியாக கீழ் நோக்கி வந்தது. சிலர் சிரித்தார்கள். சிலர் அனுதாபப் பட்டார்கள், சிலர் கண்களை இறுக்கமாக மூடிக் கொண்டார்கள்.

"ச்சீ ச்சீ நாய் நாய் போ போ ஓடு ஓடு போடி போய் கிளீன் பண்ணு அடிக்கு பயந்து வேணும்னே என்ன செய்யுது பார், பொட்ட நாய் ஓடு கழுதை''

அடித்து விரட்டினார். அவள் தலை நிமிராமல் ஓடினாள், ஓடியவள் அப்படியே பள்ளியைவிட்டு மட்டுமல்ல அவ்வளவு பெரிய பெருமாள் கோவில் மலையையும் தாண்டி ஓடிக்கொண்டே இருந்தாள். எப்போதும் திரும்பி வரவே இல்லை. அதற்கு பின் இப்போது தான் இன்று தான் இங்கு தான் பார்க்கிறேன். இதோ என் கண் முன்னால் ஒரு குழந்தைக்கு அழகான குழந்தைக்கு முத்தம் கொடுக்கிறாள்.

"ஏபுள்ள பேச்சியம்மா அங்க பாரு உன் புள்ள கைய வெளிய வெளிய நீட்டுறத, கொஞ்சம் ஜன்னலை விட்டு தான் தள்ளி உட்காரேன்.''

"பேச்சியம்மாவா''

நினைவில் கொதிக்கும் பால்யம்

மனதின் அடியில் கிடந்த ஒரு பெரிய பாறாங்கல்லை உருட்டிவிட்டதைப் போலவும் இருக்கிறது, அதே இடத்தில் ஒரு முள் செடியை என் விருப்பபடியே யாரோ நட்டுவிட்டு போனது போலவும் இருக்கிறது. வெகுநாட்களுக்கு பிறகு சொந்த ஊருக்கு போய்விட்டு திரும்பியது.

சிறுவயதில் அம்மணமாய் நின்ற என்னைப் பார்த்து ஒரு பூச்சாண்டியை போல சுழித்து சுழித்து பயம்காட்டிய தாமிரபரணி தன் இரு கைகளையும் நீட்டி தாரளமாய் ஆசை காட்டி அழைக்கிறது. ஆயிரமாயிரம் சிறகுகள் இருந்தும் எங்கும் பறந்து செல்லாமல் இன்னும் அதே இடத்தில் இருக்கிறது அந்த சின்ன ஜெபமணி ஆலமரம். நாக்கைத் துருத்தி பயம் காட்டி விரட்டிய ஆச்சிமுத்தா கோவில் பூவரசம் மரம் தன் மஞ்சள் பூக்களை என் தலையில் கொட்டி சிரிக்கிறது, அவ்வப்போது என் கை செலவுக்கு காசு கொடுத்த அந்த சுடலைமாட சாமி இன்னும் பல சிறுவர்களுக்கு யாருக்கும் தெரியாமல் தன் உண்டியல் காசுகளை கொடுத்துக்கொண்டுதான் இருக்கிறார். நான் எவ்வளவோ கெஞ்சியும் என்னை ஏற்றிக் கொள்ள மறுத்த அந்த பிடிவாதாக்கார ரயில் இன்னும் ஓடிக் கொண்டுதான் இருக்கிறது. ஆயிரமாயிரம் ரகசியங்களை பதுக்கி வைத்த அந்த தங்கபரும்பின் பெரும் பள்ளங்கள் இன்னும் யாராலும் நிரப்பப்படாமல் அப்படியே தான் இருக்கிறது அதன் உள்ளே என் முதல் பீடியின் நாற்றத்தையும் என் முதல் காமத்தின் வீச்சத்தையும்

எவராலும் அகற்றப்படாமல் அப்படியே கிடப்பதை அந்த ஒரு சிறு கல் காட்டிவிட்டது எனக்கு.

இவையெல்லாத்தையும் விட அந்த பெரும் பாறாங்கல்லில் என் பால்ய நண்பன் ராமமூர்த்திக்காக நான் காத்திருந்தது தான் என் முதல் காதலை விட என் முதல் காமத்தை விட அதிக சந்தோசம் தருவதாக இருந்தது எனக்கு.

மூர்த்திக்கும் எனக்கும் மூக்கு ஒழுகும்போதே தொடங்கிவிட்டது அவனுக்கும் எனக்குமான நட்பு. மூர்த்தி வேற யாருமில்லை மேட்டுத்தெரு அருணாச்சலம் மாமா பையன் தான். அவனுடைய சிரிப்பு என்னைப்போலவே உங்களுக்கும் கட்டாயம் பிடிக்கக்கூடும் அப்படியொரு சிரிப்பு அவனுடையது. குச்சிக்கம்பு விளையாடும் போது கட்டப்பால் தாத்தா வீட்டின் கூரை ஓட்டை உடைத்தற்காய் அந்த மேட்டுத்தெருவில் நாங்கள் முட்டிக்கால் போட்டபோது நெருக்கமான எங்கள் நட்பு, நாங்கள் எங்கள் பால்யத்தில் சிறுநீர் மட்டுமே கழித்து வளர்த்த அந்த அழகிய முள் செடியை போல அவ்வளவு வேகமாகவே வளர்ந்தது. அப்போது அந்த முள்செடி அழகாய் இருந்தது.

என் முதல் பீடி அவன் அப்பா அருணாச்சலம் மாமாவின் பையில் இருந்து அவன் திருடி வந்து கொடுத்த சொக்கலால் பீடிதான். என் முதல் திருட்டு, அவனுக்காய் நாடார் கடையில் நான் ஏறி விழுந்து திருடிய கடலை மிட்டாய்தான். என் முதல் போதை அவன் நெஞ்சு சிராய்க்க ரத்தம் கசிய திருட்டுத்தனமாய் ஏறி இறக்கி கொண்டு வந்து கொடுத்த ஒரு கலைய பனைமரக் கள் தான். என் முதல் காமம் அவன் கை பிடித்து கூட்டிக்கொண்டு காண்பித்த கோமதி அக்காவின் இலை மறை குளியல்தான்.

முதல் வகுப்பில் இருந்து ஒன்பதாம் வகுப்பு வரைக்குமானது தான் அவனுக்கும் எனக்குமான காலம். அதற்குள் எவ்வளவு வாழ்க்கையை அவனுடன் நான் வாழ்ந்திருக்கிறேன் என்று நினைக்கவே எனக்கு அவ்வளவு பிரமிப்பாய் இருக்கிறது.

அவனுக்கு தமிழ் டீச்சர் காளியம்மாவையும் அவங்களோட கை அசைவையும் பிடிக்கும் ஆனால் எனக்கு அறிவியல் டீச்சர் பத்மாவையும் அவங்க பல் வரிசையும் தான் பிடிக்கும். அவனுக்கு கமலை பிடிக்கும் எனக்கு ரஜினியை பிடிக்கும். அவனுக்கு அந்த சின்ன ஜெபமணி ஆலமரத்தில் விளையாடுவதுதான் பிடிக்கும் எனக்கு ஆச்சி முத்தா கோவில் பூவரச மரத்தில் விளையாடுவதுதான் பிடிக்கும். இப்படி அவனுக்கும் எனக்கும் நிறைய வேறுபாடு இருந்தும் என்னையும் அவனையும் ஒன்றாகவே இருக்க வைத்தது, பேச வைத்து, அலையவைத்தது, காத்திருக்க வைத்தது எல்லாமே அந்த பவானிதான்.

ஆம் பவானியை எங்கள் இருவருக்குமே பிடிக்கும். அவளும் எங்களுடன் தான் படித்தாள். ஆனால் அதிலும் நாங்கள் வேறுபட்டுத்தான் நின்றோம். ஆம் அவனுக்கு அவளுடைய கழுத்து மச்சம் தான் பிடிக்கும் எனக்கு அவளுடைய நெற்றித் தழும்பு பிடிக்கும். அந்த பெரிய பாறாங்கல்லில் உட்கார்ந்துதான் அத்தனையும் பேசிக்கொள்வோம். அவன் அவளிடம் தண்ணீர் வாங்கி குடித்ததைப் பெருமையாக சொல்வான். நான் அவளிடம் வாங்கி வந்த பேனாவையோ, முனை ஒடிந்த பென்சிலையோ காட்டி அவனை வெறுப்பேத்துவேன். நான் காலையில் அவள் வீட்டில் போய் டீ போட பால் வாங்கி வந்தால், அவன் சாயங்காலம் போய் மீன் குழம்புக்கு மோர் வாங்கி வருவான்.

ஒருநாள் அவன் பவானி வாய்க்காலில் குளித்ததை ஒளிந்திருந்து பார்த்தையும் அவள் அவ்வளவு அழகாய் இருந்ததாகவும் சொன்ன போதுதான் நான் அவளை என் கனவில் கட்டிப்பிடித்ததையும் முத்தம் கொடுத்ததையும் சொன்னேன். அதை அவனால் தாங்கிக்கொள்ள முடியவில்லை, என் கனவில் அவன் வராதது அவனுக்கு என் மீது கொஞ்சம் கோபம் கூட. அதன்பிறகு நாங்கள் ஒரு இரண்டு நாட்களுக்கு பவானியை பற்றி அவ்வளவாக பேசிக் கொள்ளவில்லை. மூன்றாவது நாள் அந்த பாறாங்கல்லிற்கு அவன் தான் முதலில் வந்திருந்தான். மிகவும் சந்தோசமாக இருந்தான். வெகுநேர என் கெஞ்சலுக்கு பிறகே அதை எடுத்து அவன்

காண்பித்தான். கொடியில் காய்ந்து கொண்டிருந்த பவானியின் மேல்சட்டை ஒன்றை எடுத்து வந்திருந்தான். அதன் வாசனையை நுகர்ந்த போது கத்திக் கூச்சலிட்டான். நான் எவ்வளவு கெஞ்சியும் அவன் எனக்கு அதை தரவில்லை. வீட்டிற்கு கிளம்பும்போது நான் பேசாமலே இருந்ததால் அதை தந்தான். "இன்னைக்கு ராத்திரி மட்டும் வச்சிருந்துட்டு காலையில என்கிட்டையே தந்திரனும் என்ன, இது இல்லாமல் என்னால் இருக்க முடியாது" என்று.

அந்த சட்டையை மறுநாள் நான் தொலைத்துவிட்டதாக பொய் சொன்னபோது நாங்கள் இருவரும் கொஞ்ச நேரம் சண்டை போட்டுக்கொண்டது உண்மைதான். அதன்பிறகு பவானி பெரியமனுஷி ஆன நாளில் அவளுக்கு தண்ணீர் ஊற்றுவதை ஒரு பெரிய வேப்பமரத்தின் உச்சியில் அமர்ந்து நாங்கள் சிரித்தபடியே பார்த்து ரசித்ததுதான் கடைசியாக அவன் முகம் என் நினைவில் இருக்கிறது. அப்போதும் அந்த சட்டையை அவனிடம் நான் திருப்பி கொடுக்கவில்லை.

பாவம் அவன் ஒன்பதாம் வகுப்பு பெயிலாகி இருக்க கூடாது அல்லது நான் பேரதிசயமாய் தேர்ச்சி பெற்றிருக்கக் கூடாது. இப்போது அவன் எப்படி இருப்பான். இன்னும் தன் வாயின் எச்சியால் முட்டை இடுவானா, இன்னும் அந்த பள்ளி சுவரில் தூரமாய் நின்று சிறுநீர் கழிப்பானா, எனக்கு பவானி முகம் மறந்து போனது போலவே அவனுக்கும் அவள் முகம் மறந்து போயிருக்குமா, என்னை பார்த்ததும் முதலில் கட்டிப்பிடிப்பானா இல்லை தள்ளி நின்று சின்னதாய் மட்டும் சிரிப்பானா?, அவனுக்கு ரொம்ப பிடித்த அந்த கருப்பு கலர் கட்டம்போட்ட சட்டையை வைத்திருப்பானா? இல்லை தொலைத்திருப்பானா?, இப்போதும் அவனுக்கு தமிழ் டீச்சர் கை அசைவுகள் பிடிக்குமா, என்னை பார்த்தால் எப்படி அழைப்பான் இப்படியெல்லாம் நான் நினைத்துக்கொண்டிருக்கும் போதே பின்னாடி நின்று கட்டிப்பிடித்தான் என் அதே மூர்த்தி ராமமூர்த்தி.

அவனிடம் எதுவும் மாறவில்லை கொஞ்சம் அவனுடைய அந்த சின்ன வயிறு தொப்பை போட்டிருந்தது, கையில் ஒரு தங்க மோதிரமும் கழுத்தில் ஒரு தங்க சங்கிலியும் போட்டிருந்தான்

அவனுக்கு அது அவ்வளவு அசிங்கமாக இருந்தது. போதாதென்று ஏதோ ஒரு கட்சியின் கரை போட்ட வேஷ்டியையும் கட்டியிருந்தான். ஆனால் இவையெல்லாவற்றையும் அவனுடைய அதே அந்த சிரிப்பு மறைத்துவிட்டது எனக்கு.

எதுவும் பேசாமல் என் தோள் மீது அவன் கை போட்டுக் கொண்டான். மறுபடி மறுபடி என் உள்ளங்கையை எடுத்து அவன் நெஞ்சில் வைத்தபடி என்னை பார்த்து சிரித்தான். நேராய் வீட்டுக்குத்தான் அழைத்துகொண்டு போனான் . பல ஆண்டுகளுக்கு பிறகு அவனை நான் பின் தொடர்ந்து செல்வது என் பால்யத்திற்கே திரும்பி போனது போலிருந்தது. இடையில் ஒரு சிகரெட்டை பற்றவைத்துக் கொண்டு மறுபடியும் கட்டிப்பிடித்தபடி சொன்னான் ''சொக்கலால் பீடி இப்போது ஊரில் விற்பதில்லை மாப்ள'' என்று. இப்போது நாங்கள் முட்டி போட்டு நின்ற அதே மேட்டுத் தெருவில் தோள் மீது கை போட்டபடி நடந்து கொண்டிருந்தோம்.

அவன் வீட்டிற்குள் நுழைந்ததும் வீட்டிற்குள் காய்ந்த ஒரு ரோஜாப்பூ மாலையோடு தொங்கிய அவனுடைய அப்பா அருணாச்சலம் மாமாவின் புகைப்படத்திற்கு கீழே அமர வைத்துவிட்டு உள் நோக்கி கத்தினான்.

''ஏய் இங்க வாடி, இங்க வந்து பாரு யாரு வந்திருக்காங்கன்னு'' என்றபோது ஒரு கத்திரி பூ கலர் போட்ட புடவையில் முகமெல்லாம் வியர்வையோடு சமையலறையில் இருந்து வெளியே வந்தாள் பவானி முகசாயலை கொண்ட ஒரு பெண், இல்லை அது பவானியே தான். மூர்த்தியின் வலது கையை நான் வேகமாக பிடித்து அழுத்த அவள் என்னை பார்த்து சிரித்தபடி சொன்னாள்.

''வாங்கன்னே நல்லாயிருக்கியளா?''

''ம் நல்லாயிருக்கேன்''

''எப்பவும் உங்கள பத்திதான் பேச்சு''

''என்ன பத்தியா?''

''ஆமான்னே எல்லாத்தையும் சொன்னார்''

"எல்லாத்தையுமா என்ன சொன்னான்?"

"என்னைக்காவது நீங்க வந்தா அந்த சட்டையை கேட்டு வாங்கிக்கோன்னு சொன்னார்"

தலையை குனிந்துகொண்டேன், மூர்த்தி உள்ளிருந்து கத்தினான்

"ஏய் எல்லாத்தையும் இப்பவே சொல்லாத பய ஓடிடப்போறான்"

"அதெல்லாம் போக மாட்டார் அண்ணே உலை கொதிச்சுட்டு இருக்கு சாப்பிட்டுட்டு தான் நீங்க போகனும்" என்று அவள் சிரித்துகொண்டே சொல்லி போக அவர்களின் வீட்டு சோத்துப் பானையில் சத்தமிலாமல் தொபு தொபு வென கொதித்தது என் பால்யம்.

மகாத்மாவை கொல்ல ஒரு சதி திட்டம்

''உனக்கு ஒரு விஷயம் தெரியுமா?''

''தெரியாது, ஆனால் அதுக்கு முன்னாடி தோள்ல இருந்து கையை எடுத்துட்டு சொல்லு''

''எனக்கு தெரியும் இன்னைக்கு சாரதா வீட்ல இட்லி அவ டிபன்பாக்ஸ்ல எட்டு இட்லி அமுக்கி அமுக்கி வைச்சிருக்கா காலையில நான் பார்த்தேன்''

''போடா சோத்துமாடா, நான் அதை சொல்லல நீ கேளு''

''சொல்லு ஆனால் வாயிலிருந்து எச்சி தெரிக்காம சொல்லு''

''நேத்து அனவரதநல்லூர்ல இருந்த அம்பேத்கர் சிலை மேல எவனுங்களோ சாணி அடிச்சு கைய உடைச்சு செருப்பு மாலை போட்டுட்டு போய்ட்டாங்களாம் தெரியுமா?''

''உனக்கு யார் சொன்னா?''

''நம்ம முருகன் அண்ணன் தான்''

தமிழ் ஆசிரியை முத்துலெட்சுமி வகுப்புக்குள் வரும்வரை அந்த மேல்நிலைப்பள்ளி ஒன்பதாம் வகுப்பு 'அ' பிரிவு கடைசி பெஞ்ச் மாணவர்களான அகிலன், ரமேஸ், செந்தில் மூவரும் இப்படித்தான் பேசிக்கொண்டிருந்தார்கள். இதில் அகிலனுக்கு கொஞ்சம் காது கேட்காது.

"என்னடி இன்னைக்கு வெயில் இந்த கொளுத்து கொளுத்துதுயவடி அவ இன்னைக்கு குளிக்காம வந்தது" ஆசிரியை முத்துலெட்சுமியின் வார்த்தையில் வந்த வேர்வையின் நாத்தமும் உடம்பில் வந்த ஏதோ ஒரு பவுடரின் வீச்சமும் மாணவ மாணவிகளை அவ்வளவு பயமுறுத்தியது. முத்துலெட்சுமி டீச்சருக்கு பயப்படாத எந்த கொம்பனும் இங்க இல்லை ஏன்னா இரண்டு தலைமுறையா அவங்கதான் இந்த ஸ்கூல் தமிழ் டீச்சர். அப்பாக்களையும் நல்லா தெரியும் அண்ணன்களையும் நல்லா தெரியும். வயித்தை கிள்ளிக்கிட்டே செவிட்டுல அறையிறது தான் முத்துலெட்சுமி டீச்சர் ஸ்பெஷல்.

"எல்லாரும் இன்னைக்கு கட்டுரை நோட்டு கொண்டு வந்தாச்சா"

"ஆமா டீச்சர்" என்று மாணவிகள் பக்கம் அதிக சத்தமும் மாணவர்கள் பக்கம் குறைவான சத்தமும் வந்து முனங்கியது.

"கொண்டு வராத பாண்டியராஜாக்கள் எல்லாரும் எந்திரிச்சு அப்படியே வெளிய வாங்க உங்க முகறையைகள பார்ப்போம்"

திரும்பி பார்க்காமல் கரும்பலகையை அழித்தவாறே சத்தமாய் சொன்னாள் முத்துலெட்சுமி டீச்சர். அவள் சத்தத்தில் அவள் வி.எம் சத்திரத்தில் இருந்து தன் கைப்பையோடு கொண்டு வந்த வெயிலின் கோபம் கலந்திருந்தது. சொல்லி வைத்தார்போல் அகிலன், ரமேஷ், செந்தில் மூன்று பேருமே எழுந்து வந்தார்கள்.

"ஓ! எப்பவும் போல இன்னைக்கும் அதே மூவேந்தர்கள் தானா" கோபத்தை கொப்பளித்தாள் முத்துலெட்சுமி டீச்சர். மூன்று வயிறுகள் நன்றாக திருகி கிள்ளப்பட்டு ஆறு கன்னங்கள் முத்துலெட்சுமி டீச்சரால் அறையப்பட்டது. "போங்க மூணு பேரும் கிளாஸ விட்டு வெளிய போய் அந்த வெயிலுக்குள்ள போய் நில்லுங்க அப்பத்தான் புத்தி வரும்"

"ஏண்டா செவிட்டு பயல அகிலா உன்கிட்ட எத்தனை தடவை சொல்றது, இந்த கழுதைங்க கூட சேர்ந்து கெட்டு போகாதன்னு ஆ"

''இல்ல டீச்சர் எனக்கு சளி புடிச்சுகிட்டு டீச்சர் அதுதான் டீச்சர் இன்னைக்கு குளிக்காம வந்துட்டேன் நாளைக்கு கண்டிப்பா குளிச்சிடுறேன் டீச்சர்'' அகிலன் சொல்லி முடிப்பதற்குள் மொத்த வகுப்பறை சிரிப்பில் அலறியது.

ரமேஷூம் செந்திலும் கூட வலி மறந்து சிரித்தார்கள். ஆனால் முத்துலெட்சுமி டீச்சர் என்னமோ தான் திட்டமிட்டு அவமானப்படுத்தப்பட்டதாக நினைத்து மறுபடியும் அகிலனுக்கு செவிட்டில் ஒரு அறை விட்டு மூவரையும் வெளியில் அனுப்பினாள்.

நடு வெயில் மண்டையை பிளந்தது. பக்கத்து வகுப்பு சிறுவர்கள் ஜன்னலின் வழியாக மூவரையும் பார்த்து சிரித்தார்கள்.

''ங்கொம்மால எவனாவது இங்க ஒரு மரம் வைச்சு தொலைச்சிருக்க கூடாதா, தினமும் வெயிலுக்குள்ள நிக்க வேண்டியதிருக்கு'' செந்தில் அலுப்பாய் கேட்டதுக்கு

''வேணும்னா நாம நாளைக்கு வரும்போது எங்க வயல்ல வேப்பமரம் ஒன்னு சின்னதா நிக்கு புடிங்கிட்டு வந்து வைச்சிருவோம்'' அவசரமாய் சொன்னான் ரமேஷ்.

''சரி அத விடு அங்க சிலையை உடைச்சது யாரு எந்த ஜாதிகாரனுங்க எவ்வளவு திமிர் இருந்தா ங்கொம்மால''

''டேய் குளிக்கலன்னா டீச்சர் திட்டத்தான் செய்வாங்க நான் தான் குளிக்காம வந்துட்டேன் நீங்க எதுக்குடா குளிக்கல இன்னைக்கு'' என்று அகிலன் சொல்லி முடிப்பதற்குள் அவன் கழுத்தை நெறிக்க போன செந்திலின் கையை பிடித்து

''ஏலேய் இன்னைக்கு நாமலும் எதாவது சிலையை உடைக்கிறோம் எவ்வளவு திமிர் இருந்தா நம்ம அம்பேத்கர் சிலையை உடைச்சிருப்பானுவ''

''ஆனால் நம்ம ஊர்லதான் சிலையே இல்லையே ஆசாரிமார் தெருவுல தங்கா ஆசாரி வீட்டுக்கு முன்னாடி மட்டும் தான் காந்தி தாத்தா முட்டிக்கால் போட்டு உட்காந்தாப்ல ஒரு சிலை இருக்கு''

"அதை உடைச்சிடுவோம்"

"எப்படி அங்கதான் எல்லாரும் இருப்பாங்களே அதிலும் அந்த கருப்பையாஆசாரிக்கு தெரிஞ்சுது அவ்வளவுதான்"

"லூசுப்பயல இராத்திரி போவோம்டா எவன் இருப்பான்"

"ஆமா எதுக்கும் முருகன் அண்ணன்கிட்டையும் ஐடியா கேட்டுக்குவோம்" ரமேஷும் செந்திலும் பேசிகொண்டிருக்கும் போதே அகிலன் ஒரு வால் அந்துப்போன பல்லியை ரசிக்க தொடங்கியிருந்தான். அவன் தலையில் செல்லமாய் ஒரு கொட்டு வைத்தான் செந்தில்.

"இராத்திரி எங்க போறீங்க நானும் வர்றேண்டா"

"டேய் இது மட்டும் உனக்கு கேட்டுச்சா, சரி வா இராத்திரி நொங்கு களவாண்ட போகலாம்" என்று கொஞ்சம் சத்தமாய் சொன்னான் செந்தில்.

வகுப்பு முடிந்து வெளிய வந்த முத்துலெட்சுமி டீச்சர் தன் முகத்தில் அப்பியிருந்த சுண்ணாம்பு துகள்களை துடைத்தவாறு

"மூனு நாய்வளும் நாளைக்கு கட்டுரை நோட்டு வாங்கி இன்னைக்கு எழுதிப்போட்டதை எழுதிட்டு வரல தோலை உரிச்சு நடு ரோட்ல காயபோட்டுருவேன்" என்று வேகமாய் கடந்துபோக வகுப்பில் கூச்சலும் கத்தலும் தொடங்கியது.

"யப்பா நான் இன்னைக்கு போய் சாயங்காலமே குளிச்சிருவன்பா இந்த செருக்கி மவகிட்ட எவன் அடி வாங்குவான்" என்று அகிலன் அலுத்துக் கொண்டது யார் காதிலும் நல்லவேளை விழவில்லை. வகுப்பு முடிந்து எல்லாரும் வெளியே ஓட மூன்று பேரும் வேகமாய் முருகனின் பெட்டிக்கடையை நோக்கிப் போனார்கள்.

முருகன். வயது 20 இருக்கும். இரு காலும் ஊனமுற்றவன் என்பதால் அரசாங்கம் கொடுத்த ஒரு பெட்டிக்கடைக்கு முதலாளி. தினத்தந்தி, கல்கண்டு, முத்தாரம் எப்பவாவது ஆனந்தவிகடன் கையில் கிடைக்கும் சில சிவப்பு துண்டு பத்திரிக்கைகளும் படித்த

அரசியல்வாதி. அகிலன், ரமேஷ், செந்தில் மூவருக்குமே முருகன் தான் குரு. முருகனிடம் கேட்காமல் எதையும் இவர்கள் செய்வதில்லை. இவர்களிடம் பேசுவதுபோல வேறு யாரிடமும் முருகன் அவ்வளவாக பேசுவதில்லை.

''முருகன்ன ஒரு பெரிய திட்டம் போட்டாச்சு சந்தோசமா! காலையில அவ்வளவு சோகமா இருந்த''

''என்னடா திட்டம்''

அகிலன் எப்போதும் போல முருகன் பெட்டிகடைக்கு வந்ததும் எலி பொறியை தூக்கி விளையாடத் தொடங்கிவிட்டான்.

''ஆமான்ன அவனுங்க அம்பேத்கர் சிலையை உடைச்சானுவள்ளா அதனால நாங்க ஆசாரிமார் தெருவுல இருக்கிற காந்தி சிலைய உடைக்கப்போறோம்''

''அப்படியா நல்லதுடா எப்படா உடைக்க போறிங்க நானும் வரனுமாடா''

''நீ வந்தா எல்லாரும் மாட்டிக்குவோம் நாங்க ரெண்டுபேரும் உன்னைய தூக்குவமா இல்ல சிலைய தூக்குவமா நீ வேண்டாம் நாங்களே பார்த்துக்கிறோம். ஏன் உனக்கு காந்தி தாத்தாவை பிடிக்காதா''

''ஆமா எனக்கு காந்திய பிடிக்காது''

''எதுக்கு''

''அம்பேத்கர்க்கு காந்திய பிடிக்காது எனக்கும் காந்திய பிடிக்காது''

''அப்படியா அம்பேத்கர்க்கு காந்திதாத்தாவை பிடிக்காதா''

''ஆமா அப்புறம் பகத்சிங் சாகிறதுக்கே காந்திதான் காரணம்''

''யாரு பகத்சிங் இந்திராகாந்திய சுட்டு கொன்னவனா''

''டேய் லூசு அவர் கம்யூனிஸ்ட்டா அவர எனக்கு ரொம்ப பிடிக்கும்டா அந்த தொப்பி மீசை எல்லாமே, அவர தூக்குல போட்டுட்டாங்க''

''யாரு காந்தியா போட்டார்''

''இல்லடா இங்கிலீஸ்காரனுங்க''

''அப்ப காந்தி காரணம்னு சொன்ன''

''அதெல்லாம் எனக்கு தெரியாது காந்திதான் காரணம்னு எல்லாருக்கும் தெரியும். அது சரி அகிலன் வயிறு ஏன் தடுப்பா இருக்கு யார் புடிச்சு இந்த கிள்ளு கிள்ளுனா''

''எல்லாத்துக்கும் தான் முத்துலெட்சுமி டீச்சர் வயித்தை திருகிட்டாங்க கட்டுரை நோட்டு இல்லன்னு'' என்று செந்தில் சொன்னதும் முருகன் தன் இரண்டு கால்களையும் இழுவி இழுவி போய் ஒரு சாக்குப்பையில் இருந்த நோட்டுகளில் மூன்று நோட்டுகளை எடுத்து ஆளுகொன்றாய் கொடுத்தான்.

''சரி எப்படி உடைக்க போறீங்க''

''நடு இராத்திரி போய் சிலையை பேர்த்து எடுத்துட்டு போய் பொட்டக்குளத்து கரையில வைச்சு உடைக்க வேண்டியதுதான்''

''டேய் ஜாக்கிரதை மாட்டிக்கிட்டீங்கன்னா அவ்வளவுதான் என் கடைய கொளுத்திருவானுங்க ஆமா''

வாசகசாலையில் தான் மூன்றுபேருமே படுத்திருந்தார்கள். ஊர் டீவியில் ஊமை பெண்ணொருத்தி சைகையில் நடுஇரவு செய்திகளை வாசித்துக் கொண்டிருந்தாள். அகிலன் தான் எல்லாரையும் எழுப்பினான். குளக்கரை வழியாக மேற்கு நோக்கி நடந்தார்கள்.

செந்தில் கையில் ஒரு பெரிய சனல்சாக்கு வைத்திருந்தான். ரமேஷ் ஒரு பெரிய இரும்பு கம்பியும் அகிலன் ஒரு சின்ன கத்தியும் வைத்திருந்தனர். மூவரும் பிராமணக்குடி வழியாக நுழைந்து சாணக்குடி வழியாக வரும்போது மறக்குடியில் ஒரு நாய் மூவரையும் பார்த்து குலைத்து அதகளப்படுத்த பயந்துபோய் மறுபடியும் பறச்சேரி வழியாக வந்து பிள்ளைதெரு வழியாக தங்கா ஆசாரி வீட்டை போய் அடைந்தனர்.

''டேய் அங்க சாணாக்குடிக்கு பக்கத்துல தானே பனைமரம் இருக்கு இங்க எதுக்குடா வந்தீங்க'' அகிலன் கோபமாய் கேட்டான்.

''ஆமா சொன்னா மட்டும் இவருக்கு கேட்டுரும் பாரு சத்தம் காட்டாம வாடா'' என்று செந்தில் அதட்ட

''இப்படி தங்கா ஆசாரி வீட்டுக்கு முன்னாடிதான் நொங்கு குமிச்சு போட்டுருக்காங்கன்னு நேத்தே என்கிட்ட சொன்னா என்னவாம்'' என்று அகிலன் சலித்து கொண்டதை பார்த்து ரமேஸூம் செந்திலும் சின்னதாய் சிரித்துக்கொண்டார்கள். நல்ல கும்மிருட்டில் காந்தி தனியாய் சின்ன கம்பை ஊனியவாறு முட்டிகால் போட்டு அமர்ந்திருந்தார். ஒரு வெள்ளாடு தன் குட்டிகளோடு காந்திக்கு முன்னால் படுத்து அசைபோட்டு கொண்டிருந்தது.

தூரத்தில் இருந்து பார்ப்பதற்கு நடு இராத்திரியில் காந்தி ஆடு மேய்ப்பதை போல தெரிந்தது அவர்களுக்கு.

அகிலனின் காதில் செந்தில் '' டேய் அகிலா நீ இங்கயே நின்னு ஆள் யாரும் வர்றாங்களான்னு பார் நாங்க போய் சாக்குல தூக்கிட்டு வந்திடுறோம்'' எல்லாம் சரியாய் புரிந்தது போல் அகிலன் தலையை ஆட்டியதும் செந்திலும் ரமேஸூம் காந்தி சிலையை நோக்கி ஊர்ந்து ஊர்ந்து போனார்கள்.

ஆள் அரவத்தை உணர்ந்துகொண்ட வெள்ளாடு தன் குடும்பத்துக்கு எச்சரிக்கை ஒலி எழுப்பி வேகவேகமாய் இடம்பெயர்ந்தது. ரமேஷ் காந்தி சிலையை அசைத்து கம்பியை வைத்து தென்ன முயல காந்தி மிக எளிதாக செந்திலின் பக்கம் சாய்ந்தார்.

'' டேய் ரமேஷ் , காந்தி தாத்தா என்ன சாதிடா''

''ஐயரா இருக்கும்''

''உனக்கு யார் சொன்னா''

''நம்ம முருகன் அண்ணந்தான் சொன்னான் கோமனம் பாய்ச்சிருக்கதை பார்த்தா அப்படித்தான் தோனுது'' மெதுவாக செந்தில் காந்தியின் சிமெண்ட் முதுகில் பூனூல் இருக்கிறதா என்று தடவிப்பார்த்தான்.

''ஏலேய் பூனூல் இல்லடா''

''அப்படின்னா என்ன சாதியாடா இருப்பார்''

''வேற என்ன சாதியா இருப்பார்''

''ஒருவேளை ஆசாரியாய் இருப்பாரோ''

''எப்படி சொல்ற''

''இல்ல ஆசாரி தெருவுலதான சிலை வைச்சிருக்காங்க''

''இருக்கலாம்''

காந்தியை சாக்கு மூட்டைக்குள் திணித்து இருவரும் தூக்க முடியாமல் தூக்கி நடக்க அகிலனும் வந்து சேர்ந்து கொண்டான் அகிலனின் முகத்தில் இப்போது அவ்வளவு சந்தோசம் இருந்தது.

''ஏண்டா எல்லாத்தையும் அள்ளிட்டு வந்தீட்டீங்களா நல்லா பார்த்தீங்களடா ஒரே கடுக்காவா இருக்கப் போகுது'' என்று அகிலன் சொன்ன போது ரமேஸ் ஆத்திரத்துடன்

''டேய் செவிடா வாய மூடிக்கிட்டு சத்தம் காட்டாம வா''

''மயிரு நாங்களும் காவலுக்கு இருந்திருக்கோம் எனக்கு இதில பங்கு இருக்கு'' என்று அகிலன் சொல்லி சிரிக்க இப்போதும் மூன்று பேருமே சிரித்தார்கள் யாருக்கும் தெரியாமல். சரியாக பொட்டைகுளம் தாண்டி சொக்கர்கோவில் முன்னாடி வந்து நிலவு ஒளி தெரியாத இடத்தில் சாக்கு மூட்டையை இறக்கி வைத்தார்கள்.

''என்ன பண்ண''

''இப்படியே இருக்கட்டும் நாம இரண்டு பேரும் சேர்ந்து போய் பெரிய கல்லை எடுத்துட்டு வந்து சாக்குக்குள்ள வைச்சு பூனையை அடிச்சு கொல்ற மாதிரி ஒரே போடா போட்டு சிலையை உடச்சிட்டு அப்படியே போயிருவோம் என்ன''

''நல்ல ஐடியா''

அகிலனை சிலைக்கு பக்கத்தில் இருக்க சொல்லிவிட்டு ரமேஸும் செந்திலும் கல் தேடிப் போக அகிலனும் அவர்கள் பின்னாடியே

போனான். தவனை மடையின் பக்கத்தில் கிடந்த ஒரு பெரிய கல்லை செந்திலும் ரமேஸும் தூக்க முயல

''டேய் எதுக்குடா இவ்வளவு பெரிய கல்லு''

''வாய மூடிட்டு வந்து தூக்குடா''

''ஓ நொங்கை உடக்கிறதுக்கா'' என்று அகிலனும் சேர்ந்து கல்லை தூக்கும்போது தான் தூரத்தில் வடக்கு திசையில் இருந்து இரண்டு மூன்று சைக்கிள்கள் வருவது தெரிந்தது. அவர்கள் ஏதும் இரண்டாம் காட்சி சினிமாவுக்கு போனவர்களாக இருக்கும் போல பாட்டும் கூத்துமாய் வந்து கொண்டிருந்தார்கள். அவர்களை பார்த்ததும் மூன்று பேரும் பக்கத்தில் இருந்த வாழைத் தோட்டத்திற்குள் குதித்து உட்காந்து கொண்டார்கள்.

''என்னல அது மூட்டை கிடக்கு''

''ஏலேய் ங்கொம்மால எந்த தேவிடியா மவனோ காந்தி சிலைய தூக்கிட்டு வந்து போட்டுருக்கானுவ''

''முன்னாடி பிள்ளையார் சிலையை திருடிட்டு போனானுவ இப்போ காந்தி சிலைய திருடிட்டு போவதுக்கு வந்துருக்கானுவ''

''ஏலேய் தேடுங்க இங்கினத்தான் இருப்பானுவ இது சின்னசாதி பய மக்களாத்தான் இருக்கும்''

''இந்த சிலைய தூக்கிட்டு போய் என்ன பண்ணுவானுங்க''

''வேற எதுக்கு இங்க எங்கேயும் அம்பேத்கார் சிலையை வைக்க நாம விட்டதில்லலா அதுக்குதான் ஊருக்கு மத்தியில இத கொண்டு போய் உடைக்க திட்டம் போட்டு இருப்பானுங்க''

''தேவிடியா மவனுவா கையை ஒடைச்சிட்டானுவளே''

''கொஞ்சம் நல்லா தேடுங்க இங்கன தான் இருப்பானுவ''

வாழை தோட்டத்திற்குள்ளும் அந்த சத்தங்கள் குதிக்க மூன்று பேரும் மேற்கு திசையை நோக்கி தலைதெறிக்க ஓட தொடங்கினார்கள் ஓடிகொண்டே இருந்தார்கள் சத்தங்கள் விரட்டுவது நின்றபின்னும் ஓடி கொண்டிருந்தார்கள்.

‘‘ச்ச பேசாம ஆளுக்கு ஐஞ்சஞ்சு நொங்கு கொலைய எடுத்துட்டு வந்து குட்டி பரும்புல உட்காந்து சாப்பிட்டிருக்கலாம் இப்படி வம்பாக்கிட்டீங்களடா இனி உங்கள நம்பி வரக்கூடாதுப்பா’’ என்று அகிலன் சொல்லும்போதே முத்துலெட்சுமி டீச்சர் வகுப்புக்குள் வந்துவிட்டாள்.

‘‘என்ன பாழாப்போன பாண்டிய மக்கா நோட்டு வாங்கி எழுதியாச்சா எங்க எந்திரிச்சு எழுதுனத படிங்க பார்ப்போம்’’ ரமேஸ் , அகிலன், செந்தில் மூவர் இணைந்து சத்தமாக படிக்க தொடங்கினார்கள்.

‘‘தலைப்பு.

தேசப்பிதா காந்தியடிகள்,

முன்னுரை

நம் நாடு இருநூறு ஆண்டுகளாக ஆங்கிலேய ஆதிக்கத்தில் அடிமைப்பட்டு கிடந்தது. அந்த அடிமை விலங்கை உடைத்து சுதந்திரம் அடைவதற்காய் எண்ணற்ற தலைவர்கள் நமக்காய் போராடினர் அவர்களுள் முதன்மையானவர் இந்திய மக்களால் மகாத்மா என்றும் தேசப்பிதா என்றும் அழைக்கப்ப்ட்ட மோகன்தாஸ் கரம்சந்த் காந்தி.

முதல் கல்

''அண்டா குண்டா அடகுவைத்து

ஆத்தா தாலிய பேங்க்ல வைச்சு

படிக்கத்தான் வந்தோமா

இல்ல போராட வந்தோமா''

எப்படியோ ஒரு வாரமாக நடந்துகொண்டிருந்த கல்வி உதவித் தொகையை காலம் தாழ்த்தாமல் கொடுக்க வேண்டும் என்பதற்கான மாணவர்களின் போராட்டம் நேற்றுதான் முடிவுக்கு வந்தது. எப்போதும் போல ஒரு பெரிய மேஜையை கல்லூரியின் பிரதான வாசலில் போட்டு அதன் மீது ஏறி நின்று கல்லூரி முதல்வர் அறிவித்தார்.

''நாளை காலை அலுவலகத்தில் வந்து கல்வி உதவித் தொகைக்கான காசோலையை மாணவர்கள் பெற்றுக் கொள்ளலாம். ஆனால் இதுவரை நடந்து முடிந்த தேர்வுகளில் அரியர்ஸ் வைத்திருக்கும் மாணவர்கள் மட்டும் தங்கள் அம்மாவையோ அப்பாவையோ நேரில் அழைத்து வந்து காசோலையை பெற்றுக்கொள்ள வேண்டும்''

அறிவித்து முடிக்கும் முன் கல்லூரியின் இடது பக்கம் உள்ள விளையாட்டு பிரிவிற்கான அறையின் கண்ணாடி ஜன்னல்கள் நான்கும் உடைந்து சிதறி விழுந்து தங்கள் எதிர்ப்பை தெரிவித்தன.

''உங்களின் நன்மைக்காகவும் உங்களின் வருங்காலத்தின் நன்மைக்காகவும் மட்டுமே இதை நான் செய்கிறேன்'' என்று மேலும் அவர் தன்னம்பிக்கையோடு பேசியபோது வரவேற்பறையில் முன்னாள் மாணவர்களின் நினைவாக தொங்கி கொண்டிருந்த டிங் டாங் நிலைக்கடிகாரம் ''படார்'' என கீழே விழுந்து தனது உக்கிரமான எதிர்ப்பை பதிவு செய்தது.

எதிர்ப்பின் வலுவை பார்த்த முதல்வர் ''சரி சரி நாளை எல்லோரும் காசோலை வாங்கிக்கொள்ளலாம்'' என்று அவர் தன் தோல்வியின் வார்த்தைகளை கொஞ்சம் கொஞ்சமாய் கொட்டிய போது ஆர்ப்பரித்து அடங்கியது மாணவர் கூட்டம்.

ஹோட்டல் அக்கவுண்ட் ஆறாயிரம் ரூபாய், அறை வாடகை இரண்டாயிரத்து ஐநூறு ரூபாய், பெட்டிக்கடை பாக்கி எண்ணூறு ரூபாய், அவ்வப்போது சினிமா பார்க்க போகவும் சிக்கலான நேரத்திலும், கடுப்பான நாட்களிலும் சரக்கு அடிப்பதற்கு அட்டெண்டர் பிச்சையா அண்ணனிடம் வாங்கிய கடன் ஆயிரத்து ஐந்நூறு ரூபாய், பஸ்ஸில் போகும் போது முன் சீட்டில் அமர்ந்திருந்த வகுப்பு தோழி காந்திமதியின் பர்சிலிருந்து எடுத்து ஒருநாள் செலவழித்தது இருநூறு

கொடுக்கப்பட்ட கல்வி உதவித்தொகையில் நால்வருக்கான கூட்டுத்தொகை பதினாறாயிரம் ரூபாய், மொத்த கூட்டுக்கடன் பதினோறாயிரம் ரூபாய் போக மீதி கையில் இருக்கும் கூட்டு வைப்பு தொகை ஐந்தாயிரம் ரூபாய்.

பொதுவான இந்த ஐந்தாயிரத்தை என்ன பண்ணலாம் என்பதே இப்போது உள்ள பிரச்சனை.

''மாப்ள பேசாம ஊட்டி கொடைக்கானல்னு ஒரு டூர் அடிச்சிட்டு வரலாமா?''

''ம்ம் பேசாம ஆளுக்கொரு பேண்ட சர்ட் எடுத்துடுவோம்''

''போடா வெண்ண யாருக்கு வேணும் பேண்ட் சர்ட். அப்படியே நயகரா போறோம் அப்படி என்ன தான் அங்க இருக்கு இவனுங்க

இப்படி பீத்திக்கிறானுங்கன்னு நாமளும் குடிச்சிப் பாக்கிறோம். என்ன?''

''அதெல்லாம் ஒரு மயிரும் வேண்டாம் சிலிண்டரும் அடுப்பும் வாங்கி வைக்கலாம் தேவைப்படும் போது சமைச்சிகிடலாம்''

இதுதான் அவர்கள் நால்வரும் வெளியே சொன்ன வெவ்வேறான யோசனைகள் ஆனால் நால்வருக்குமே பொதுவான, செய்தே தீர வேண்டிய ஒரு யோசனை உள்ளே உருகி கொண்டிருந்தது

''வசந்தியிடம் பேசிப்பார்க்கலாம்'' என்பதுதான் நிறைந்து வழிந்த அந்த யோசனை.

வசந்தியை அவர்களுக்கு மூன்று வருடங்களாகவே தெரியும். முதலில் அவளை சமாதானபுரம் ரவுண்டானாவில் தான் பார்த்தார்கள். பட்டுப்புடவையில் ஸ்ட்ரா இல்லாமல் பெப்சி குடித்துக் கொண்டிருந்தாள். அதன்பின் பாளை பஸ் ஸ்டாண்டில் பார்த்தார்கள். சுடிதாரில் டீ குடித்துக்கொண்டிருந்தாள். அதன்பிறகுதான் அவளை அடிக்கடி இவர்கள் கல்லூரிக்கு செல்லும் V.M சத்திரம் பஸ் ஸ்டாப்பில் பார்த்தார்கள். புடவையிலோ சுடிதாரிலோ நிற்பாள். அவளை ஏற்றிப்போகும் வாகனம் ஆட்டோவாகவோ, டாக்ஸியாகவோ அல்லது நவீன காராகவோதான் இருக்கும் சில நேரங்களில் கொஞ்சமும் பயமில்லாமால் சிரித்தபடி போலீஸ் ஜீப்களிலும் ஏறி போயிருக்கிறாள்.

நான்கு பேரில் யார் கண்ணில் எங்கு அவள் தென்பட்டாலும் உடனே எல்லாரையும் அழைத்து காண்பிக்க வேண்டும் என்பதே அவர்கள் கொண்ட நட்பின் ஒப்பந்தம். ஏனெனில் கண்ணகியின் பெயரை சொன்னால் மட்டுமே அவர்களுடைய மதுபாட்டில்களின் மூடிகள் பொங்கி வழிந்து திறக்கும் என்றாலும் இதுவரை அவளை அருகில் போய் பார்த்ததோ நேரில் பேசியதோ இல்லை, ஆனால் போனில் பேசியிருக்கிறார்கள்; பேசி வருகிறார்கள்.

''ஹலோ''

''ஹலோ''

‘‘நீங்க ஹலோ சொல்றது எனக்கும் நான் ஹலோ சொல்றது உங்களுக்கும் நல்லாவே கேட்குதுன்னு உங்களுக்கும் தெரியும் எனக்கும் தெரியும். சொல்லுங்க’’

‘‘ம்ம் உங்க பேர்’’

‘‘அது உனக்கெதுக்கு. ஆமா நீ யார் என் நம்பர் உனக்கு எப்படி கிடைச்சது’’

‘‘அது அது’’

‘‘சும்மா சொல்லு நான் என்ன போலிசுக்கா போகமுடியும்’’

‘‘அது பாளை பஸ் ஸ்டாண்ட் கக்கூஸ்ல இந்த நம்பர் எழுதியிருந்துச்சு அதுதான் போன் பண்ணினேன்’’

‘‘மண்ணா போற பய இந்த வேலைய வேற பார்க்கிறானா அவன் இருக்கட்டும்’’

‘‘உங்க பேர் என்னன்னுதான் சொல்லுங்களேன்’’

‘‘ஏன் என் பேர்ல எதும் பத்திரம் கித்திரம் எழுத போறியா என்ன.... ஆமா இப்படி மீன் முள்ள விழுங்கினவ சுடு சோற சாப்பிட்ட மாதிரி கொள கொளன்னு பேசுறிய நீ என்ன காலேஜ்ல படிக்கிறியா?’’

‘‘ஆமா’’

‘‘ம்ம்ம் அப்படி வாங்கடா, அவனவனுக்கு எந்த சினிமா நடிகையை நினைச்சு இல்ல புடிக்குமோ அந்த பேர்ல கூப்பிடுவானுங்க இன்னைக்கு கூப்பிட்டவன் வைச்ச பேர் என்ன தெரியுமா சரிதா. வீட்டுக்கு வந்து கண்ணாடி பார்த்ததுக்கு அப்புறம் தான் எனக்கே தெரியும் என் பேர் வசந்தின்னு. ஆமாடா என் பேர் வசந்தி.

‘‘சரி எவ்வளவு ?’’

‘‘நீ மட்டுமா ?’’

‘‘இல்ல நாங்க நாலு பேர் ப்ரண்ட்ஸ்’’

‘‘ஆளுக்கு ஆயிரம் ரூபாய் நாலாயிரம் ஆகும்’’

''எங்க வரணும் ?''

''V.M சத்திரம் பஸ் ஸடாப்பிற்கு வந்து கூட்டிட்டு போ. ரூமுக்குதான ?''

''ம்ம்ம்ம்''

அந்த நாளுக்கு பிறகுதான் அவள் பெயர் வசந்தி என அவர்களுக்கு தெரியும். அன்று பேசிய பணமில்லாமல் மறைந்திருந்து அவள் இவர்களுக்காய் காத்திருந்துவிட்டு ஒரு ஆட்டோவில் ஏறி போனதை பார்த்தாலும் பணமில்லாமல் தினமும் ஆள் மாற்றி ஆள்மாற்றி அவளுடன் பேசுவார்கள். அவளும் பேசுவாள். வேறு வேறு பெயர்களில் பேசி வேறு வேறு இடத்திற்கு வர சொல்லுவார்கள் மறைந்திருந்து அவள் இவர்களுக்காய் காத்திருப்பதையும் கடைசியில் வேறு யாருடனோ போவதையும் மட்டுமே அவர்கள் பார்ப்பார்கள்.

இப்போது எதையும் பேசாமல் யோசிக்காமல் நால்வரும் சிரித்துக்கொண்டார்கள். பெட்டிக்கடை காயின் பூத்திலிருந்து வசந்தியின் நம்பருக்கு அவர்கள் டயல் செய்தபோதே சுந்தரும் கணேஷும் மெடிக்கலுக்கு போய்விட்டார்கள்.

''மாப்ள போன் ஆஃப்ல இருக்கு என்ன பண்ண''

''எங்கேயாவது போயிருப்பாளோ''

''தெரியல ஆனா வி.எம் சத்திரத்தில போய் விசாரிச்சா எப்படியும் கண்டு பிடிச்சிடலாம். என்னைக்கு வேணும்னாலும் வீட்டுக்குக்கூட வாங்கன்னு தான சொன்னா. நேரா போய் வீட்டையே கண்டுபிடிச்சிடலாம் என்ன''

வி.எம் சத்திரம் கோனார் தெருவுக்குள் தான் முதலில் கதிரும் ரமேஷும் நடந்தார்கள். ''மாப்ள பெரிய ஆளுங்ககிட்ட விசாரிக்காத தப்பா நினைப்பானுங்க சின்ன குழந்தைகள்கிட்ட மட்டுமே கேளு என்ன'' அதன்படி கதிரும் தெருவில் தனியாய் நிற்கும் சின்ன குழந்தைகளிடமும் ஆங்காங்கே விளையாடி கொண்டிருக்கும் குழந்தைகளிடமும் ''இங்க வசந்தி அக்கா வீடு எங்கப்பா இருக்கு''

என்று கேட்டான். அப்படியே ஸ்ரீனிவாசாநகர் முக்குக்கு வந்து திரும்பி மறுபடியும் என்.ஜி.ஓ காலனிக்குள் நுழைந்தார்கள். நல்ல வெயிலில் அவர்களின் காமம் வியர்வையாய் வழிந்து கொண்டிருந்த்து. வசந்தியை தேடி அலைந்துகொண்டிருக்கும் போதே வசந்தியை பார்த்ததும் அவளிடம் எப்படி பேச வேண்டும் என்ற ஒத்திகை இருவருக்குள்ளும் நடந்துகொண்டிருந்தது. தூத்துக்குடி மெயின் ரோட்டை கடந்து டால்மியா நகருக்குள் அவர்கள் நுழையும் போது மணி பன்னிரெண்டு ஆகியிருக்கலாம் சூரியன் எல்லாவற்றையும் ஈவு இரக்கமின்றி அகோரமாய் புசித்துக் கொண்டிருந்தான்.

முழு மூக்கில் பொடி வைத்துவிடப்பட்ட ஓணானாய் அவர்களின் காமம் பைத்தியம் பிடித்து அந்த மதிய வெயிலில் வசந்தியை தேடிக்கொண்டிருந்தது. இன்னும் சரியாகச் சொன்னால் வாலை நறுக்கி விடப்பட்ட ஆண் பன்றியைப் போல அது கத்தி கூப்பாடிட்டபடி வசந்தியைத் தேடி அலைந்தது.

''மாப்ள இனி வேலைக்காவாது. பேசாம அந்த டீ கடையில கேட்டுருவோம். தப்பா நினைச்சாலும் நினைக்கட்டும் நமக்கென்ன மயிரு''

''அண்ணே இங்க இங்க வசந்தி அக்கா வீடு எங்கன் இருக்கு தெரியுமா ?''

''என்ன பேர் சொன்ன வசந்தியா அப்படி யாரும் தெரியலயப்பா. சரி என்ன பண்றாங்க அவங்க ?''

''தெரியலன்னே சரி நீங்க இரண்டு டீ போடுங்க'', என்றபடி அவர்களின் இச்சை செய்வதறியாது அந்த தென்னங்கீற்று பந்தலில் கொஞ்ச நேரம் இளைப்பாறியது.

''என்ன தம்பி என்ன பேர் சொன்னீங்க ?'', என்ற அந்த உருவம் மெலிந்திருந்தது, பசியோடு இருந்தது, பார்க்க அழுக்காகவும் பாவமாகவும் இருந்தது.

''வசந்தினா வசந்தி''

"கொஞ்சம் அங்க தள்ளி போய் பேசலாமா?", மறுபடியும் வெயிலுக்குள் வந்து எரிய தொடங்கியது அவர்களின் காமம்.

"என்ன பொண்ணு கிண்ணு வேணுமா?"

"அதெல்லாம் இல்லண்ணே"

"சும்மா சொல்லுங்க பார்க்க பைத்தியக்காரன் மாதிரி இருக்கான்னு பயப்படாதீங்க"

"ஆமாண்ணே"

"எவ்வளவுக்கு வேணும்"

"இல்ல வசந்தி அக்கா தான் வேணும்"

"வசந்தியா எந்த வசந்தி"

"வி.எம்.சத்திரத்துல நிற்பாங்களே நெற்றியில கண்ணுக்கு பக்கத்துல ஒரு தழும்பு கூட இருக்குமே அந்த அக்கா"

"தழும்பு............ சரி அந்த அக்கா கிடைக்கமாட்டாங்க அதவிட நல்ல பொண்ணா வேற இருக்கு வேணுமா"

"இல்ல அவங்க தான் வேணும்"

"டேய் தேவிடியா பசங்களா அவ கிடைக்க மாட்டான்னு எத்தனை தடவை சொல்ல உங்களுக்கு அவ கிடைக்கமாட்டா வேற கேளுங்க".

திடீரென வேட்டியை மடித்துக்கட்டிக்கொண்டு தொண்டை கனைக்க அவர் கத்தியதும் ஆடிப்போய்விட்டார்கள் இருவரும்.

"அண்ணே ப்ளீஸ் கத்தாதீங்க நாங்க தெரியாம கேட்டுட்டோம் ப்ளீஸ். கத்தாதீங்க ப்ளீஸ். நாங்க போறோம் டேய் வாடா",

அவமானமாகவும் பதட்டமாகவும் இருவரும் வேகமாய் கிளம்ப,

"டேய் தேவிடியா பசங்களா என் வசந்தியை கொன்னுட்டு எங்கடா போறீங்க? அவ எவன் கூட படுத்தாலும் எனக்கு அந்த மகராசி கண்ணகிடா. எங்கடா என் கண்ணகி? எங்கடா என் வசந்தி?"

இருவரையும் மறித்துக்கொண்டு அவர் போட்ட சத்தம் எல்லாரையும் திரும்பி பார்க்க வைத்துவிட்டதால் கோபம் தாங்காமல் கதிர் அவரை சங்கை பிடித்து நெரித்தேவிட்டான்.

''டேய் கத்துனா கொன்னுடுவேன். லூசு பயலே வழிய விடுடா யார்டா வசந்தி யாருடா கொன்னா''

''ஐயோ தம்பி நீங்க இல்லப்பா. அந்த காக்கிசட்டை போட்ட தேவிடியா பயலுவ எப்பவும் வந்து பணம் தான் வாங்கிட்டு போவானுங்க. ஆனா போன வாரம் யாரோ புது ஆபிசர் வந்திருக்கார் நீயே வான்னு கூட்டிட்டு போனானுங்க. நாய்ங்க வசந்திய கொண்டு போய் என்ன பண்ணுனாவளோ தெரியல. மூணு நாளா வீடு திரும்பலப்பா அவ. அவனுங்ககிட்டபோய் கேட்டப்போ ஒண்ணுமே தெரியாத மாதிரி, 'பொண்ண்டாட்டிய வைச்சு விபச்சாரம் பண்ணிகிட்டு இருக்கிற மாமா பய இங்க வந்து கேக்குறியா'ன்னு மிதிக்கிறானுங்க, எல்லா இடமும் தேடி மூணாவது நாள் கல்வெட்டான் குழியில இருந்து அம்மணமா அழுகிபோய் மேல வந்து கிடந்தா என் வசந்தி. என் கண்ணகி அடையாளமே தெரியாம அழுகி போய்ட்டாப்பா'', என்று ரோட்டில் அழுது புரண்ட அவரை நடு ரோட்டிலே போட்டுவிட்டு டீ கடையில் நின்று வேடிக்கை பார்த்த ஜனங்களோடு ஜனங்களாக இவர்களும் வந்து நின்று நடுங்கிக்கொண்டிருந்தார்கள்.

''ஐயா யாராவது என் வசந்திய பார்த்தீங்களா, நீ ஒன்னும் பயப்படாத அடுத்த வருசம் உன் கூட விளையாட, சிரிக்க, பேச உனக்கு ஒரு பிள்ளை கண்டிப்பா பெத்து தர்றேன்னு சொன்ன என் வசந்திய எதுக்குடா கொன்னீங்க? எதுக்கு கொன்னீங்க?'', என்று வேகமாய் எழுந்து ரோட்டோரம் கிடந்த கற்களை அள்ளி எறியத் தொடங்கினார். அந்த கற்கள் அங்கு நின்றிருந்த எல்லார் மீதும் பராபட்சமின்றி விழுந்தது.

அவன் கற்களை அள்ளி வீசிகொண்டேயிருந்தான். கண்டிப்பாய் விழ வேண்டியவர்கள் மீதெல்லாம் அது விழுந்துவிடும் என்று நம்பினான்.

அந்த கற்கள் தங்கள் மீது விழுந்துவிடக்கூடாது என தப்பித்தவர்கள் மதுக்கடைக்குள் நுழைந்தார்கள். ஒருவருக்கொருவர் பேசிகொள்ளவில்லை ஏன் முகத்தைக் கூட பார்த்துக்கொள்ள தயங்கினார்கள் என்றுதான் சொல்ல வேண்டும். ஆனால் நன்றாக குடித்தார்கள். குடித்துக்கொண்டே இருந்தார்கள். அப்போது யாரோ இருவர் வசந்தியின் கணவனை அடித்து அதட்டி மிரட்டி கடைக்குள் கூட்டிவந்து ஒரு மேஜையில் அமரவைத்து ஊத்திகொடுத்தார்கள். அவன் கையெடுத்து கும்பிட்டதை எதிர்த்த மேஜையில் இருந்து கண் சிவக்கத் தொடங்கிய போதையில் பார்த்த கதிர் ரமேஷைப் பார்த்து சொன்னான்

"ச்சீ செத்து அழுகி புழுதின்னு போன ஒரு உடம்ப நினைச்சுகிட்டு இப்படி கிடந்து வெறி பிடிச்ச நாய் மாதிரி அலைஞ்சிருக்கோமடா அதுவும் அக்கா அக்கான்னு பேசாம இழுத்துப் பிடிச்சு அறுத்து, ரோட்ல வீசிட்டு போயிடுவோமாடா" ரமேஷ் கண்களும் அப்படி சிவந்திருந்தது.

காலசாமிகோவில் தெரு குறிப்புகள்

நான் இப்போது உங்களை அழைத்து வந்திருக்கும் இடம் என் கிராமத்தில் உள்ள காலசாமிகோவில் தெருவிற்கு. ஏன் எதற்கு என்று கேட்கிறீர்களா இன்று எங்கள் மதிப்பிற்குரிய தோழர் திரு.ராமகிருஸ்ணன் இறந்துவிட்டார். அவர் சாதாரணமானவர் அல்ல. காலசாமிகோவில் தெருவின் முதல் அடையாளம். எங்கள் கிராமத்தின் முதல் அங்கீகாரம். ஒரு தெரு வாசியாக அவருக்கு அஞ்சலி செலுத்த வேண்டியது என் கடமை. ஆகையால்தான் என்னோடு என் நண்பர்களாகிய உங்களையும் இங்கு அழைத்து வந்திருக்கிறேன்.

அதோ பாருங்கள்! பத்து வீடு தள்ளி தெரியும் அந்த வேப்பமரத்திற்கு அடுத்த வீடுதான் தோழர் வீடு. பாருங்கள் எவ்வளவு கூட்டம் கேளுங்கள் எவ்வளவு அழுகை. ஆமாம் யாராலும் தாங்கிகொள்ள முடியாது அவரது இறப்பைப் ஏனென்றால் அவர் வாழ்வு அப்படி. அவரைப் பற்றி சொல்லுவதற்கு முன் அவர் வாழ்ந்து ஆட்சி செய்த காலசாமிகோவில் தெருவை பற்றி உங்களுக்கு சொல்லிவிடுவது என் அவசியம் என்று நினைக்கிறேன்.

காலசாமிக்கோவில் தெருவில் நான்கு வேப்பமரங்களும் ஒரே ஒரு புளியமரமும் இருக்கிறது அப்புறம் ஆங்காங்கே நீங்கள் பார்த்து முகம் சுழிப்பது போல முள் மரங்களும் வளர்ந்து கிடக்கிறது. எட்டு மின்கம்பங்கள் இருந்தாலும் மூன்று மின்கம்பங்களில் விளக்கு எரியாது. அங்கு அலைந்து திரியும் நாய்களை கணக்கிட்டால் ஒன்பது

தேறும். நான்கு கடிநாய் அதில் ஒன்று கர்ப்பம் தரித்து திரிகிறது. உங்களுக்கு குறுக்கே ஓடும் பூனைகளை கணக்கிடவே முடியாது. ஏனெனில் இங்கு அடுத்த தெரு பூனைகளின் அத்துமீறலும் அடாவடித்தனமும் அதிகமாக இருக்கும். எல்லா தெருவைப்போல மழைத் தண்ணீர் கிழக்கு நோக்கிப்பாயாமல் மேற்கு நோக்கி பாயும் வசதி கொண்ட தெரு இது.

கிழக்கிலிருந்து முதல் வீட்டில் வசிப்பவர் சுந்தர்ராஜ். கேம்லாபாத் சாகுல்ஹமீதுவிடம் இருபது வருடங்களுக்கு மேலாக உழவனாக இருந்து வருகிறார். நான்கு பெண் பிள்ளைகளுக்கு அப்பாவான இவர் சாகுல்ஹமீதுவின் அத்தனை விவசாய நிலங்கங்களையும் தன் முழு பராமரிப்பில்தான் பார்த்து வருகிறார். என்றாவது ஒருநாள் அது தமது நிலமாகவும் ஆகிவிடும் என்ற நம்பிக்கையில்....

இடதுபக்கம் இரண்டாவது வீட்டில் வசிக்கிறாள் கண்ணகிசித்ரா. கண்ணகி என்பது அவளுக்கு தெருவில் வைத்திருக்கும் பட்டப் பெயர். கணவர் மாரடைப்பில் மூன்று வருடங்களுக்கு முன் தான் இறந்தார். (இவள் தான் கொன்றதாக ஒரு பேச்சும் உண்டு) இரண்டு பெண்பிள்ளைகளோடு சாம்போரையன் ஐயர் வீட்டில் உழவு பார்க்கிறாள். காலையில் குழந்தைகளை எழுப்பும்போது மொத்த தெருவையும் எழுப்பும் சத்தம் அவளுக்கு. கோபம் வந்தால் தன்னைப் பற்றிய ரகசியங்களைத் தானே போட்டு உடைக்கக் கூடியவள். அப்படித்தான் ஒருநாள் அறுப்பு வயலில் ''ஏய் என்னிய யாருன்னு நினைச்சீங்கடி நான் மொட்ட பிராமனன் சாம்போரையன் கவட்டையிலே கஞ்சி காய்ச்சி குடிச்சவடி'' என்று கத்தி அவளே அம்பலப்பட்டுப்போனாள்.

அடுத்த மூன்று வீட்டிலும் ஆட்கள் இல்லை. ஒரு குடும்பம் திருப்பூர் பனியன் கடையில் வேலை செய்கிறது மீதி இரண்டு குடும்பங்கள் ஜாதக தோசம் இருப்பதாக மேலகடம்பாவிற்கு ஏனோ குடிபெயர்ந்து போய்விட்டார்கள்.

ஆறாவது வீடு ஊமையன் இளங்கோவன் வீடு. வாழ்நாள் முழுவதும் பொய்யே பேசாதவன். பாவம் பிறவி ஊமை. அம்மா

வேறு இல்லை. அப்பாவோட குடி செலவிலிருந்து குண்டியில கட்டுற வேட்டி வரைக்கும் ஊமையனோட சம்பாத்தியம் தான். எல்லா வேலைக்கும் போவான். உங்களுக்கு ஒரு ரகசியம் சொல்றேன் கண்ணகிசித்ராவோட இரண்டாவது பொண்ணு எட்டாவது படிக்கிறாள் அவளதான் ஊமையன் காதலிக்கிறான் ஆனால் அந்த பொண்ணு இன்னும் வயசுக்கு வரல.....

அந்த ஏழாவது வீட்டைப் பாருங்க அங்கத்தான் அதுலத்தான் கற்பகம் அக்கா இருக்கா... கற்பகம் அக்காவுக்கு 34 அல்லது 35 வயது இருக்கும்.இன்னும் கல்யாணம் ஆகல ஆனால் ஏழு வயசுல ஒரு பொம்பள பிள்ளை இருக்கு. அந்த கொடுமையை எப்படி சொல்றது? பூவானியிலிருந்து ஆத்தாவோடு சமஞ்ச குமரியா பொழக்கிறதுக்கு இங்க வந்தாங்களாம். வந்த மூணு வருசத்துல அம்மாக்காரி செத்துப்போக தனியா இருந்து எல்லாருடைய வீடுகளிலும் காடுகளிலும் வேலை பார்த்து வயித்தைக் கழுவிக்கிட்டு இருந்த அவளுக்கு எவனோ பெரும்கூலியாய் புள்ளைய கொடுத்துட்டானுவ. அவளும் தானே பெத்து தானே வளத்துகிட்டு இருக்கா. இப்பக்கூட இராத்திரி பத்து மணிக்கு மேல ஆம்பிளைங்க வீட்ல தங்கலனா எல்லா பொம்பளைங்களுக்கும் கற்பகம் அக்காத்தான் பலிகடா. ஆனால் விடிஞ்சா சிரிச்சுகிட்டே கூப்பிட்டு பாத்திரம் தேய்க்கச்சொல்லுவாங்க அவளும் சிரிச்சுகிட்டே தேய்ப்பா தேய்க்கிறா......

எட்டாவது வீட்ல சூதாடி கணேசன் இருக்கான். எப்பவும் சீட்டாட்டம் தான். தோத்தா சண்டை. ஜெயிச்சா சரக்கு. ஏற்கனவே அக்காவும் தங்கச்சியுமாவே இரண்டு பொண்டாட்டி. இது போதாதுன்னு கருங்குளம் ஹைஸ்கூல்ல பத்தாவது படிக்கிற தங்க ஆசாரி பொண்ணு மாரியம்மாளையும் காதலிக்கிறார், அதுவும். என்னைக்கு அசிங்கப்பட போறாங்களோ....

ஒன்பதாவது வீடுதான் என் வீடு. கதைசொல்லியின் வீடு என்று வைத்துக்கொள்ளுங்கள். சொல்றதுக்கு பெரிசா ஒண்ணுமில்லை அம்மா சமைச்சுகிட்டு இருப்பா, அப்பா என்னை திட்டிக்கிட்டு

இருப்பார், ஆச்சி என்னை தேடிகிட்டு இருப்பா, எங்க நாய் சுரேஷ் எப்பவும் போல குலைச்சிகிட்டு கிடக்கும் அவ்வளவுதான்.

அடுத்த வீடு தங்கராஜா மாமா வீடு. தங்கராஜா மாமா நெய்வேலியில் வேலை பார்த்தவர். மாமா கோயம்புத்தூரில் வேலை பார்த்தவர். மாமா திருச்சியில் வேலை பார்த்தவர், மாமா நாமக்கல்லில் வேலை பார்த்தவர், மாமா தஞ்சாவூரிலும் வேலை பார்த்தவர், ஆனால் என்ன வேலை பார்த்தார் என்பது எனக்கு சத்தியமாய் தெரியாது. எனக்கு மட்டுமல்ல அவரோட கடைசி பொண்ணு அந்த முண்டகண்ணி ராஜிக்கு கூட தெரியாது. நீங்கள் நினைப்பது போல ராஜிக்கும் எனக்கும் எதாவது.....ம் கூம் அதற்கு வாய்ப்பேயில்லை அவள் ஏற்கனவே பள்ளிகூடத்திற்கு எதிரே பெட்டிக்கடை நடத்தும் முருகனை காதலிக்கிறாள்.

அடுத்த வீடு கோவிலுக்குரிய வீடு. அதற்கு அடுத்தது பூசாரி தாத்தா வீடு அதற்கு அப்புறம் அந்த வேப்பமரம் உள்ள வீடுதான் தோழர் ராமகிருஸ்ணன் வீடு.

தோழர் ராமகிருஸ்ணன் எனக்கு தாத்தா முறை. எங்க ஊரின் முதல் கம்யூனிஸ்ட் அவர்தான். அதுவும் எப்படிப்பட்ட கம்யூனிஸ்ட்னு நினைக்கிறீங்க ஆகஸ்ட 15 இந்திய சுதந்திரதின நாளில் வீட்டின்முன் செங்கொடி ஏற்றி மார்க்ஸ் படத்திற்கு முன் உள்ள சாக்லட் எடுத்து எல்லாருக்கும் கொடுப்பார். கடவுள் நம்பிக்கை இல்லையென்றாலும் கோவில் கணக்கு வழக்கு எல்லாம் அவர் தான் பார்த்துவந்தார். வயது 55 தாண்டினாலும் இன்னும் மீசை நரைக்கவில்லை. ஊரில் முதன்முதலில் கண்ணாடி அணிந்ததால் அவருக்கு குழந்தைகளிடம் கண்ணாடித்தாத்தா என்ற பெயரும் உண்டு. ஊரில் இந்த தெருவில் நடந்த எல்லா நல்ல காரியங்களிலும் அவரது உழைப்புதான் அதிகமிருக்கும். அதோ அந்த வாட்டர் டேங்க் அதை அவர்தான் நடுரோட்ல எங்கள படுக்கவைச்சு பஸ்ச மறிச்சு கட்டவைச்சார். அந்த சமுதாயநலக்கூடம், விவசாயசங்கம், பொதுக்கழிப்பறை எல்லாம் அவரால் அவர் போராட்டத்தால் வந்ததுதான்.

பாண்டியன் தெரு மக்களுக்கு காலனி வீடுகள் கட்டிக்கொடுக்க சொல்லி திருவைகுண்டம் தாலுகா ஆபிஸ் முன்னாடி மூணு நாள்

உண்ணாவிரதம் இருந்திருக்கார். வெள்ளத்தைப் பார்வையிட வந்த முதல்வர் எம்.ஜி.ஆரை பார்க்க போகாத ஒரே ஆள் தோழர் ராமகிருஸ்ணன் தானாம். பெட்டைக்குளம் நீர் பாசன மடையை இந்த வருடம் சரியான நேரத்தில் திறந்துவிட்டதில் அவர் நடத்திய போராட்டத்தை எப்படி சொல்ல. ஆனால் பாவம் மனுசனுக்கு புள்ளையும் இல்ல பொண்டாட்டியும் பத்து வருசத்துக்கு முன்னாடியே போய்ட்டாங்க.

பங்குனி, சித்திரை மாச கோடையில் மழை பெய்வதே ராமகிருஸ்ணன் இருக்கிறதாலதான்னு கிழவிங்க கூட பேசிக்குவாங்க.... நாங்க எல்லாருமே தோழர் ராமகிருஸ்ணன் அய்யாவுக்கு சாவே கிடையாதுன்னுதான் நம்பினோம். ஆனால் இன்னைக்கு தூக்கத்துலயே அவர் உயிர் பிரிஞ்சிபோச்சாம். சிகப்பு துண்டும் மனைவி சிவகாமி படமும் அவர் நெஞ்சு மேல கிடந்ததாம் எல்லாரும் சொன்னாங்க.

பக்கத்து ஊர்காரங்க, கட்சிகாரங்க எல்லாரும் வர்றாங்க. கூட்டம் அதிகமாகும் முன் வாருங்கள் அந்த நல்ல மனுசனுக்கு அஞ்சலி செலுத்திவிடலாம். அங்க பாருங்க ஊமையன் கிடந்து அழுறதை எப்படி அழாமல் இருப்பான். தோழரின் சைக்கிள் சினேகிதனாச்சே. ஒருவேளை பிள்ளையில்லாத தோழர் சடலத்துக்கு ஊமையன் தான் கொள்ளி வைப்பான் போல. பராவாயில்லை, கணேசன் இன்று போதை ஏற்றாமல் எல்லா வேலையும் பார்க்கிறான். ஆனால் தங்கராஜா மாமா எதுக்கு இவ்வளவு தேம்பி தேம்பி அழுகிறார் வாருங்கள் பக்கத்தில் போய் பார்ப்போம்.

''இதுவரைக்கும் பத்து ஊருக்கு என்னை வேலைக்கு அனுப்பி வைச்ச மகாராசா ஊட்டிக்கு அனுப்புறேம்னு சொல்லிட்டு அனுப்பாமலே போய்ட்டீங்களே ஐயா. ''ச்சீ ரொம்ப முக்கியம் இவர் ஊட்டிக்கு போறது வாங்க நாம அந்த பக்கமா போகலாம். ஐயோ அங்க பாருங்க கண்ணகிசித்ரா பின்னாடி கற்பகம் அக்கா தன் மகளை கையில் பிடித்தபடி கண்ணீரை தேக்கிவைத்து ஏதோ முணுமுணுக்கிறாள்.

"என் மகளே ராசாத்தி அடியேய் சண்டாளி அங்கப் பார் அதோ சந்தனம் தேய்த்து புது மாப்பிள்ளை மாதிரி படுத்துக்கிடக்கிறாரே அவர்தான் அந்த கிழவர்தான் அந்த ராசந்தான் உன் அப்பா. அவர் மார்பில் போர்த்தியிருக்கிறார்களே ஒரு செங்கொடி அது ஊருக்கெல்லாம் அலைந்து திரிந்து கஷ்டப்பட்டாலும் நம் வீட்டு திண்ணையில மட்டும் தான் படுத்துறங்கியது என் செல்ல மகளே. ஒருவேளை அந்த கொடி இல்லையென்றால் உனக்கு என்றோ முத்தம் கொடுத்திருப்பார் என் மகளே. அவரை நன்றாக பார்த்துக்கொள், உனக்கு கட்டிப்பிடிக்க வேண்டுமென்று தோன்றினால் கட்டிப்பிடித்துக் கொள்,அவரும் மனுசந்தான், என்பதற்கு ஒரே சாட்சி நீ தான் மகளே, முத்தம் கொடுக்க நினைத்தால் தாமதிக்காமல் முத்தம் கொடுத்துவிடு, கல்லால் எறிந்து அவரை மண்டையை உடைக்க நினைத்தால் அவர் முகத்தை உன் நகத்தால் கிழிக்க நினைத்தால் கிழித்துவிடு. இனி ஒருபோதும் உன் அப்பா யாரென்று உனக்கும் இந்த ஊருக்கும் நான் சொல்லப்போவதில்லை. ஆம் எம்மவளே இனி நீ நானாகும் வரை உன் அப்பா யாரென்று மட்டும் என்னிடம் கேட்டுவிடாதே என் செல்ல மகளே"

என்னை மன்னித்துவிடுங்கள் மிகை ஒழுக்க யோக்கியவான்களான உங்களை எங்கள் தெருவுக்கு இந்த இழவு வீட்டிற்கு அழைத்து வந்தது என் தவறுதான். அதற்காக என்னை மன்னித்துவிடுங்கள். வாருங்கள் நாம் கிளம்புவோம். நாம் வாழும் நகரத்தில் நமக்காய் நிறைய வாழ்வியல் கருத்தரங்குகள் நடந்துகொண்டிருக்கிறது.

தாமிரபரணியில் கொல்லப்படாதவர்கள்..

காலம் : தெரியாது

இடம்: தாமிரபரணி, புளியங்குளம்

எதையும் எப்போதும் யாரிடமும் சொல்லாமல், எதையும் கேட்காமல் அந்த பாழாப்போன நதி எல்லா ரகசியத்தோடும் ஒரு செவிட்டு நதியை போல ஒரு மலட்டு நதியை போல இன்னும் சுழித்துக்கொண்டு ஓடுவதுதான் பெரும் பாவம்..

ஆண்டு : 1999

நாள்: ஜீலை 23, இரவு

இடம் : புளியங்குளம்

நேற்று குவித்து வைக்கப்பட்ட உப்பு குவியல்கள் நடுவீட்டில் அப்படியே இருக்கிறது. மணி பத்து தாண்டிவிட்டது முகிலன் இன்னும் வீடு வந்து சேரவில்லை. அம்மாவுக்குதான் பயமாக இருந்தது. தினமும் அவன் இவர்களிடம் அடிவாங்குவதை அவள் வெறுமனே வேடிக்கைப் பார்த்துக்கொண்டிருப்பது அவளுக்கு என்னவோ போலிருக்கிறது.

''யேப்பா பழுந்தரப்பா இப்படி நீட்டி நிமுந்து கிடக்கிய போய் அந்த சீனி பய வீட்லயாவது கேட்டுட்டு வாயேன் எங்க போயிருக்கான் என்ன ஆச்சுன்னு''

அப்பா செல்வராஜ் அப்படியே எழுந்து பின் வாசல் வழியாக அம்மன் கோவிலை பார்த்து போனார். அவருக்கு எல்லாம் தெரியும் பையன் எங்கு போயிருக்கான் அங்கு என்ன நடந்துச்சுன்னு, ஆனால் அவரால் என்ன செய்யமுடியும்? என்னைக்காவது அவர் பேச்ச அவன் கேட்டுருக்கானா, மூத்தபையன் நாய அடிக்கிற மாதிரி தினமும் அடிக்கிறான் அதையே உதித்திட்டு பயமில்லாம ஊர் திரியிறான் அவன பத்தி ஊர்ல எல்லாரும் என்ன பேசிக்கிறாங்க எல்லாமே அவருக்கு தெரியும்.

''பெத்த மூணு ஆம்பிளை பிள்ளைங்கள்ள இரண்டு புள்ளைங்க கொழுந்து மாதிரி இருக்கு, இவன் மட்டும் இந்த வயசிலே ஏன் இப்படி இருக்கான்?'' என்பது அவர் குழப்பம்.

''இன்னும் உன் மவன் வரலல்லா அவன் வரமாட்டான், உனக்கு விஷயம் தெரியுமா? உம்மவன் திருநெல்வேலிக்கு கட்சி மீட்டிங்குக்கு போயிருக்கானாம், முளைச்சி மூணு இலை விடல அதுக்குள்ள அவருக்கு கட்சி மீட்டிங், ச்ச்சீ இங்க பாரு நான் எவ்வளவு அடி அடிச்சிருக்கேன். என்னோட அடி எந்த உதவியும் செய்யலன்னு உம்மவன் போலிஸ்காரனுகிட்ட அடிவாங்க போயிருக்கான் போல, அங்க போலிஸ்காரனுங்க ஆத்துக்குள்ள விரட்டி விரட்டி அடிச்சானுங்களாம். எவனுக்கு என்னாச்சோ எத்தனை உயிர் பறிபோச்சோன்னு எல்லாரும் துண்டக்காணோம் துணியக் காணோம்ன்னு ஊர்வந்து சேர்ந்திட்டானுங்க. ஆனால், உம்மவன அந்த மோடுமுத்துன இளவட்டன மட்டும் இன்னும் காணல. அண்ணன் சொல்லிமுடிக்க அம்மாவிற்கு மயக்கம் வருவது போலிருந்தது.

''ஐயோ! ஐஞ்சாவது புள்ள ஆம்பள பிள்ள வேண்டாம்னு தலையில தலையில அடிச்சிகிட்டேனே கேட்டானா சண்டாள பாவி, என் குடிய கெடுக்கிறதுக்குன்னு கரிசட்டி பய கடைசியா வந்து என் வயித்துக்குள்ள கரி கிடங்கா கிடந்துருக்கானே நான் என்ன பண்ணுவேன்.''என்று அம்மா நெஞ்சில் அடித்துக்கொண்டு அழுதாள்.

இப்படித்தான் முகிலன் எதாவது தப்பு செய்திருந்தால் அவனை வீட்டில் உள்ளவர்கள் அடிப்பதற்கு முன்னால் காப்பாற்ற அவளே தன் நெஞ்சில் தன்னைத்தானே குத்திக்கொள்வாள். குத்தி குத்தி மயக்கமடைவாள். எல்லாரும் அவளுக்கு பண்டுவம் பார்ப்பார்கள் அவள் முகிலனைப் பார்ப்பாள்.

எந்தெந்த வீட்டில் முகிலன்கள் இருக்கிறார்களோ அந்தந்த வீட்டில் அவனுக்கு அம்மாவாக பாப்பாக்கள் இருப்பார்கள்.

''இங்க பாரு ஓவரா கத்தி கூப்பாடு போடாத போன பயலுவள்ள நாலு பேர் அப்புறம் அந்த ராஜகிளி மாமாவும் இன்னும் வரல, அவரு கூடத்தான் எங்காவது இருப்பான் வரட்டும் வந்ததுக்கு அப்புறம் நடக்கப்போற கச்சேரிய தடுத்து நிறுத்திரலாம்னு மட்டும் கனவு காணாத என்னா... அண்ணன் முடிவாய் சொல்லிவிட்டு படுக்க போய்விட்டான். அப்பாவும் அம்மன் கோவிலிலே படுத்துக் கொண்டார். அக்கா மட்டும் போய் பக்கத்து வீட்டு பயலுகளிடம் விசாரித்துவிட்டு வந்தாள்''

''யம்மோவ் அங்க பெரிய கலவரமாமமே யாருக்கு என்னாச்சுன்னு தெரியலன்னு எல்லா பயலுவளும் சொல்றாங்க ஆனால் முகிலன் கூட்டத்துக்குள்ளலாம் மாட்டிக்கிடல எங்களுக்கு தெரியும்னு சொல்றானுவ'' என்றாள் அவள் பங்கிற்கு. அம்மா மறுபடியும் ''ஓ'' என்று சிணுங்க ஆரம்பிக்க

''நீ எதுக்கு இப்ப சிணுங்குற? உம்மவன் ஊரவித்தவன். அவனாவது சிக்குறதாவது பேசாம படு என்று சொல்லி அவளும் சுருட்டி முடங்கினாள்.

விடியட்டும் பார்த்துக்கொள்ளலாம் என்ன நடந்திருக்கிறது, என்ன நடத்தியிருக்கிறார்கள் என்பதை போல ஊர் அத்தனை அமைதியாய் இருந்தது. கொட்ட கொட்ட விழித்துக்கொண்டிருந்த அம்மாவுக்கு மட்டும் மேட்டுத்தெருவில் முனங்கும் நாய் சத்தம் கூட தெளிவாய் கேட்டது.

''ய்ப்பா பரியா என் குலச்சாமி என் புள்ளய நீ தான்பா பத்திரமா ஊடு வந்து சேக்கனும் அப்படி அவனை மட்டும் கொண்டு வந்து

சேத்துட்டன்னா இந்த வருசம் உன் குதிரைக்கு பட்டு எடுத்து சாத்தி அவனுக்கு ஒரு மொட்டையடிக்கிறேன் என் தர்மசாஸ்தாவே'' என்று முனங்கிக்கொண்டே கண்மூடி கிடந்தாள்.

எல்லாமே கொஞ்சம் கொஞ்சம் கேட்டது அவனுக்கு, ஆனால் அம்மா கடைசியில் முனங்கியது தான் கேட்கவில்லை. அதற்கு காரணம்

கொசுக்கடி அதிகமாக இருந்தது, அதவிட மாட்டு சாணத்தின் நாத்தம் இன்னும் அதிகமாக இருந்தது. இதையெல்லாம் பொறுத்துக்கொண்டாலும் பசி உயிரை புடுங்குவதாக இருந்தது. மதியம் பேரணி தொடங்குவதற்கு முன் ராஜகிளி மாமா வாங்கி குடுத்த ஆறு இட்லிகளையும் வயிற்றுக்குள் தான் பத்திரமாக போட்டு வைத்திருந்தான் ஆனால் இப்போது காணவில்லை. தலைதெறித்து ஓடி வரும்போது ரோட்டில் எங்கே விழுந்ததோ. கொஞ்சம் குப்புற படுத்தால் நல்லாயிருக்கும் போல தோன்றியது முகிலனுக்கு, ஆனால் காலை நீட்டினால் சுவர் இடிக்கிறது. நல்லவேளை வீட்டில் கோழிகளே இல்லை அதனால் தான் முகிலனுக்கு மாட்டு தொழுவத்தில் உள்ள இந்த கோழிமடத்தில் ஒளிந்துகொள்ள இடம் கிடைத்தது.

எத்தனை கிலோமீட்டர் இருக்கும் திருநெல்வேலிக்கும் நம்ம ஊருக்கும் முப்பது இருக்கும் அல்லது இருப்பந்தைந்து இருக்கும் அவ்வளவு தூரம் ஓட்டமும் நடையுமாய் வந்திருக்கோம் என்பதை நினைச்சு பார்க்க முகிலனுக்கு வலி முனங்கியது. உண்மையாகவே அவன் உடம்பு அவனுக்கு அப்படி வலித்தது. ஏனெனில் ஈவு இரக்கமில்லாத அதிகாரம் வெறிபிடித்து சுழட்டிய சாட்டையின் தடம் அவன் முதுகில் அப்படியே அப்பியிருந்தது.

ஆண்டு : 1999

நாள்: ஜீலை 22, இரவு

இடம் : புளியங்குளம்

கற்பி ஒன்றுசேர் புரட்சிசெய் ; செய் அல்லது செத்துமடி, ''வேண்டாம் அந்த செய் அல்லது செத்துமடிய மட்டும் எடுத்துருங்க.''

"ஏன் என்ன ஆச்சு?"

"இல்ல கற்பி ஒன்றுசேர் புரட்சிசெய் மட்டும்தான் அம்பேத்கர் சொன்னது 'செய் அல்லது செத்துமடி' என்பது காந்தி தாத்தா சொன்னது"

"அதனால என்ன எல்லாம் படிக்கும்போது நமக்கு சரியாதான வருது இருக்கட்டும்"

"வேண்டாம்பா எடுத்துருங்கன்னு சொன்னா எடுத்துர வேண்டியதானே"

"செய் அல்லது செத்துமடி நல்லா நமக்கு பொருத்தமா இருக்கில்ல அதுதான் சொன்னேன்"

"இங்க பாரு என்னன்னமோ காரணம் சொல்லி ஏதேதோ வித்தகாட்டி அம்பேத்கரும் காந்தியும் வேற வேற ஆளில்லைன்னு சொல்றதுக்கு நிறைய கூட்டம் நிறைய கலர்ல வந்துகிட்டே இருக்கு. அதுதான் அது வேண்டாம் எடுத்துருங்க"

"டேய் மாமா சொன்னா சரியாத்தான் இருக்கும் எடுத்துரு வேணுமுன்னா நமக்கு ஏத்த மாதிரி நம்ம போராட்டத்துக்கு ஏத்த மாதிரி நீங்க ஒரு லைனை பிடிச்சு எழுதுங்க என்ன"

"எங்க இவ்வளவு பேசுறல்ல நீ ஒன்னு சொல்லு பார்ப்போம்..."

"அதெல்லாம் தெரிஞ்சா நான் ஏண்டா இன்னும் அந்த முட்டாப்பய மவன் வீட்ல சாணி அள்ளி போட்டுட்டு வாறேன்"

"அண்ணே நான் சொல்லட்டுமா அதுக்கு மேட்சா?"

"எங்க சொல்லு பார்ப்போம்"

"அடைந்தால் மாஞ்சோலை இல்லையேல் மரணசோலை"

"அட யோவ் மாமா பரவாயில்லயா பையன் நல்ல வெடிப்பா தான் இருக்கான். பின்றானே"

''ஆமா சின்னப்பையன் சினிமா டயலாக்க அடிச்சிவுடுறான் அத போய் பெருசா பேசுற, ஒருவேளை அங்க கலவரம் கிலவரம் வந்தா இந்த போர்டு வைச்சிருக்கிறவன் செத்தான்''

''பரவாயில்ல நானே இந்த போர்ட வைச்சிக்கிறேன் என்ன ஆனாலும் பரவாயில்ல இதுக்கு ஒரு முடிவு தெரிஞ்சாகனு ம்ணுதான போறோம்''

''அடைந்தால் மாஞ்சோலை

இல்லையேல் மரணசோலை''

''நல்லா திக்கு செவப்புல எழுது அப்புறம் அப்படியே மத்த எல்லாத்தையும் எழுதுங்க. நான் போய் இரண்டு பருக்கைய அள்ளி போட்டுட்டு வந்துடுறேன். வாவரசி உங்க அத்த என்ன கொழம்பு வைச்சிருக்காளோ?''

ராஜகிளி மாமா அப்படியே வீட்டை பார்த்து நடைய கட்டினார்

''அங்க பாரு மாமன் நடந்து போற தோரணைய. மனுசன் பெறங்கைய கட்டி எப்படி நடக்குறான் பாரு ராஜ தோரணை தான். வயசு ஐம்பது ஆச்சுன்னு ஒரு பொம்பளை ஊருக்குள்ள சொல்ல முடியுமா என்ன?''

''இப்போ அப்படியே அவர் பின்னாடியே போய் பார்த்தா தெரியும். என்னமோ இப்போதான் இளவட்டன்னு நினைப்பு வயசான காலத்துல நாளு கஞ்சிய குடிச்சமா குச்சிக்குள்ள முடங்குனமான்னு இல்லாம தோரனையா ஏத்தாப்பு போட்டு சுத்துராறு துரை அப்படின்னு தங்கம்ம அத்த கிழி கிழின்னு கிழிப்பா போய் கேக்கிறியா?''

''உனக்கு பொறுக்காத நீ எழுது''

''உங்களோடு நாங்கள் செய்துகொள்ளும் சமரசம் என்பது எம் தலைமுறைக்கு யாம் அருந்த கொடுக்கும் ஒரு கோப்பை விஷம்''

''உயிர் வாழ அல்ல இப்போராட்டம் உணர்வுள்ளவனாய் வாழ''

''அடக்குமுறைக்கு அஞ்சிடமாட்டோம் அதிகாரத்தை மிஞ்ச விடமாட்டோம்''

''ஆட்சிதான் உங்கள் கையில் அதிகாரம் அது எங்கள் கையில்''

நேற்று எல்லாப் பதாகைகளும் எழுதிமுடிக்கும் போது இதே நேரம் ஆகிவிட்டது.

''யப்பா பாண்டிய ராசாக்களா அப்படியே போய் அம்மன் கோவில்ல படுத்தேன், ஆலமரத்துல படுத்தேன்னு மலந்து கிடந்திராதீங்க காலையில டான்னு எட்டு மணிக்கெல்லாம் வண்டி வந்துரும் ஞாபகத்துல வைச்சிக்கோங்க என்ன''

மறுபடியும் ராஜகிளி மாமா வந்து சொல்லிவிட்டு போனார்.

''எங்க போய் படுக்கிறது வீட்டுக்கு போனா அவ்வளுவுதான் நாளைக்கு இராத்திரிவரை நான் எங்க நடுவீட்ல தலைகீழாதான் தொங்கிட்டு இருப்பேன் நான் இங்கேயே படுத்துக்கிறேன்னே''

பொதுவாசகசாலையிலே முடங்கிகொண்டான் முகிலன்.

என்ன ஆனாலும் சரி நாளைக்கு திருநெல்வேலியில நடக்கிற மாஞ்சோலை மக்களுக்கான பேரணியில் கலந்துகொண்டே ஆகவேண்டும், தலைவரை பார்த்தே ஆகவேண்டும். என்ன கலருடா மனுசன் படிக்க படிக்க கலர் கூடும்போலிருக்கு எவ்வளவு பெரிய படிப்பாளி படிப்ப விட்டுட்டு தொழில விட்டுட்டு எங்களுக்காக வந்திருக்கார். ஆனால் வீட்டை நினைச்சாதான் அவனுக்கு பக்கென்று இருந்தது.

''ஆமா இந்த மாஞ்சோலை எங்க இருக்கு அது எப்படி இருக்கும் நாளைக்கு போகும்போது எல்லாத்தையும் ராஜகிளி மாமாகிட்ட கேட்கனும். மாமாவுக்குதான் எல்லாம் தெரியும். மாஞ்சோலை பேரே எவ்வளவு அழகா இருக்கு''.

ஒருவேளை நாளைக்கு வண்டியில ஏறும்போது அண்ணன் வந்து பிடிச்சிட்டு போயிட்டா அவ்வளுவுதான் குடும்ப அடக்குமுறைக்கு நாம் உள்ளாக்கப்பட்டு சிறைவைக்கப்படுவோம் அதுமட்டுமா,

ஒருநாள் முழுவதும் தலைகீழாத் தொங்கவிடப்படுவோம். அதுக்காக நாளைக்கு போவாம இருக்கிறதா என்ன? இன்னைக்கு வீட்டுக்கு போவாம இருந்ததுக்கு நாளைக்கு தண்டனை கட்டாயம் உண்டு நாளைக்கும் போவாம இருந்தா அடுத்த நாள் தண்டனையும் கண்டிப்பா உண்டு. அப்புறம் என்ன ரெண்டையும் சேர்த்து கேட்டு வாங்கிருவோம். அதனால காலையில எட்டு மணிக்கு நாம இங்க இருக்கவேண்டாம் கிளம்பி நேரா புளியமரத்திற்கு போய் நின்றணும் அங்க வண்டி வரும்போது ஏறிக்க வேண்டியதுதான்.

எப்போதும் நடக்கக்கூடிய மிக சரியான நல்ல திட்டங்களை தீட்டியவர்களுக்கு நல்ல தூக்கம் வரும் போல முகிலனுக்கும் நல்லா வந்தது தூக்கம். அப்படியே கண்ணயர்ந்தான் ''ஒருபோதும் குடும்ப அடக்குமறைக்கு அஞ்சமாட்டேன். இனிமேல் அடுத்தமுறை பெயிலாக மாட்டேன்.''

முகிலன் இன்னும் பத்தாவது பாஸ் ஆகவில்லை என்பதுதான் அவன் மீது ஏவிவிடப்படும் அவனின் குடும்ப அடக்குமுறைக்கான முதல் காரணம். முதல்முதலில் அம்மன் கோவிலின் சுவரில் அம்பேத்கர், இம்மானுவேல் என்று கரி துண்டால் எழுதும் போது போனபடிப்புதான் இன்னும் திரும்ப வரவில்லை. அதன் பின் டவுசரை பிடித்துக்கொண்டு கொடியங்குளம் கலவரத்துக்காக மூக்கு உறிஞ்சிகொண்டு வீடுவீடாய் போய் அரிசி வசூலிக்கும் போது அது போயே போச்சு. அதன் பின் ஏற்பட்ட கலவரங்களில் ஊரை பாதுகாப்பதற்காக விடிய விடிய ஊரை சுற்றி விழித்திருந்த இளைஞர்களுக்கு பீடி வாங்கி கொடுப்பது டீ போட்டு கொடுப்பது என படுவேகமாக வளர்ந்தது ராஜகிளி மாமாவோட அவனது சினேகம், ராஜகிளி மாமா எதை நம்புறாரோ அதை அவன் நம்புகிறான், ராஜகிளி மாமா எதை விரும்புகிறாரோ அதை அவனும் விரும்புகிறான்.

ஆண்டு : 1999

நாள்: ஜீலை 23, காலை

இடம் : புளியங்குளம்

மாஞ்சோலை தோட்ட தொழிலாளர்களுக்கு கூலி உயர்வு கேட்டும் ஏற்கனவே கைது செய்யப்பட்ட 600க்கும் மேற்பட்ட தொழிலார்களை விடுதலை செய்ய வேண்டும் என்ற கோரிக்கைகளை வற்புறுத்தி திருநெல்வேலியில் இன்று மாபெரும் பேரணி நடத்தப்படுகிறது.

முகிலன் ஊருக்கு வெளியே மெயின்ரோட்டில் நிற்கும் புளியமரத்தின் கீழே நின்றுகொண்டிருந்தான். கொஞ்சம் பயமாகத்தான் இருந்தது. அந்த புளியமரத்தில் ஏறி புளியங்காய்களை உதுத்துக்கொண்டிருந்த போது புளியங்கம்பால் அண்ணனிடம் வாங்கிய அடியை வலதுகை அந்த நேரத்தில் நினைவுபடுத்தியது ஆனால், அதற்குள் நல்லவேளை வண்டி வந்துவிட்டது.

''டேய் முகிலா நீ வரவேண்டாண்டா உங்க அண்ணனும் உங்க அம்மாவும் வந்து தேடிட்டு நீ வந்தா அவன கூட்டிட்டு போவாதீங்கன்னு சொல்லிட்டு போயிருக்காங்க'' என்றதும் முகிலன் ராஜகிளிமாமவை பார்த்தான். அவருக்கு எல்லாம் தெரியும் நல்லது கெட்டது எல்லாம் தெரியும் என்பது அவன் நம்பிக்கை. ராஜகிளி மாமா அவனை பார்த்தார். முகிலனின் கண்களில் நீர் தேங்கியிருந்தது வண்டி அவனை ஏற்றாமல் நகர்ந்தால் அது அவனது கண்ணீர் அணையை உடைக்கும் அப்புறம் நமது வண்டி கண்ணாடியையே அது பின்னால் இருந்து கல்லெடுத்து உடைக்கும் என்பது அத்தனை உண்மை என்று அவருக்கு தெரியும். அவருக்கு தான் எல்லாம் தெரியுமே.

''நீ ஏறுடா முகிலா நான் பாத்துக்கிறேன் ஆனா ஒண்ணு என் கூடவே இருக்கணும் நான் சொல்றதைக் கேட்கணும் சரியா?''

வண்டி புறப்பட்டது சீறிக்கொண்டு, ஜன்னல் காத்துப்பட்டு சிலிர்த்து அடங்கினான் முகிலன். ''இதோ வருகிறேன் தலைவா நொண்டி பெருமாளின் கடைசிபேரன். நீங்கள் சேர்த்து வைத்திருக்கும் லட்சம் கைகளோடு இதோ என் இரு கைகளையும் சேர்த்து உயர்த்த.

ஆண்டு : 1999

நாள்: ஜீலை 23, மதியம்

இடம் : திருநெல்வேலி

முகிலன் இப்போதுதான் முதல்முறையாக திருநெல்வேலிக்கு வந்திருக்கிறான். கடைசியாக ஹைகிரவுண்ட் அரசு மருத்துவமனைக்கு வந்திருந்தான். அப்போது அதுதான் திருநெல்வேலி என்று நம்பிக்கொண்டிருந்தான். அண்ணனிடம் கூட கேட்டிருந்தான்

''எங்கண்ண நெல்லையப்பர் கோவில் கோபுரத்தக் காணல?'' என்று. ஆனால் இப்போதும் அவனுக்கு நெல்லையப்பர் கோவில் கோபுரம் தெரியவில்லை கொஞ்சம் குழப்பமாகத்தான் இருந்தது. கொடியை இறுக்க பிடித்துக்கொண்டான். ராஜகிளி மாமாகிட்ட கேட்டா அவர் சொல்ல போறாரு

''என்ன மாமா இதுதான் திருநெல்வேலியா நெல்லையப்பர் கோவில் கோபுரத்தை காங்கல?

''டேய் இது ஜங்சன் அது டவுன்ல இருக்கு''

''அப்படின்னா எல்லாம் முடிஞ்சி போகும்போது என்னைய கூட்டிட்டு போய் கோபுரத்த காட்டு மாமா. அப்புறம் ஏன் மாமா இங்க நிறைய கடைங்க பூட்டிக்கிடக்கு?''

''அதுவா நாம கூட்டமா போறாமோ அதனால போற போக்குல அவனுங்கள கொள்ளையடிச்சுருவோமா அதுக்குத்தான்'' என்று ராஜகிளி மாமா அவன் கையில் கொடுத்த பதாகையை இப்போது எடுத்து உயர்த்திபிடித்தான் அதில்

''சம உரிமைக்காய் உயிர்விட அஞ்சோம்'' என்று எழுதியிருந்தது தற்செயலானதே.

கூட்டம் இன்னும் முழுமையாக கூடிவிடவில்லை. எல்லா திசைகளிலிருந்தும் கொஞ்சம் கொஞ்சமாக வந்துகொண்டே இருந்தார்கள். ராஜகிளி மாமா முகிலனை கூட்டிட்டு போய் ஒரு

ரோட்டு கடையில் ஆறு இட்லிகளை வாங்கிகொடுத்தார். அவருக்குதான் எல்லாம் தெரியுமே, காலையில் இருந்து முகிலன் இன்னும் சாப்பிடல என்பதும் அவருக்கு தெரியாம இருக்குமா என்ன....

''மாமா இந்த மாஞ்சோலை எங்க மாமா இருக்கு நீ போயிருக்கியா?''

''நான் போனதில்ல ஆனா என் பொஞ்சாதி போயிருக்கா அவளோட அம்ம கூட பொறந்த கிழவி ஒண்ணு அங்க தான் இருந்துச்சாம். நம்ம மணிமுத்தாறு டேம் இருக்குல்ல அதுக்கு மேல இருக்குன்னு நினைக்கிறேன். அப்படியே ஊட்டி மாதிரி இருக்கும்னு சொல்லி உங்க அத்தை ரொம்ப பீத்திக்குவா நான் மாஞ்சோலைக்காரின்னு.''

''நீ ஊட்டிக்கு போயிருக்கியா மாமா?''

''என்னது ஊட்டிக்கு போயிருக்கியாவா அங்க தானடா மாமா பத்து வருஷம் குப்ப கொட்டுனேன்.''

வடக்கு, தெற்கு, கிழக்கு, மேற்கு என எல்லா திசைகளிலிருந்தும் கொஞ்சம் கொஞ்சமாக கூட்டணி கட்சிக்காரர்கள் தலைவர்கள் வரத்தொடங்கினார்கள். ஆனால் அவர்களைவிட வண்டி வண்டியாய் போலிஷ்காரர்கள் தான் வந்துகொண்டிருந்தார்கள். அது மட்டுமல்லாமல் முதல் முதலாக மிலிட்டரியை அங்குதான் முகிலன் பார்த்தான். சினிமாவில் பார்த்தது போலவே விறைப்பாக நின்றுகொண்டிருந்தார்கள்.

''எதுக்கு மாமா மிலிட்டரியெல்லாம் வந்திருக்கு?''

''நம்ம தலைவர் வந்தாலே மிலிட்டரி வந்தாகணும்லா சும்மா கத்திட்டு போற கூட்டமா நாம. இன்னைக்கு ஒரு முடிவு தெரிஞ்சாகணும்னுதான எல்லா சனமும் புள்ளை குட்டிகளையெல்லாம் அந்த மலையில இருந்து இறக்கிட்டு வந்து இங்க இந்த நடுரோட்டல உட்காந்திருக்குதுங்க.''

எவ்வளவு பெண்கள் எவ்வளவு குழந்தைகள், எவ்வளவு கோஷம். ஐயோ! நரம்பு புடைத்து உடம்பில் உஷ்ணம் ஏறுவது போலிருந்தது முகிலனுக்கு. குழந்தைகள் நடுரோட்டில் ஓடி பிடித்து விளையாடிக்கொண்டிருந்தார்கள். பெண்கள் கூட்டம் கூட்டமாக அமர்ந்திருந்தார்கள். ரயில்வே ஸ்டேசன் காமராஜர் சிலைக்கு பின்னாடி நின்றிருந்தது பர்தா அணிந்திருந்த இஸ்லாமிய பெண்கள் கூட்டம். எல்லாருடைய கைகளிலும் கொடி. "உங்க சொத்தையா கேட்டோம் நாங்க செத்து போறதுக்குள்ள எங்க கூலிய தாங்கன்னு தானே கேட்கிறோம்" சிலர் அப்போதுதான் தங்கள் கைகளில் இருந்த பெரிய அட்டைகளில் எழுதிக் கொண்டிருந்தார்கள். எல்லாரிடமுமே போராட்டம், வெயில், கோஷம், இதை தாண்டி ஏதோ புது உற்சாகமும் சந்தோசமும் தெரிவதாக முகிலனுக்கு தோன்றியது.

"மாமா இப்போ நாம ஊர்வலமா எங்க போகப்போறோம்?"

"தலைவரு கூட்டணி கட்சிக்காரங்க எல்லாரும் வந்ததுக்கு அப்புறம் மொத்தமா போய் நம்ம கோரிக்கையெல்லாம் எழுதி கலெக்டர்கிட்ட மனு கொடுக்கப்போறோம்."

"ஏன் மாமா ஒரு மனு கொடுக்கிறதுக்கா இவ்வளவு பேர் போறோம்?"

"ஆமா அம்பது பேர் போனா பிடிச்சு உள்ள போட்டானுவ நூறு பேர் போனாலும் பிடிச்சு உள்ள போட்டானுவ அதுதான் இப்போ பத்தாயிரம்பேருக்கு மேல போறோம். இப்போ அவனுங்க என்ன பண்றானுங்கன்னு பார்க்கலாம்."

சொல்ல சொல்ல ராஜகிளி மாமாவுக்கு ஏதோ என்னவோ போலிருந்தது. ஏற்கனவே வாயில் மென்றுகொண்டிருந்த இட்லியை துப்பிவிட்டு கையை கழுவினார். தோளில் இருந்து நழுவி விழுந்த துண்டைத் தூக்கி மறுபடியும் தோளில் போடும் போது எல்லா திசைகளில் இருந்தும் குவிந்துக்கொண்டிருக்கும் மக்கள் கூட்டத்தை ஒருமுறை பார்த்தார். அவ்வளவு நேரம் இறுக்கமாக இருந்த அவர் முகம் இப்போது கொஞ்சம் மலர்வது போல தெரிந்தது முகிலனுக்கு.

இவனுங்க உள்ள போடுற ஜட்டி என்ன விலை விக்குது இன்னைக்கு, இவனுங்க பாட்டில் பாட்டிலா அடிக்கிற சரக்கு என்ன விலை விக்குது இன்னைக்கு, நா பசங்க காலங்காலமா உழைச்சு தவிச்சு போன மக்களுக்கு ஒரு நூறு ரூபாய கூட்டி கொடுத்துட்டா இவனுவ சொத்தா அழிஞ்சு போகும் பன்னிப் பயலுவ வாய பொத்திகிட்டு இப்படி வருஷ கணக்கா இழுத்து அடிக்கிறானுவ...

''வெறும் நூறு ரூபாயா மாமா.''

''ஆமாடா ஒரு நாளைக்கு எத்தனை கிலோ தேயிலை புடுங்கினாலும் வெறும் அம்பத்தி மூன்று ரூபா தான் கொடுப்பானுவளாம். அது குத்திக் கிழிக்கிற கால் புண்ணுக்கு மருந்துபோட காணுமா இல்லை அப்படியே மத்தியான நேரத்துல கொத்தா புடிச்சி திருவுற வயித்து பசிக்கு தான் காணுமா. மலையில தலை குப்புற நின்னுகிட்டு தேயில புடுங்கி பார்த்தா தெரியும்.''

எல்லா ஜமீன்கிட்டயிருந்தும் நிலத்த புடுங்கின அரசாங்கம் நம்மள அடிமையா வைச்சிருக்கணும்ங்கிறதுக்காகவே அந்த வடநாட்டுக் காரனுவங்ககிட்ட இன்னும் அவ்வளவு பெரிய இடத்தை குத்தகைக்கு கொடுத்துருக்கோம் என்ற பேர்ல இப்படி சீரழிக்கிறானுவ தேவிடியா பயலுவ. இவனுங்களே அத எடுத்து நடத்துனாதான் என்னவாம்....

என்னமோ இவனுங்க அம்ம தாலிக்கொடியவா தான்னு கேட்ட மாதிரி ஊடு புவுந்து அடிச்சி நூத்தி இருபேத்தேழு பேரை இழுத்துகிட்டு போறானுங்களே அதை பார்த்துகிட்டு சும்மா இருக்கிறதுக்கு பள்ள பய என்ன நாதியத்தவானா இல்ல திராணியில்லாதவனா அதுதான் கலெக்டர் வீட்டைப் போய் பூட்டுனானுவ... சரி அவனுங்க அவ்வளவு பேரும் கலெக்டரை அடிக்க வந்தானுங்கன்னு புடிச்சு உள்ள வைச்சானுவளே மறுநாளே நூறு பொம்பளைங்க புள்ள குட்டியோட வந்தாங்களே அவங்கள எதுக்கு பிடிச்சு உள்ள வைச்சிருக்கானுவ.

''மாமா இட்லிக்கு காசு கேக்குறாங்க''

''எவ்வளவு?''

"இருபத்தைந்து ரூபாயாம்" சரியாக சில்லறையை எண்ணி கொடுத்தார் ராஜகிளிமாமா. அதற்குள் அவர்களை தேடி எல்லாரும் வந்துவிட்டார்கள்.

"என்ன மாமா நீ சாப்பிட போறோம்னு ஒரு வார்த்தை சொல்லிட்டு வர்றலாம்ல நாங்க அங்க மேம்பாலத்து கீழ கிடந்து தேடிகிட்டு இருக்கோம்."

"இல்லல்ல இந்த பய பல்லுக்கூட விளக்கல பாவம் எப்படி பசிக்கும் அதுதான் அப்படியே கடைய தேடி வந்தோம், இன்னும் கொஞ்ச நேரம் ஆனா இந்த கடைகளும் இருக்காது. அது சரி வண்டிய எங்க நிப்பாட்டினிய?"

"வண்டிய இங்க எங்கேயும் நிப்பாட்ட விடல, பேரின்பவிலாஸ் தியேட்டர தாண்டிதான் நிப்பாட்டிருக்கோம்."

"யோவ் மாமா பரவாயில்லையா கூட்டம் செமையா இருக்கு. இன்னும் ஏறும் போல இருக்கே... இதுக்குள்ளே கோட்டைக்கு நியூஸ் போயிருக்கும்ல."

"போவாமலா அவங்களும் நமக்கு சமமா காக்கி சட்டைய கொண்டு வந்து இப்படி இறக்கிருக்கானுவ அதெல்லாம் எப்பவோ போயிருக்கும்."

"அப்படின்னா இன்னைக்கு ஒரு முடிவு தெரிஞ்சுடும்னு சொல்லு"

"தெரிஞ்சாகணும்., அப்புறம் ஒரு விஷயம் எல்லாரும் தெளிவா கேட்டுக்குங்க ஒருவேளை எதாவது தள்ளுமுள்ளு வந்தா ஆளுக்கு ஒரு ஓரமா நின்னுட்டு எப்படியாவது வண்டிக்கிட்ட வந்திருங்கப்பா என்ன, எதாவது வினைய இழுத்து வைச்சிராதீங்க"

போலிஸ் அறிவிப்பு தெளிவாய் கேட்டது.

"வாகன ஓட்டிகளுக்கு ஒரு அறிவிப்பு."

"இன்னும் சிறிது நேரத்தில் ரயில்வே ஸ்டேசனிலிருந்து கிளம்பும் ஊர்வலம் அப்படியே தேவர் சிலை, ஆற்றுபாலம் வழியாக கலெக்டர் ஆபிஸ் போக இருப்பதால். மதுரை மெயின் ரோடு, அப்புறம்

திருச்செந்தூர் மார்க்கமாக செல்ல வேண்டியவர்கள் தச்சநல்லூர் சாலையில் ராம் தியேட்டர் வழியாக வண்ணார்பேட்டைக்கு செல்லுமாறு கேட்டுக்கொள்ளப்படுகிறார்கள்''

''டேய் முகிலா தலைவர் வந்துட்டாருன்னு நினைக்கிறேன் என் பின்னாடியே வரணும் கூட்டத்துக்கு உள்ள போயிராத ஜாக்கிரதைடா பார்த்து வா''

ராஜகிளி மாமா தன் விரல் பிடித்துகொண்டு நின்றிருந்த முகிலனிடம் அவ்வளவு சத்தம்போட்டு சொன்னார். கூட்டம் அதிகமாகிக்கொண்டே போனது. எவ்வளவு முயன்றும் முகிலனுக்கு தலைவர் தெரியவில்லை.

''மாமா தலைவர் வந்துட்டாரா எனக்கு தெரியல மாமா எல்லாரும் மறைக்கிறாங்க''

''அங்க பாருடா மனுசன் எம்.ஜி.ஆர் மாதிரி எம்புட்டு சிவப்பு எம்புட்டு தோரணைன்னு டேய் கந்தா இவனை கொஞ்சம் தூக்கி காமிடா''

கந்தண்ணன் முகிலனை கொஞ்சம் தூக்கி காண்பித்தான். தலைவர் ஏதோ பேசினார் முகிலனுக்கு சுத்தமாக கேட்கவில்லை முகிலனுக்கு கேட்டதெல்லாம்.

''அஞ்சமாட்டோம் அஞ்சமாட்டோம் அடக்குமுறைக்கு அஞ்சமாட்டோம்''

''கெஞ்சமாட்டோம் கெஞ்சமாட்டோம் உங்கள் கால் பிடித்து கெஞ்சமாட்டோம்''

கோஷங்கள், கோஷங்கள். கோஷங்கள்

கோஷங்கள் மட்டுமே கேட்டது.

இதோ பேரணி தொடங்கிவிட்டது

ஒரு தோலுரிந்த கூட்டம் நகர தொடங்கிவிட்டது. தலைவர்கள் ஒரு வாகனத்தில் முன்னாடி போனார்கள். முகிலனுக்கு அதில் பெயர் தெரியாத தலைவர்கள் நிறையபேர் இருந்தார்கள். அந்த நகரம்

தனக்கு இன்னும் சிறிது நேரத்தில் என்ன நடக்கப்போகிறது என்பது முன்னாடியே தெரியும் என்பது போல அத்தனை கடைகளையும், கண்களையும் மூடிகொண்டு திருட்டுத்தனமாக வேடிக்கை பார்த்துக்கொண்டிருந்தது. அந்த பெரிய நகரத்தின் பெரிய கட்டிடங்களையும் விளம்பர பதாகைகளையும் முகிலன் வியந்தபடி பார்த்துக்கொண்டே நடந்து வந்தான். எவ்வளவு பெண்கள், எவ்வளவு குழந்தைகள், எவ்வளவு மக்கள், எவ்வளவு உணர்ச்சி. எவ்வளவு ஆவேசம்....

பேரணி இப்போது மிகசரியாக கொக்கிரகுளம் ஆத்துபாலத்தில் ஊர்ந்துகொண்டிருந்தது. இப்போதுதான் ஒரு பாலத்திலிருந்து அதுவும் பஸ்கள் லாரிகள் செல்லும் ஒரு பெரிய பாலத்திலிருந்து அந்த நதியை அவன் அப்படி பார்க்கிறான்.

அந்த நதி அவனுக்கு அவ்வளவு பரிச்சயமானது அவ்வளவு பால்யமானது. பரணி, தாமிரபரணி. அவன் நிறைய விழாக்களில் வில்லு பாட்டுகளில் கேட்டிருக்கிறான். ஒரு அம்மா முகம் நிறைய பவுடரை முகத்தில் அப்பிக்கொண்டு வில்லின் மீது கட்டையால் அடித்தப்படி பாடுவாள்.

"தாமிரபரணி தண்ணியிலே தங்கம் இருக்குது என்பார்கள்

தங்கம் இருக்குதோ இல்லையோ

ஆனால் தமிழ் இருப்பது நிச்சயமே"

அந்த நதி இவ்வளவு பெரிய நகரத்தை தாண்டி தான் அவனிடம் வருகிறது என்று நினைக்கவே அவனுக்கு அவ்வளவு வியப்பாய் பிரமிப்பாய் இருந்தது. நதியை பார்த்துக்கொண்டே வந்தான். நதிக்கு நடுவே அதாவது நடுநதியில் இருக்கும் கோவில் கோபுரம். அப்புறம் நதியின் மீதாக ஒரு ரயில் பூச்சியை போல ஊர்ந்து செல்லும் அந்த திருச்செந்தூர் பாசஞ்சர் ரயில் எல்லாவற்றையும் பார்த்த அவன் மாமாவிடம் கேட்டான்

"மாமா இங்க இந்த ஆத்துல மட்டும் தண்ணி இவ்வளவு கம்மியா முட்டளவுதான் வருது ஆனா நம்ம ஆத்துக்கு வரும்போது மட்டும் எப்படி அவ்வளவு அதிகமாக வருது?"

''டேய் அது வேற ஒண்ணுமில்லடா பக்கத்துல உள்ள எல்லா சாக்கடையும் சேர்ந்து நம்ம ஊருக்கு வரும்போது தண்ணி அதிகமாகிடுது அந்த சாக்கைடையில் தான் நாம குளிக்கிறோம் புரியுதா? மாமா சிரித்தபடி சத்தம் போட்டு சொன்னார்.''

மாமா விளையாட்டுக்காக அப்படிச் சொல்கிறார் சாக்கடையில் எப்படி தங்கம் இருக்கும் தமிழ் இருக்கும் சும்மா பொய் சொல்கிறார். ஆனால் எப்படி தான் இதில் முங்கி குளிப்பார்களோ பாவம் என்ற சந்தேகத்தோடு வந்தவன் மாமாவின் கை பிடியை கொஞ்சம் உதறி ஏற்கனவே கீழ விழுந்துவிட்ட தன் கொடியை எடுப்பதற்காக குனிந்தான். மாமாவை தொலைத்தான், கந்தண்ணனை தொலைத்தான், கூட வந்த எல்லாரையும் தொலைத்தான் முகிலன்.

''மாமா மாமா மாமா எங்க இருக்கிறீங்க? மாமா...........''

யாருக்கு கேட்கும், இப்போது எதுவும் கேட்காது கேட்டெதெல்லாம்.

''உயர்த்து உயர்த்து எங்கள் உழைப்பின் மதிப்பை உயர்த்து''

''விலக்கு விலக்கு 600 அப்பாவி தொழிலாளர்களின் கை விலங்குகளை விலக்கு''

அரசாங்கம் அனுப்பிய முதல் ஏவல் துறையை போல வெயில் அவ்வளவு மூர்க்கமாக இயங்கிகொண்டிருந்தது.

தன் கைக்குழந்தையோடு கோஷமிட்டபடி சென்ற ஒரு பெண் தன் குழந்தையை முகிலனிடம் கொடுத்து தன் ஆடைகளை சரிசெய்துவிட்டு வெயிலுக்காக தன் குழந்தையின் தலையில் அந்த கொடியை ஒரு தலைப்பாகை போல கட்டினாள். குழந்தைக்கு எல்லாம் தெரிந்துவிட்டது போல அப்போதே அவ்வளவு அழ தொடங்கிவிட்டது. அழுத குழந்தையை வாங்கிகொண்டு அவள் அவ்வளவு வேகமாய் முன்னேறினாள். ஒருவேளை அவளின் கணவன் மூத்த பிள்ளையோடு முன்னாடியே போயிருக்கக்கூடும் போல.

ஒரு பெரியவர் அப்படியே ராஜகிளி மாமா முகசாயல் ஆனால் அவருக்கு கா்லிங் இல்லை ''யாரிடமாவது குடிக்கத் தண்ணீர் இருக்கா கொஞ்சம் தண்ணீர் இருக்கா'' என கத்திக்கொண்டே வர, நல்ல கருத்த முகிலனைவிட கருப்பான பெண்ணொருத்தி தான் கொண்டு வந்திருந்த பாட்டில் தண்ணீரை அவருக்கு கொடுக்க வாங்கிக் குடித்த அவர் ''அடிமைகள் இல்லை நாங்கள் அடிமைகள் இல்லை'', என கொஞ்சம் சாய்ந்த நடையோடு நகர்ந்து போனார். அந்த கருத்த பெண்ணின் முகசாயல் தன் அக்கா உச்சினியை ஒத்திருப்பதாக முகிலனுக்கு பட்டது. ஆனால், உச்சினி முகிலனின் அம்மா கலர். ஆனால் இவளோ முகிலனின் அப்பா கலரில் இருக்கிறாள். அப்பா முகிலன் கலர். முகிலன் அப்பா கலர். கூட்டம் இப்போது கலெக்டர் ஆபிஸை நோக்கி வளைந்து திரும்பியது.

''எல்லாரும் அப்படியே நில்லுங்க எல்லாரும் கொஞ்சம் அமைதியா நில்லுங்க.'' திடீரென்று கூட்டம் நகராமல் அல்லது நகர்ந்து அப்படி இப்படி என முட்டிக்கொண்டு முனங்கிகொண்டு நின்றது. தூரத்தில் தலைவர்கள் காவல்துறையால் மறிக்கப் பட்டார்கள். தலைவர்கள் அவர்களோடு பேசினார்கள் அவர்கள் தலைவர்களோடு பேசினார்கள். எல்லாரும் எல்லாருடனும் பேசினார்கள்... வெயில் எல்லாரையும் எதாவது பேச வைத்தது.

''என்னப்பா என்னதான் சொல்றானுங்க''

''இல்ல யாரும் போகக்கூடாதாம். யாராவது நாலு பேர் மட்டும் தான் போகணும்னு சொல்றாங்களாம்.''

''ஆமா அவனுங்க முகத்த எங்களுக்கு பாத்துகிட்டே இருக்கணும்னு ஆசை பாரு எங்க தலைவர் மட்டும் போனா போதும் எங்களுக்கு''

''தலைவரை மட்டும் தான் போக சொல்றாங்க ஆனா கார்ல போகக் கூடாதாம் அவர் நடந்துதான் போகணுமாம்.''

''அதுதான பார்த்தேன் இவ்வளவு பெரிய கூட்டத்த கூட்டிக்கிட்டு தோரணையா அவர் கார்ல வந்தா இவனுங்க கண்ணு பொறுக்குமா?''

கூட்டம் என்னன்னமோ பேசியது, கத்தியது, குழம்பியது, தவித்தது, வெறுப்படைந்தது, தலைவர் பேசினார்.

"இதுக்கு மேல நாம போக கூடாதாம் எல்லாரும் அப்படியே அங்கங்க உட்காருங்க."

"ஐயா கீழ தரை சுடுது எப்படி உட்கார முடியும்?"

"அப்படியே உங்க செருப்ப கழட்டி போட்டுட்டு அதுக்கு மேல உட்காருங்க, அமைதியா உட்காருங்க. யாரும் எந்த சத்தமும் போடக்கூடாது உட்காருங்க"

அவ்வளவு பெரிய கூட்டம். அத்தனை சிறிய இடம். அப்படி மதிக்கும் தலைவர் அவர் சொல்லும் கட்டளை. வேறு வழி இல்லை சுருட்டி மடக்கி உட்கார எத்தனித்தது. சிரமம் தான் உடல் உட்கார்ந்துவிடும். மனம் எப்படி அவ்வளவு எளிதில் உட்காரும்? அப்படிப்பட்ட எழுச்சி.

எல்லாம் சரியாக நடப்பதாக எல்லாருக்கும் பட்டது. ஆனால் யாரோ ஒருவன், எங்கிருந்தோ எல்லாவற்றையும் அவன் வேடிக்கை பார்த்துக்கொண்டிருக்க வேண்டும். மிக உன்னிப்பாக அவன் நடப்பதை நடந்து கொண்டிருப்பதைக் கவனித்திருக்க வேண்டும். அவன் காக்கி சட்டை அணிந்திருந்தானா அல்லது மிலிட்டரி உடை அணிந்திருந்தானா, ஒருவேளை வேஷ்டி சட்டை அணிந்திருந்தானா தெரியவில்லை ஆனால் அவன் வீசிய கல் அந்த ஒரு கல் மிகச்சரியாய் விழ வேண்டிய இடத்தில் விழுந்தது.

அவ்வளவுதான்

ஆமாம் அவ்வளவுதான் அதற்கு பிறகு? என்ன நடந்தது.

ஏற்கனவே அரசாங்க கட்டிடங்களுக்குள் சமூகவிரோதிகள் குவித்துவைத்திருந்த கற்கள் சரமாரியாக வீசப்பட்டன. அவ்வளவு நேரம் பொறுமையை இழந்து பெரும் பசியோடு காத்திருந்த காவல்துறை தன் லத்திகளை நான்கு திசைகளிலும் சுழட்டி வீசியது. என்ன நடக்கிறது என்று ஊகிப்பதற்குள் அங்கு எல்லாம் நடந்தது அல்லது நடத்தப்பட்டது. எந்த பக்கம் போவது எந்த பக்கம்

அடிக்கிறார்கள் ஏன் அடிக்கிறார்கள் என்று தெரியாமல் கதறிய பெண்களின் சப்தமும், அவர்களின் கையிலிருந்தபடி அலறி துடித்த குழந்தைகளின் அழுகையும் எல்லாருடைய கழுத்தையும் பிடித்து நெரிப்பதாக இருந்தது. வெறி பிடித்த நாய் துரத்துகிறது குதித்தால் நதி காப்பாற்றும் என நதியை நம்பி அந்த பெரிய பாலத்திலிருந்து ஆற்றுக்குள் குதித்தார்கள். அந்த சறுக்கு பாதையில் இறங்குவதாக நினைத்து பாய்ந்தார்கள். குழந்தையை கையில் வைத்துக் கொண்டிருக்கும் பெண்ணை எப்படி ஒருவரால் அடிக்க முடியும் ஆனால் அடித்தது போலிஸ் லத்தி. தண்ணீருக்குள் இறங்கினால் போலீஸின் பூட்ஸால் எப்படி இறங்க முடியும் என்று நினைத்து நீருக்குள் இறங்கியவர்கள் வாயிலெல்லாம் மண்.

வீட்டின் படுக்கையறைக்குள் நினைத்த நேரத்தில் நுழைய முடியும் அதிகாரத்தால் நடு ஆற்றுக்குள் இறங்க முடியாதா என்ன? மூச்சு வாங்க தலையை நீருக்கு மேலே தூக்கியவர்களின் தலையில் அத்தனை ஆவேசமாய் இறக்கியது அதிகாரம் தன் கோரத்தழும்பை.

முகிலனின் கண்களில் யாரோ கருப்பு துணி கட்டிவிட்டு போனது போலிருந்தது அவனுக்கு. எல்லாமே மறைந்திருந்தது, எல்லாமே மாறியிருந்தது அவனுக்கு.

திசை மாறியிருந்தது, நகரம் மாறியிருந்தது, நதி மாறியிருந்தது, மக்கள் மாறியிருந்தார்கள். எங்கே ஓடுவது? என்ன செய்வது? என்று தெரியாமல் அலறியபடி வந்த ஒரு முதியவரின் மீது மோதி கீழே விழுந்தான். அப்போது யாரோ பட்டாசு வெடித்தார்கள் இல்லை போலிசார் சுட்டார்கள் அந்த பெரியவரை நோக்கி, அந்த கறுத்த பெண்ணை நோக்கி அப்புறம் ஒரு பாட்டியை நோக்கி இப்போது அவனை நோக்கி ஆமாம் முகிலனை நோக்கி சுட்டார்கள்.

'போலிசார் வைத்திருக்கும் அவ்வளவு பெரிய துப்பாக்கிகளில் எல்லாம் குண்டு இருக்காது சும்மா பயமுறுத்தத்தான் அவர்கள் அதை வைத்திருப்பார்கள்.'

அவன் பெரியப்பா பையன் முத்துக்குமார் சொன்னது எவ்வளவு பெரிய பொய். என்று முகிலனுக்கு இப்போது புரிந்தது. புழுகினி

முத்துக்குமார் வீட்டுக்கு போய் அவன் வாயகிழிக்கணும். ஆனால், இப்போது சுடுகிறார்கள் சுட்டுக்கொண்டே இருக்கிறார்கள். எழுந்து ஓடினான் மேற்கு பார்த்து அப்புறம் கிழக்கு பார்த்து அப்புறம் வடக்கு பார்த்து ஓடிக்கொண்டே இருந்தான். ஒரு சந்திற்குள் புகுந்து ஓடினான் அங்கு ஏற்கனவே ஒரு பெண் உட்கார்ந்து கதறி அழுதுகொண்டிருந்தாள். அவனுக்கு நன்றாகவே தெரியும் அவள் மண்டையிலிருந்து இரத்தம் வடிந்துகொண்டிருக்கிறதென்று. முகிலனுக்கு கைமுட்டிலிருந்து இரத்தம் கசிந்துகொண்டிருந்தது. ஆனால் நிற்காமல் ஓடினான். திரும்பி பார்க்காமல் ஓடினான். அவர்களும் அவன் திரும்பி இன்னோர் தடவை பார்த்துவிடக்கூடாது என்பதற்காகத்தானே அடிக்கிறார்கள், சுடுகிறார்கள்.

வண்ணார்பேட்டைக்கு அவன் வந்து சேர்ந்தது என்பது அத்தனை அதிசயம்தான். வழிதவறிய கன்றுக் குட்டி தலையை முனைந்து கொண்டு ஓடி கடைசியாக அதுக்கே தெரியாமல் அது வீட்டை அடைவது போலதான் அவன் வண்ணார்பேட்டைக்கு வந்து சேர்ந்தது. பஸ் ஓடவில்லை. எதுவும் ஓடவில்லை யாரும் இல்லை. அவர்கள் மட்டும்தான், போலிஸ்காரர்கள் மட்டும் தான் போகிறார்கள் வருகிறார்கள். இப்போது அவனுக்கு திசை தெரியும் , அந்த நதி கிழக்கு பார்த்துதான் பாய்கிறது, அந்த சாலை கிழக்கு பார்த்துதான் போகிறது, அப்படியென்றால் அவன் ஊர் கிழக்கே தான் இருக்கிறது. இன்னும் வேகமாக ஓடினான்.

''ராஜகிளி மாமா எங்கே போனார்? என்ன ஆனார்? என்னை தேடுவாரா? அங்கே என்ன நடந்தது? ஏன் அவர்கள் அடித்தார்கள், சுட்டார்கள்? ஒரு நூறு ரூபாய கூட்டிக் கொடுங்களேன்னு கேட்டா இவ்வளவு கோபம் வருமா போலீசுக்கு, அதுக்காகவா சுட்டார்கள். எதுவும் புரியவில்லை அவனுக்கு. அந்த பெரிய நடக்கவே முடியாத பெண்ணின் தலைமுடியை இழுத்துக்கொண்டு அந்த போலிஸ்காரன் எங்கே போனான்., அந்த குழந்தை ஐயோ அழுதுகொண்டே இருந்ததே அந்த குழந்தை இப்போது யார் கையில் வைத்திருப்பார்கள். எங்கும் போகமல் ஓடாமல் கொடியை உயர்த்திப் பிடித்தபடி அசையாமல் நின்ற அந்த பெரியவரை ஏன் நான்கு

போலிஸ்காரர்கள் சூழ்ந்துகொண்டு அப்படி அடித்தார்கள், தலைவர் எங்கே போனார் அவருக்கு என்ன ஆனது, அவரை அடித்திருப்பார்களோ அவரை அடித்ததால்தான் இப்படி ஒரு கலவரமா அய்யோ என்ன தான் நடந்தது அங்கே? எதுவுமே தெரியாமல் ஒரு நீண்ட சாலையில் ஒற்றையாய் ஒரு சொறிபிடித்த நாயை போல ஓடிகொண்டிருப்பது அவனுக்கு அழுகையாய் வந்தது.

ராஜகிளி மாமா சொன்னாரே 'இன்னைக்கு ஒரு முடிவு தெரிஞ்சாகணும்னு', இதுதான் அந்த முடிவா. ஐம்பது பேர் போய் கேட்டா விரட்டுறாங்க நூறுபேர் போய் கேட்டா அடிக்கிறாங்க பத்தாயிரம்பேருக்கு மேல போனா ஒண்ணும் செய்ய முடியாதுண்ணு சொன்னாரே மாமா ஆனால் சுடுறாங்களே விரட்டி விரட்டி சுடுறாங்களே.

வி.எம் சத்திரம், ஆச்சிமடம், கிருஷ்ணாபுரம் நடப்பது உட்காருவது அப்புறம் ஓடுவது கொஞ்சநேரம் ரோட்டோரத்தில் உள்ள செடிகளுக்குள் படுப்பது அப்புறம் பயந்தெழுந்து ஓடுவது இப்படி முகிலன் செய்துங்கநல்லூர் வரும்போது இருட்ட தொடங்கிவிட்டது.

செய்துங்கநல்லூரிலும் கடைகள் அடைக்கப்படிருந்தது இன்னும் பயமூட்டுவதாக இருந்தது. ரோட்டை மறித்துக்கொண்டு நின்றார்கள் போலிஸ்காரார்கள். முஸ்லீம் தெரு வழியாக புகுந்து சந்தையடியூர் ஏறும் போது ஒரு கருப்புகலர் நாய், இல்லை வேற கலர் நாயாகவும் அது இருக்கலாம், அவனுக்கு அந்த நேரத்தில் அது கருப்பாகத்தான் தெரிந்தது. நாயா அது பேய் மாதிரி விரட்டியது. நடந்த எல்லாமே தெரிந்துதான் விரட்டுகிறதா? இல்லை எதுவும் தெரியாமல் விரட்டுகிறதா சனியன். முகிலன் மெயின் ரோடு வந்து சேரும்வரை விரட்டியது.

கருங்குளம் பேருந்து நிறுத்தத்தில் கொஞ்சநேரம் படுத்துவிட்டு இலக்கை நெருங்கியவனுக்கு வரும் ஒரு வேகம் போல மூச்சை பிடித்துக்கொண்டு ஓட்டமும் நடையுமாய் தன் ஊர் பேருந்து நிறுத்தத்திற்கே வந்து சேர்ந்தான் முகிலன். அப்பாடி பிழைத்தான்,

நொண்டிபெருமாளின் வாரிசு போலிஸின் துப்பாக்கியிலிருந்து தப்பி வந்திருக்கிறது. பயந்துபோயா ஓடிவந்தான் நொண்டி பெருமாள் பேரன்? அப்படி சொல்வார்களா? சொல்வார்கள், சொல்லட்டும் சொல்லிட்டு போய் கதவையும் ஜன்னலையும் தான் பூட்டுவார்கள்? அவர்களை..... ஆனால் அதற்குள் தொண்டை வறண்டு போயிருந்தது.

ஒரு குடம் தண்ணீர் தேவை, மூச்சுவிடாமல் குடிக்க அப்படியே தப்பித்த உயிரை பிழைக்க வைக்க, வலது பக்கம் ஊருக்குள் செல்லும் பாதை இடது பக்கம் ஆற்றுக்கு அதே ஆற்றுக்கு செல்லும் பாதை, அவன் ஆற்றை நோக்கி வேகமாக நடந்தான். ஆறு அமைதியாக இருந்தது. முகிலனுக்கு தெரியு. இந்த ஆறு நடிக்கிறது இதுக்கு எல்லாம் தெரியும், இது அவனிடம் வேஷம் கட்டுகிறது என்ன நடந்தது என்று எல்லாம் தெரியும் இவன் கூடவே தப்பி பிழைத்து அதுவும் ஓடிவந்திருக்கிறது. நல்லவேளை. தப்பித்தது தாமிரபரணியில் இருக்கும் தங்கம் தாமிரபரணியின் தமிழ். இரு கைகளால் அள்ளி அள்ளிக் குடித்தான். குடித்துக்கொண்டே இருந்தான். உடம்பில் எத்தனை பள்ளம் இருக்கிறதோ அத்தனை பள்ளத்திலும் நிரப்பிவிட்டு பொடி நடையாய் ஊருக்குள் வந்து கோழிமடத்தில் படுத்துகிடக்கிறான்.

ஆண்டு : 1999

நாள்: ஜீலை 24, காலை

இடம் : புளியங்குளம்

சேவல் கூவியெல்லாம் மட்டும் பொழுதுவிடிவதில்லை. சனம் தூங்கினால் தானே சேவல் கூவ வேண்டும் அவர்களை எழுப்ப வேண்டும்.

''யம்மோவ் இங்க கிடக்கான் பாரு உன் கடைசி தருமராசா என்ன தோரணையா கோழி மடத்துக்குள்ள தூங்குறான் பாரு...''

காலையில் சாணி எடுக்க வந்த அக்கா அலற அவ்வளவுதான் குடும்ப அடக்குமுறையால் முகிலன் கைது செய்யப்பட்டு வீட்டுக்குள்

அழைத்துசெல்லும் போது சரியாக ராஜகிளி மாமாவும் அவன் வீட்டுக்கு ஓடி வந்தார். ராஜகிளி மாமாவை பார்த்த முகிலன் தன் குடும்பவிலங்கை உடைத்தெறிந்துவிட்டு ஓடிப்போய் அவரை கட்டிபிடித்து கதற அவர் உடைந்து நொறுங்கி கீழே விழ இரண்டும் சரியான நேரத்தில் நடந்தது.

வேடிக்கை பார்ப்பவர்களுக்கு என்ன தெரியும் வேடிக்கை பார்க்கத்தான் தெரியும் அவர்களும் அதை வேடிக்கைதான் பார்த்தார்கள். அம்மா பார்த்தாள், அப்பா பார்த்தார், அக்கா பார்த்தாள் ஆனால் காலையில் எங்கோ போய்விட்டு வந்த அண்ணன் தான் சொன்னான்.

"மாமா இது உங்களுக்கே நல்லா இருக்கா நேத்து நடந்த கலவரத்துல பதினேழு பேர் ஆத்துல முங்கி செத்து போயிட்டாங்களாம் இவனுக்கும் எதாவது ஆயிருந்தா நாங்க என்ன பண்ணுவோம் மாமா"

"என்னது பதினேழு பேர் செத்து போயிட்டாங்களா ஐயோ"

முகிலனும் ராஜகிளி மாமாவும் பிசாசு பிடித்துக் கொண்டவர்களைப் போல கத்திக்கதறினார்கள் ஏனெனில் முகிலனுக்கு தெரியும் ராஜகிளிமாமாவுக்கும் தெரியும், நேற்று இரவு அவர்கள் தாகத்தோடு அள்ளி அள்ளி குடித்தது வெறும் தாமிரபரணியின் தண்ணீர் மட்டுமல்ல.... அதன்பின் அந்த ஒரு கல்

ஆண்டு : 1953 லிருந்து இன்று வரை

இடம் : கண்டதேவி.

அவன் காக்கி சட்டை அணிந்திருந்தானா அல்லது மிலிட்டரி உடை அணிந்திருந்தானா, ஒருவேளை வேஷ்டி சட்டை அணிந்திருந்தானா தெரியவில்லை ஆனால் அவன் வீசிய கல் அந்த ஒரு கல் மிகச் சரியாய் விழ வேண்டிய இடத்தில் விழுந்தது.

ஆண்டு : 2002

நாள் : மே 21

இடம் : திண்ணியம்

அவன் காக்கி சட்டை அணிந்திருந்தானா அல்லது மிலிட்டரி உடை அணிந்திருந்தானா, ஒருவேளை வேஷ்டி சட்டை அணிந்திருந்தானா தெரியவில்லை ஆனால் அவன் வீசிய கல் அந்த ஒரு கல் மிகச் சரியாய் விழ வேண்டிய இடத்தில் விழுந்தது.

ஆண்டு : 2008

நாள் : அக்டோபர் 2

இடம் : உத்தபுரம்

அவன் காக்கி சட்டை அணிந்திருந்தானா அல்லது மிலிட்டரி உடை அணிந்திருந்தானா, ஒருவேளை வேஷ்டி சட்டை அணிந்திருந்தானா தெரியவில்லை ஆனால் அவன் வீசிய கல் அந்த ஒரு கல் மிகச் சரியாய் விழ வேண்டிய இடத்தில் விழுந்தது.

ஆண்டு : 2011

நாள்: செப்டம்பர்

இடம் : பரமக்குடி

அவன் காக்கி சட்டை அணிந்திருந்தானா அல்லது மிலிட்டரி உடை அணிந்திருந்தானா, ஒருவேளை வேஷ்டி சட்டை அணிந்திருந்தானா தெரியவில்லை ஆனால் அவன் வீசிய கல் அந்த ஒரு கல் மிகச் சரியாய் விழ வேண்டிய இடத்தில் விழுந்தது.

ஆண்டு : 2012

நாள்: நவம்பர் 7

இடம் : தர்மபுரி

அவன் காக்கி சட்டை அணிந்திருந்தானா அல்லது மிலிட்டரி உடை அணிந்திருந்தானா, ஒருவேளை வேஷ்டி சட்டை அணிந்திருந்தானா தெரியவில்லை ஆனால் அவன் வீசிய கல் அந்த ஒரு கல் மிகச் சரியாய் விழ வேண்டிய இடத்தில் விழுந்தது.

எனக்கு ரயில் பிடிக்காது

உங்களுக்கு இரயிலை பிடிக்குமா? என்ன இது கேள்வி யாருக்குத்தான் இரயிலை பிடிக்காது . ஒருவேளை குஜராத்தில் இருக்கும் பலருக்கு பிடிக்காமல் இருக்கலாம். ஆனால் தமிழ்நாட்டில் கிட்டதட்ட எல்லாருக்கும் ரயிலை பிடிக்கத்தான் செய்யும்.(இந்த நேரத்தில் பதிவு செய்யப்படாத பெட்டிகளில் இருக்கை கிடைக்காமல் பயணம் செய்துகொண்டிருப்பவர்களை தவிர)

ஆரம்பத்தில் எனக்கும் இரயில் பிடித்த பால்யம்தான் .ஆனால் எனக்கு இப்போது ரயில் பிடிப்பதில்லை. ஆம் ரயிலை நான் வெறுக்கிறேன். அதன் சத்தம் தூரத்தில் கேட்டாலும் இரு காதுகளையும் பொத்திக்கொள்ள கூடியவனாகவே இருக்கிறேன். எனது வெறுப்பு ஒரு அழகான பெண் உங்களை அண்ணா என்று அழைத்தால் உங்களுக்கு வரும் சாதரண வெறுப்பை போன்றது அல்ல.....

எங்கோ தூரத்தில் கேட்கும் அந்த ரயிலின் சத்தம் உங்களுக்கு என்னவெல்லாம் நினைவுபடுத்தக்கூடும், உங்களின் பால்யத்தை, உங்கள் காதலியை, நசுக்கப்பட்ட அந்த வெள்ளிக்காசுகளை, பழைய பாடல்களை சத்தம் போட்டு பாடும் கண் தெரியாத அந்த பெரியவர்களை, உங்களின் பணம் இல்லாத பர்சைக் கஷ்டப்பட்டு திருடிய அந்தத் திருடனை, வியர்வைகள் காட்டிக்கொடுத்த கசங்கிய பெருத்த மார்புகளை, கடைசிவரை பெயர் கேட்காமல் பார்த்து பார்த்து ரசித்த அழகிய பெண்களை இப்படி எதுவாகவும்

இருக்கலாம், ஆனால் எனக்கு அந்த ரயிலின் சத்தம் வழி தெரியாமல் மேய்ந்து திரிந்து எங்கோ தொலைந்து கதறும் ஒரு பசுமாட்டின் சத்தத்தையே நினைவுபடுத்துகிறது.

நீங்கள் ஆளில்லாத காடுகளில் நீண்டு பெருத்த பாம்பை போல செத்துகிடக்கும் அந்த தண்டவாளங்களில் நடந்திருப்பீர்கள். ஒரு ரயிலைப் போல சத்தமிட்டு ஓடியிருப்பீர்கள். ஆனால் அந்த தண்டவாளங்களுக்கு நடுவில் காய்ந்தும் காயாமலும் கிடக்கும் மாட்டு சாணங்களை பார்த்திருப்பீர்களா.... சத்தியமாய் பார்க்காமல் மிதித்து சீ என்று காலைதான் உதறியிருப்பீர்கள். அப்படி ஒரு மாட்டு சாணத்தின் வீச்சம் இப்போது உங்கள் நினைவில் இருக்குமெனில் அதற்கு பின்னால் எத்தனையோ மொழியற்ற ஜீவன்களின் பெரும் கதைகளோ வாழ்வோ இருக்ககூடும். இதோ எனக்கும் நாங்கள் வளர்த்த மாட்டிற்கும் இருக்கும் ஒரு பத்து நாள் துயரம் மிகுந்த வாழ்வைப்போல....

அம்மாவின் நீண்ட நாள் நச்சரிப்பிற்காகவும், எனது ஏழாம் வகுப்பு கோடை விடுமுறைக்காகவும் தாதன்குளம் தங்கராஜ் வாத்தியார் வீட்டிலிருந்து நன்றாக சுடப்பட்ட செங்காமட்டை கலரில் ஒரு மாட்டைப் பிடித்துக்கொண்டு வந்தார் அப்பா.

மாடு அப்படியிருந்தது, அம்மா தடவி தடவி முத்தம் கொடுக்கும் அளவுக்கு ,ஏதோ ஒரு பழைய சினிமா நடிகையை நினைவுபடுத்தக் கூடிய முகம் அதற்கு. எனக்கு அதன் முகத்தைப் பார்க்கவே பிடிக்கவில்லை. எனது இரண்டு மாத விடுமுறையை குத்தகைக்கு எடுக்க வந்த சனியன். யாருக்கும் தெரியாமல் சட்டையில் மாட்டியிருந்த சின்ன ஊக்கை எடுத்து அதன் வயிற்றில் குத்தினேன் அதன் வாலால் ஒரு அறை கொடுத்தது, எல்லாரும் சிரித்தார்கள். இப்போதுதான் முதன்முதலாக அது என்னை திரும்பி பார்த்தது. நான் வேகமாக தலையை குனிந்து கொண்டபோது வடமலையான் செல்லையா தாத்தா சொன்னார் ‘‘இன்னும் மூணு மாதத்துல ஈனிடும்’’ என்று

முதல்நாள் அம்மா ஆயிரம் அறிவுரைகளோடு என்னோடு அதை மேச்சலுக்கு அனுப்பி வைத்தாள். ''பேய் மாட்டை பக்கத்துல நின்னு பாத்துக்க, எந்த மாட்டையும் மேலே ஏற விடாத, தூரமா போகிறதுக்கு சோம்பல்பட்டு மொட்டைக்காட்டுல மேய்ச்சு கொண்டுவந்திடாத, ரயில் ரோட்டுக்கு அந்தப்பக்கம் கொண்டுபோய் பச்சை இருக்கிற இடத்துக்கு போ, எப்பா ராசா எவன் வயல்லயும் இறங்கிடாம இரக்கங்கட்ட பயலுவ செனை மாடுன்னுகூட பார்க்காம கொத்தி கிழிச்சு விட்டுருவானுங்க......'' அம்மா சொன்னது எல்லாம் நினைவில் இருந்தது.

அந்த ரயில் தண்டவாளத்தை தாண்டும் வரை நாங்கள் ஒருத்தர் முகம் ஒருத்தர் பார்த்துக்கொள்ளவில்லை. என் கயிற்றுப்பிடியில் அது விரும்பாத மாதிரியே நடந்து வந்தது .அதுக்கு தங்கராஜா வாத்தியார் மேல கோபம் போல உம் என்றிருந்தது. பச்சையில் அதை அவிழ்த்துவிட்டு நான் ஆலமரத்தில் போய் உட்கார்ந்து கொண்டேன்.

எனக்கும் அதற்கும் சம்பந்தமில்லை. யார் வந்து அதை என்ன செய்தாலும் எனக்கு கவலையில்லை சனியன் சாகட்டும் என்பவனைப் போல தான் இருந்தேன். மேற்கே போகும் அந்த முதல் ரயில் வரும் வரை. சரியாக கிழக்கிலிருந்து கால்வாய் ரயில்வே கேட் அருகேதான் கேட்டது. அந்த ரயிலின் சத்தம் கேட்டதும் சடால் என்று தன் தலையை சிலுப்பி சத்தம் வந்த திசையை அது தேடியதும் அப்போது அது நான்கு திசையிலும் அது பார்த்த பார்வை என்னைப் பயம்கொள்ளச் செய்யக்கூடியதாகவே இருந்தது. அடுத்த சத்தம் கேட்டதும் தான் தாமதம் சத்தம் வந்த திசையை நோக்கி எடுத்தது ஓட்டம் அதன் ஓட்டம் தன் வயிற்றில் வளர்ந்துகொண்டிருந்த குட்டியை பறித்துக்கொண்டு ஓடும் ஒரு ஓநாயை துரத்துவதைப் போல இருந்தது.

நான் போட்ட கூச்சலில் ஆங்காங்கே நின்றுகொண்டிருந்த சிலர் ஓடி வந்தார்கள். அதுக்குள்ளே மாடு தண்டவாளத்தில் ஏறியிருந்தது. கிழக்கிலிருந்து வரும் ரயிலை இது மேற்கிலிருந்து ஓடி முட்ட வேண்டும் என்பதுபோல் நேருக்குநேராக ஓடியது. நான் அழுது கூச்சலிட்டதும் சிலர் கத்திக்கொண்டு மாட்டை பிடிப்பதற்காக

ஓடினார்கள். ரயிலும் மாடும் சந்திக்க இன்னும் கொஞ்ச தூரத்தில் நின்ற ஒரு பெரியவர் மறித்து மாட்டை அதன் மூக்குசரடை பிடித்து இழுத்து தண்டவாளத்தில் இருந்து இறக்க எதுவும் தெரியாதவன் போல கடந்து போனது ரயில். அந்த ரயில் எப்போதும் அப்படித்தான், ரயில் மறையும் வரை அதையே பார்த்த மாட்டை என்னிடம் கொண்டு கொடுத்தார்கள் சிரித்தபடி. ஆனால் யாருக்கும் காரணம் தெரியவில்லை.

வீட்டை அதகளப்படுத்தினேன். அழுதுகொண்டே லூசு மாடு என்று சொல்லி அழுதுபுலம்பினேன். அப்பாதான் சொன்னார் தாதன்குளத்தில் தங்கராசா வாத்தியார் வீடு ரயில்வே ஸ்டேசனுக்கு பக்கத்திலாம் அதுதான் ரயிலை அடையாளமாய் வைத்து அதன் பின்னால் ஓடினால் தாதன்குளம் போய்விடலாம் என்று ஓடுகிறது போகப் போக சரியாகிடும் என்று நான் அழுதுகொண்டே சொன்னேன். ''அப்படின்னா ரயிலுக்கு பின்னாடிலா இந்த லூசு ஓடணும் எதுக்கு அதுக்கு முன்னாடி முட்ற மாதிரி ஓடணும்'' எல்லாரும் சிரித்தார்கள்.

இரண்டாவது நாளும் மூன்றாவது நாளும் ரயில்கள் வருவதற்கு முன்னரே அம்மா சொன்னதைப் போல மூக்குச்சரடை பிடித்துக் கொள்வேன், ரயில் எங்களை தாண்டிப்போனதும் விடுவேன் பாருங்கள் ஓடும் ரயிலை துரத்திக்கொண்டு அதன் பின்னால் ஓடி கொண்டே இருக்கும் தெற்குவாய்க்கால் பாலம் வரும்வரை. அதன்பிறகு பாலத்தை தாண்டி போக முடியாமல் அங்கு நின்று கத்திக் கூப்பாடு போடும். பின்னர் சென்று கயித்தை பிடித்து இழுத்து வருவேன். அப்போது அது என்னை ஒரு பார்வை பார்க்கும் பாருங்கள் எந்த ஜென்மத்திற்கும் நீயும் நானும் நண்பனில்லை, உன் சிரிப்பு மிருகத்தை கொல்லும் சிரிப்பு, அது ஒரு நாளும் எனக்கு பிடிக்காது. உன்னை ஒருநாள் நான் என் கூர்மையான கொம்புகளால் குத்திக் கிழித்து கொலை செய்யக்கூடும் ஜாக்கிரதை என்பதை போல இருக்கும்.

இப்படி ஏழு நாட்களும் அது ரயிலின் பின்னாடி ஓடுவதும் தெற்குவாய்க்கால் பாலத்தை தாண்டாமல் நின்று கதறுவதையும் ஒரு

பட்டாம்பூச்சியை பிடித்து ரசித்துக்கொல்லும் குழந்தையென பார்த்து பார்த்து விரும்ப தொடங்கிவிட்டிருந்தேன் நான்.

எட்டாவது நாள் அன்று இந்தியா-பாகிஸ்தான் கிரிக்கெட். பார்ப்பதற்கு வசதியாக வீட்டிலிருந்து நிறைய துண்டு கயிறுகளை எடுத்து வந்திருந்தேன் .ஒரு கம்பை நிலத்தில் அறைந்து கயிறுகளை ஒன்றுடன் ஒன்று முடிச்சி நீளமாக கட்டி மாட்டை கட்டிப் போட்டுவிட்டு பக்கத்து தெருவுக்கு கிரிக்கெட் பார்க்க போனேன். நான் போகும்வரை அது கொஞ்சமும் புல்லை மேயாமல் என்னையே பார்த்தது. எனக்கு சந்தேகம் தான் இருந்தாலும் முதல் ரயில் வருவதற்குள் வந்துவிடலாம் என்று போனேன். போயிருக்ககூடாது நான் .

ஒரு விளம்பர இடைவெளியில் ஆளாளுக்கு பேசிகொண்டிருந்த நேரத்தில் நல்லவேளை கரண்ட்போனது கேட்டதோ அந்த ரயிலின் சத்தம் பதறிக்கொண்டு ஓடினேன். நான் தெருவை தாண்டுவதற்குள் ரயில் வாய்க்கால் பாலத்தைத் தாண்டிவிட்டதை என்னால் யூகிக்க முடிந்தது. இருந்தாலும் ஓடினேன்.

ரயில் தண்டவாளத்தைத் தாண்டும்போதே எனக்கு தெரிந்துவிட்டது ஆம் எது நடக்க கூடாது என்று நினைத்தேனோ அது நடந்துவிட்டது. கட்டிப்போட்டிருந்த இடத்தில் இப்போது மாட்டை காணவில்லை ரயிலோ தாதன்குளம் ரயில்வே ஸ்டேசனை தாண்டிப் போவதை என்னால் உணரமுடிந்தது. மறுபடி தண்டவாளத்திற்கு வந்து வாய்க்கால் பாலத்தை பார்த்தேன். பாலத்தில் நான்கைந்து பேர் அங்குமிங்குமாக ஓடி கொண்டுருந்தார்கள். தூரமாக இருந்ததால் சரியாக என்னால் என்ன நடக்கிறது என்பதை சரியாக கணிக்க முடியவில்லை என்றாலும் கொஞ்ச நேரத்திற்கு பிறகு என்னால் சரியாக கணிக்க முடிந்தது நடுபாலத்தில் ஒரு மாடு ரயிலில் அடிப்பட்டு செத்துகிடப்பதை.

நீங்கள் நினைப்பது போல் நான் அழாமல் இல்லை. என்னால் அழாமல் இருக்க முடியவில்லை. அது என்னை தினமும் பார்த்த கோபமான அந்த முறைத்த புஷ் புஷ் என்று சத்தம் கொடுக்கும் முகம்

என் முன்னால் வந்துவந்து போனது. ஐயோ அது சிதைந்திருக்குமோ என்று நினைத்தபோது அழுகை இன்னும் பீறிட்டு வந்தது. என்னால் என்னை கட்டுப்படுத்தவே முடியவில்லை. தண்டவாளத்தில் உட்கார்ந்தே அழத்தொடங்கிவிட்டேன். அங்கு போய் அதை பார்ப்பதற்கு சத்தியமாய் எனக்கு துணிச்சல் இல்லை. அதேபோல் இன்னும் ஒரு அரைமணி நேரம் நான் போகாமல் இருப்பேனெனில் மாடு அடிபட்ட சுவடே இல்லாமல் ஆக்கிவிடுவார்கள் எங்கள் ஊர் வாலிபர்கள் ஆம் சந்து சந்தாக அறுத்து எடுத்து சென்றுவிடுவார்கள். இதற்காகவே ரயில் தண்டவாளங்களில் காத்திருக்கும் மனித கழுகுகள் அவர்கள்.

என்ன செய்வதென்று தெரியவில்லை. ஐயோ! அது எப்படி கதறியிருக்கும் டேய்! என்னை காப்பாற்றுடா என்று என்னை கூப்பிட்டிருக்குமா, அதன் சின்ன அந்த வயித்தில் இருந்த குட்டியும் செத்திருக்குமா, இனி நாம் வீட்டுக்கு போக முடியாது இப்படியே எங்கவாவது ஓடிப்போய்டலாம். சத்தியமாய் தலை வெடித்து விடுவது போல் இருந்தது. அப்போது பாலத்திலிருந்து ஒரு சைக்கிளில் அறுத்தெடுக்கப்பட்ட செங்காமட்டை கலர் மாட்டு செப்போடு வந்த கண்ணன் அண்ணன் என்னைபார்த்து சொன்னான்.

''டேய் என்ன இங்க உட்கார்ந்திருக்க? அங்க பாரு மாடு செத்துகிடக்கிறத இப்படித்தான் ஒருநாள் உன் மாட்டுக்கும் சாவு இருக்கும்னு நினைக்கிறேன் போடா போய் மாட்டை பத்திரமாய் பார்த்துக்கோடா'' என்று அவர் சாதரணமாய் சொல்லிவிட்டு போனதை என்னால் நம்பமுடியவில்லை ஆனால் சிரிக்க முடிந்தது. ஓடினேன் மாட்டைத் தேடி.

குத்திக்கிழிக்கும் முள் புதர்களுக்குள் ''ம்பா ம்பா'' என்று சத்தம் போட்டுக்கொண்டே தேடினேன். இப்போது உங்களிடம் கண்டிப்பாய் ஒன்றை சொல்லியாக வேண்டும், எனக்கு இப்போது அதன்மீது எந்த பரிதாபமோ, பாசமோ இல்லை அதெல்லாம் என்னைவிட்டு எப்போது போனதென்றும் தெரியவில்லை. இப்போது முள்கள் கிழிக்க கிழிக்க எனக்கு அதன்மீது ஆத்திரம்தான் வந்தது. நான் நினைத்ததுபோலவே ஒரு பெரிய முள்புதருக்குள் சிக்கி எங்கும் ஓட

முடியாமலும், கத்தவும் முடியாமலும் கிடந்தது அது. என்னை பார்த்ததும் வெட்கத்தில் தலையை அது நிமிர்ந்து கூட பார்க்கவில்லை. அந்த முள் புதருக்குள் இருந்து விடுவிப்பதற்குள் எனக்கு போதும் போதுமென்றாகிவிட்டது. ரெண்டு பெரிய முள்கள் என் சட்டையில்லா முதுகை கிழித்தெடுத்த எரிச்சலும் வலியும் எனக்கு மேலும் ஆத்திரத்தை ஏற்படுத்த மறுபடியும் அதை ஒரு முள்மரத்தில் கட்டிப்போட்டு ஒரு பெரிய கம்பை எடுத்து அடிக்கத் தொடங்கி விட்டேன். அது அலறி துடித்தது. வாலால் என்னை அடிக்க நினைத்தது. என் கோபம் தீரும்வரை அடித்துவிட்டு அன்று இரண்டு மாடுகளாய் வீட்டை நோக்கி போனோம் நாங்கள்.

அதன்பிறகு என் முகத்தை பார்ப்பதற்கோ தெரியாமல் என் மீது உரசுவதற்கோ அதற்கு கொஞ்சம் கூட விருப்பம் வரவில்லை. நானாக போய் அதன் வயித்தில் கடித்துக்கொண்டிருக்கும் கொசுக்களை தட்டிவிட்டால் கூட அது என்னை வாலால் வேகமாக அடித்து விரட்டியது. இப்போது ரயில் போனபின்பும் நான் அதை விடுவதில்லை. ரயில் போய் மறையும் வரை நான் அதன் கயிற்றை பிடித்துக்கொண்டே இருப்பேன். அது என்னை கெஞ்சுவதுபோல் பார்க்கும் தன் கயித்தை இழுக்கும். ரயில் போனதிலிருந்து சரியாக அது மேயவும் செய்யாது.

எங்கள் வீட்டுக்கு அது வந்து அன்று பத்தாவது நாள். எனக்கும் அதுக்கும் குருட்டுத்தனமான ஏதோ ஒன்று தொடங்கியிருந்தது...

கிளாக்குளத்திற்கு கிரிக்கெட் விளையாட அழைத்துப்போக சுந்தரும், பாண்டியனும் வந்தார்கள். ''டேய் நான் வரலடா இந்த மாடு ரயில பார்த்து ஓடிக்கிட்டு இருக்கு எதாவது ஆச்சுனா அப்புறம் நான் வீட்டுக்கே போக முடியாது'' என்றேன். அதற்கு சுந்தர், ''டேய் கயித்துல கட்டிப்போட்டுவிட்டு வாடா' என்றான். ''டேய் அது அன்னைக்கு கயித்தை அத்துக்கிட்டு போய்டுச்சி, நான் வரல நீங்க போங்கடா'' என்று நான் சொன்னதற்கு அவசர அவசரமாக பாண்டியன் சொன்னான். ''டேய் அந்த செல்லையா கோனார் தோட்டத்துல விட்டுட்டு போவோம் அவருக்கு சனி, ஞாயிறுதான் பேங்க் லீவு, யாரும் வரமாட்டாங்க, உள்ளவிட்டு தட்டிக்கதவை

பூட்டிட்டு போகலாம். எங்கயும் போகவும் முடியாது, ஓட முடியாது எப்படி ''இது எனக்கு சரியான யோசனையாகபட்டது. அங்கு நல்ல பச்சையும் உண்டு. ஆனால் என்ன, அங்க நெல்லுக்கு நாத்தும் போட்டுருக்காங்க, சரி ஒரு நாள் தான பார்த்துகிடலாம் யாருக்கு தெரிய போவது'' என்று மாட்டை பிடித்துக்கொண்டு போய் செல்லையா கோனார் தோட்டத்தில் உள்ளே விட்டு அந்த பெரிய கேட்டை பூட்டிவிட்டு நடந்தேன். கொஞ்ச தூரம் சென்று நான் திரும்பிபார்த்தேன் ஆனால் அது என்னை பார்க்காமல் நன்றாக பச்சையை மேய தொடங்கியிருந்தது.

விளையாடும்போது கேட்ட ரயில் சத்தங்கள் என்னை விளையாடவே விடவில்லை. அந்த நேரங்களில்தான் எனக்கு ரயிலின் சத்தம் என் மாட்டின் அலறல் சத்தமாக மாறிப்போயிருந்தது. விளையாட்டு முடிந்தும் முடியாமலும் ஓடிவந்தேன். ஒருவேளை கேட்டை தாண்டியிருக்குமோ, இல்லை அவ்வளவு பெரிய கேட்டை தாண்டியிருக்க முடியாது. ஆனால் அந்த வேலியை தாண்டியிருந்தால், வேகவேகமாக ஓடினேன். வேகமாய் ஓடிப்போய் கேட்டை திறந்து பெரும்மூச்சு சத்தத்தோடு நின்ற என்னை அமைதியாக திரும்பிபார்த்தது என் மாடு. முதன்முதலாய் அதுக்கு என்னை பிடித்திருக்கிறது என்பதுபோல் இருந்தது அந்த பார்வை. என்னை பார்த்து கொண்டேயிருந்தது.

நான் சிரித்தேன் அதுவும் என்னைப் பார்த்து சிரிப்பதுபோல் இருந்தது. அந்த நொடியில் எனக்கும் அதுக்குமான ஏதோ ஒன்று வலுவாக தொடங்கியிருந்ததை என்னால் ஒரு வித பரவசத்தோடு உணரமுடிந்தது. இன்று அது நன்றாக மேய்ந்திருந்தது போலும் வயிறு கும்மென்றிருந்தது. நல்ல அசைபோட்டு மேய்ந்திருக்கும் போல . முதன்முதலாக நல்ல நண்பர்களைப்போல வீட்டை நோக்கி புறப்பட்டோம்.

மாட்டை தொழுவில் விட்டுவிட்டு நான் வீட்டிற்குள் போய் ஒரு தக்காளியை வாயில் வைத்து கடிக்கும்போதுதான் அம்மாவின் அலறல் சத்தம் கேட்டது. "ஐயோ சண்டாள படுபாவி குடிய கெடுத்தானே'' என்றதும் எல்லாரும் தொழுவை நோக்கி ஓடினார்கள்

நானும்தான். அங்கு என்னால் நம்பவே முடியவில்லை என் மாடு கீழே விழுந்து கிடந்தது அதன் வாயில் வெள்ளை நுரை தள்ளிக் கொண்டிருந்தது. அம்மா என்னை அடி அடி என்று அடிக்கத் தொடங்கியிருந்தாள். எல்லாரும் வந்து பிடித்தார்கள் எனக்கு என்ன நடக்கிறது என்றே புரியவில்லை, அப்பாதான் என்னை அம்மாவிடமிருந்து மீட்டார். ஓடிப்போய் வடமலையான் செல்லையா தாத்தாவை கூட்டிவந்தார்கள். அவர் வந்து மாட்டை பார்த்துவிட்டு என்னைப் பார்த்து கேட்டார் ''பேய் மாடு எங்கியும் வயக்குள்ள எறங்கிச்சா.'' என்றதற்கு நான் பதில் சொல்லாமல் அழுதுகொண்டே இருந்தேன் அம்மா அதட்டினாள் ''சொல்லு சனியனே'' மறுபடியும் செல்லையா தாத்தாவே சொன்னார் ''வயக்குள்ள இறங்கிருக்கு போட்ட பழத்த சாப்பிட்டுருக்கு படுபாவிக இப்படியெல்லாமா பண்ணுவானுங்க இரக்கமில்லாம எப்படித்தான் பழம் போட மனசு வருதோ இன்னும் கொஞ்ச நேரம் கூட தாங்காது தூக்கிட்டுப்போய் தண்டவாளத்திற்கு அந்தபக்கம் உள்ள கிடங்குக்குள்ள போட்டுட்டு வாங்க நிறை பசு வீட்ல செத்தா குடும்பத்துக்கு ஆகாதப்பா'' என்றார். (பழம் போடுதல் என்பது பயிரை மேய வரும் ஆடு மாடுகளை கொல்ல வாழைபழத்தில் குருனா என்கிற விஷமருந்தை வைத்து ஆங்காங்கே வயலை சுற்றி போடுவார்கள்)

அம்மா இன்னும் அழுதுகொண்டும் என்னை திட்டிக்கொண்டும் இருந்தாள். நான்கு வாலிபர்கள் வந்து மாட்டுவண்டியில் மாட்டை தூக்கிவைத்தார்கள். என்னால் மாடு சாகப்போகிறது என்பதை ஏற்றுக்கொள்ள முடியவில்லை, இவர்கள் பொய் சொல்கிறார்கள் ஆனாலும் அழுதுகொண்டேயிருந்தேன். அம்மா சொன்னாள் என்னைபார்த்து ''போய்டு அப்படியே வீட்டுக்குள்ள வந்திராத சண்டாளபாவி, வந்த உன்னையும் விஷம் வைச்சு கொன்னுடுவேன்'' என்றதும் அப்பா அம்மாவை அதட்டினார் ''சீ கழுத சின்ன புள்ளைய எப்டி பேசுற''. நான் அழுதுகொண்டே மாட்டுவண்டியில் போன மாட்டை பின் தொடர்ந்தேன்.

அதன் முகத்தை எப்படியாவது பார்த்துவிட வேண்டும் என்று எக்கிப்பார்த்தேன் அது தன் உயிர் போய்க் கொண்டிருக்கும்

கண்களால் என்னை பார்த்த பார்வையை என்னால் தாங்கிகொள்ளவே முடியவில்லை நீங்கள் எப்போதாவது இறந்து கொண்டிருப்பவனின் கண்களை மிக அருகில் போய் பார்த்திருந்தால் அது உங்களுக்கு புரியும். சத்தமாய் பீறிட்டு அழுதேன் வாலிபர்கள் அதட்டினார்கள் என்னை.

சரியாக மாட்டுவண்டி தண்டவாளத்திற்கு அருகே வரும்போது தான் கடைசி வண்டியின் சத்தம் கால்வாய் ரயில்வே கேட் அருகே கேட்டது. ஆம் அது கடைசி ரயில் எனக்கு, என் மாட்டுக்கு. அவர்கள் எல்லாரும் ரயில் போகட்டும் என்று தண்டவாளத்தைக் கடக்காமல் காத்திருந்தார்கள். எனக்கு ரயிலின் சத்தம் அதிகரிக்க அதிகரிக்க மாடு எழுந்துவிடும் என்ற நம்பிக்கையில் அழுவதை நிறுத்திவிட்டு மாட்டையே உன்னிப்பாய் பார்த்துகொண்டிருந்தேன். ரயில் மிக அருகில் வந்தபோது என் மாட்டின் உடல் உண்மையாகவே அதிர்ந்தது, ஒரு உயிர் தான் இன்னும் இறக்கவில்லை என்று நம்புவது போல எழுந்துவிட அப்படி துடித்தது. ஆனால் அந்த உயிரால் தன் வாலையும் கொஞ்சம் வயித்தையும் மட்டுமே தூக்கமுடிந்தது. ஒரு காடு, மரணித்த ஒரு மாடு, கதறி அழும் ஒரு சிறுவன், என எதுவும் தெரியாமல் அந்த ரயில் அதே சத்தத்தோடு எப்போதும் போல கடந்து போக உயிரற்ற பிணமாய் என் மாடும், உயிருள்ள பிணமாய் நானும் அந்த தண்டவாளத்தை கடந்தோம்.

சிவபாண்டியும் அவளைக் காதலித்தான்

''ஏம்பா இவனெல்லாம் ஒரு ஆளு, இவன்கிட்ட கேக்கிறதுக்குன்னு ஊர் கூடிருக்கு, காலக்கொடுமைடா'' எப்போதும் போல கூட்டத்தின் மத்தியில் இருந்து அலுத்துக்கொண்டார் மூக்கையா.

''ஏம்பா அதுதான் மொத்த ஊரும் கூடிட்டிச்சிலா அவனை வந்து முன்னாடி நிக்கச் சொல்லி பேசி முடிங்க. நேரம் வருதா போகுதா செவனேன்னு ஆலமரத்து அடியில வந்து மல்லாந்து கிடக்கிய'' கொஞ்சம் சத்தமாய் கத்தினார் ராமையா.

''ஏன் எதுக்கு எம்புருசன் உங்க முன்னாடி வந்து நிக்கணும்? அவனென்ன அடுத்தவன் பொண்டாட்டிய கைய புடிச்சு இழுத்தானா? இல்ல எவ வீட்டு கறிசட்டியையும் களவாண்டானா? உக்காந்தே பேசி முடிங்க'' பட்டென்று சொன்னாள் விஜியலெட்சுமி, சிவப்பாண்டியின் பொண்டாட்டி.

''இந்தா ஆம்பளங்க முன்னாடி பொம்பள நின்னு பேசிகிட்டு வெளங்கின மாதிரிதான் போம்மா அங்கிட்டு, ஆம்பள முன்னாடி வந்து நின்னுகிட்டு வாயப் பாரு'' சீறினார் பொத்தையன் தாத்தா.

''எதுக்கு போகணும்? நான் எதுக்கு போகணும்? பைத்தியகாரபய மாணிக்கம் சிவபாண்டின்னு ஒரு கோட்டி புள்ளய பெத்து போட்டுட்டு போயிருக்கான் அவன ஏமாத்தி இடத்தைப் புடுங்கிகிடுவோம்னு பாக்கிறீங்களா'' கொஞ்சமும் பயப்படாமல் பேசினாள் விஜியலெட்சுமி. அவ யாருக்கு என்னைக்கு பயந்திருக்கா....

‘‘இந்தா பாரும்மா வார்த்தையை அளந்து பேசு, மொத்த ஊரும் கூடிருக்கு நீ என்னமோ கத்தி கத்தி பேசுற... ஏலேய் சிவப்பாண்டி என்ன பொம்பளைய பேசவிட்டு கொலை இழுத்துவிடப்போறீயா? பார்த்துகிட்டு நிக்கிற? அவள ரெண்டு போடு போட்டு வீட்டுக்கு போகச் சொல்லு ஆமா’’ வேகமாய் பேசி முடித்தார் துரைச்சாமி.

‘‘அடேயப்பா அவன என்னைக்கு நீங்க இந்த ஊர்ல பேச விட்டிருக்கிய? இன்னைக்கு பேசறதுக்கு நான் தான் பேசுவேன். அது என் சொத்து, எம் புருசன் சொத்து; அந்த இடத்தை தரமுடியாது நீங்க வேணும்னா ரேசன் கடைய அந்த குளக்கரையில போய் கட்டிக்கோங்க இதுக்கு மேலையும் எதாவது பிரச்சனை பண்ணீங்கன்னா எனக்கு போலீஸ்க்கு போக தெரியும். அங்க போய் பாத்துக்கலாம் யாருக்கு இடம்னு’’ தூக்கிய முந்தானையோடு விஜி பேசி முடிக்க கூட்டம் சலசலத்தது. சிலர் ‘‘கேட்டாப்பார் நாச்சா கேள்வி போய் சாவுங்கடா’’ என்று விஜியலட்சுமிக்கு ஆதரவாக நக்கலடித்துக் கொண்டார்கள். மூக்கையாவும் துரைசாமியும் சிவபாண்டியை பார்த்து கோபமாய் கத்தினார்கள்.

சிவபாண்டி எதுவும் பேசாமல் விஜியலெட்சுமியையே பார்த்தபடி நின்றான். அவனுக்கு எதையும் அங்கு பேச வேண்டும் என்று தோன்றவில்லை. என்றைக்குத்தான் இந்த ஊர்காரர்களுக்கு முன்னாடி அவன் பேசியிருக்கிறான். ஆகையால் அவனுக்கு அந்த கூட்டத்தின் மீதும் ஊர்காரர்களின் பேச்சின் மீதும் கவனம் போகவில்லை. அவன் கவனம் முழுவதும் விஜியலெட்சுமி மீதுதான் இருந்தது. என்ன பேசினாள்? எப்படி பேசினாள்? அவளையே பார்த்துக் கொண்டிருந்தான். கொஞ்சம் அழுகை வரும் போல இருந்தது அவனுக்கு. கடைசியாய் சாம்போரையன் வீட்டு திருமணப் பந்தியில் முதல் ஆளாய் உட்காந்ததற்காய் இலையைப் புடிங்கி அவன் விரட்டப்பட்ட போது அழுதது. அது நடந்து நான்கு வருடம் ஆகிறது.

இப்போது எப்படி அழாமல் இருக்க முடியும் அவனால்? எப்படி இருந்தான்? இந்த ஊரில் எப்படி நடத்தினார்கள்? இந்த ஊர்காரர்கள். எல்லா வீட்டிலும் கூலி இல்லாமல் அரிசி மூட்டை சுமப்பான். கோவில் சமையல் பாத்திரங்களை கழுவி போட சொல்லுவார்கள்,

எழுத்துகூட்டி படிக்க தெரியாத இவனைத்தான் வாசகசாலையை கூட்டி பெருக்க சொல்வார்கள். விசேச வீடுகளில் காய்கறி வாங்க மட்டும் கூட்டி செல்வார்கள். கிடங்கிற்குள் காதலிக்கும் காதலர்களுக்கும் காவல் இருக்க சொல்லுவார்கள். சொறி புடிச்ச நாய்கள் செத்து போனால் தூக்கி போவ சொல்லுவார்கள். கால்வாய்க்கு சென்று சாரயம் வாங்கி வர சொல்லுவார்கள் சில நேரம் வலுக்கட்டாயமாய் குடிக்க வைப்பார்கள். குடித்து மயங்கி யாரும் கேட்பாரற்று அதே இடத்தில் ரெண்டு நாள் கிடப்பான். எதுவும் பேசமாட்டான் என்றாவது எதாவது பேசினால் ''டேய் அப்பன் மாணிக்கம் கிறுக்கு மவன் சிவபாண்டிக்கும் புடிச்சிட்டு போல எதோ உளறிக்கிட்டு அலையிறான்'' என்பார்கள். பின் எப்படி பேசுவான்.

இன்னும் விஜியலெட்சுமி பேசி முடித்தபாடில்லை. எல்லோருக்கும் சரிக்கு சமமாக பேசினாள். அவளுடன் பேச சிலர் பயந்தார்கள். சிலர் அவள் பேசும்போது தானாய் ஆடும் அங்கங்களை ரசித்தார்கள். சிலர் ஆத்திரமுற்றார்கள்.

அவளையே பார்த்துக்கொண்டே இருந்தான் சிவபாண்டி. அவள் காதுக்கு கீழே கம்மல் முடியும் இடத்தில் ஒரு மச்சம் இருப்பதை இன்று தான் அவன் பார்க்கிறான். அது அவளுக்கு அழகாய் இருப்பதாய் தோன்றியது அவனுக்கு. திருமணம் ஆகி இரண்டு வருடம் ஆகிறது இப்போதுதான் அவள் முகத்தை இப்படி பார்க்கிறான் சிவபாண்டி. அழகாய்தான் இருக்கிறாள் விஜியலெட்சுமி.

இதே ஆலமரத்தில் தான் அவன் திருமணம் இரண்டு வருடங்களுக்கு முன்னாடி ஒரு நள்ளிரவில் இதே கூட்டத்தின் முன்னாடி நடந்தது. அன்றும் அவன் இப்படி தான் எதுவும் பேசாமல் நின்றான். அவளும், அவர்களும் தான் எல்லாவற்றையும் பேசி முடித்தார்கள்.

அன்று இரவு 9 மணிக்கு எப்போதும் போல எல்லாரையும் போல மூக்கையாத்தான் விஜியலெட்சுமி வீட்டுக்கு அவனை போக சொன்னார்.

''ஏலேய் சிவப்பாண்டி அந்த புளியமரத்து வீட்டுக்காரிக்கிட்ட நான் பத்து மணிக்கு வருவேன்னு போய் சொல்லிடு என்னா, வேற எவனாவது வந்திட போறான்'' என்று அனுப்பிவைத்தார். அவனும் போனான். அவனுக்கு பின்னாடியே மூக்கையாவும் வந்தார் என்பது அவனுக்கு தெரியாது. விஜயலெட்சுமி வீட்டுக்குள் அவன் நுழைந்ததும் மூக்கையா கதவை பின்னால் நின்று அடைக்க அவள் கத்தினாள். ''ஐயோ ஐயோ டேய் விடுடா தேவிடியா பயல ஐயோ காப்பாத்துங்க காப்பாத்துங்க'' பல இரவு கத்தாதவள் இன்று கத்தியது அவனுக்கு அதிர்ச்சிதான். ஆனால் ஊர் விழித்துக்கொண்டது. மூக்கையா தலைமையில் ஆலமரத்தில் கூடியது.

''சரி பா அவனும் எத்தின நாள் தான் அடக்கிக்கிட்டு அலைவான் அதுதான் புகுந்துட்டான் போல'' என்றார்கள். ''ஆமா அவளும் எத்தின நாள் தான் ஆம்பள துணை இல்லாம கஸ்டப்படுவா'' என்றும் சொன்னார்கள். ''ஆமாப்பா அவளும் ஒத்தை அவனும் ஒத்தை கட்டிவைச்சிருங்கபா என்றும் சொன்னார்கள். ''என்னம்மா இவனையே கட்டிக்கிடுதீயா'' என்று அவளிடம் கேட்டபோது சின்னதாய் சிரித்து சரி என்றாள். ''என்னல லூசுப்பயல கட்டிக்கிறீயா அவள'' என்று இவனிடம் கேட்டார்கள். பதில் சொல்லாமல் நின்றான். ''அவன்கிட்ட என்ன பேச்சு, கட்டுடா தாயோலி'' என்றார்கள் கட்டினான். இதோ அடுத்த ஏழாவது மாதத்தில் ஊர் சிரிக்க பலரின் ஜாடையோடு அழுதபடி பிறந்து முந்தானையை பிடித்தபடி நிற்கிறது சிவபாண்டியின் ஆண் வாரிசு. அவ்வப்போது அந்த குழந்தை மூக்கையாவாக மாறி சிரிக்கும், மாயாண்டியாக மாறி கதறி அழும், சாம்போரையனை போலவே தலையை அப்படியே வலது பக்கமாய் சாய்த்து பார்க்கும். சிவபாண்டி பார்த்துகொண்டே இருப்பான், விஜயலெட்சுமி ஓடி வந்து எடுத்து கொஞ்சுவாள், தெருவில் போகிறவர்களிடம் எல்லாம் சொல்லுவாள் ''வெள்ளையம்மா அக்கா இங்க பாருக்கா பயலுக்கு அப்படியே அய்ய தாத்தன் மாணிக்கம் போல சுழி சுழட்டி சுழட்டி போட்டுறுக்கத'' சிவபாண்டி அப்படியே கிறுகிறுத்து போவான் எப்போதும் போல ஓடி போய் ஒரு சொம்பு தண்ணீரை மோர்ந்து குடிப்பான்.

"கடைசிலே என்னாமா சொல்ற"

"அந்த இடம் எங்க இடம் எங்க சின்ன மாமன் பூமி அதெல்லாம் தர முடியாது"

"ஊரு நல்லதுக்குத்தானே, ஊரை பகைச்சா என்ன நடக்கும் தெரியுமா?"

"என்ன நடக்கும் பாக்கலாம் என் புருசன் கக்கத்து மயிரை எந்த சூர புலி வந்து புடுங்கிறான்னு நானும் பாக்கேன் எல்லா பயலோட யோக்கியதையும் எனக்கு தெரியும் எந்த பய கக்கத்துல எவ்வளவு முடி இருக்குன்னு கூட தெரியாமலா நான் இந்த ஊர்ல குடும்பம் நடத்திகிட்டு இருக்கேன். இதுக்கு மேலயும் என் வாய எவனாவது கிளறினீங்கன்னா அவ்வளவுதான் அப்புறம் அவ்வளவு பேர் வேட்டியும் காத்துல தான் பறக்கும் ஜாக்கிரதை"

"அடி கழுத, பொட்டச் செருக்கி, ஒரு எழவுக்கும் உதவாத ஒரு சப்ப பயல ஐயோ பாவம்னு உனக்கு கட்டி வைச்சது நாங்க, எங்க வேட்டிய நீ காத்துல உடுவியாக்கும் இருக்கிற நாலு ஓட்டையும் பிரிச்சு போட்டுட்டு தெருவுல அடிச்சி விரட்டிருவோம் ஜாக்கிரதை"

"அடேயப்பா பாவம்னு கட்டி வைச்சாராம்லா நீங்க பாவம்னு நினைச்சு கட்டிக்க சொன்னா கட்டிக்கிறதுக்கு நான் என்ன போக்கத்தவ பாரு. முப்பத்தைஞ்சு வருசமா ஊருக்குள்ள இருக்கிறவளுக்கு தெரியாது பாரு எவன் ஆம்பிளைன்னு."

யாரும் வாய் திறக்கவில்லை. சில வாலிபர்கள் சத்தமில்லாமல் சிரித்தார்கள்.

"நீங்க வாங்க இவனுங்க முன்னாடி போய் நின்னுகிட்டு. எந்த ஆம்பள வர்றான் நம்ம வீட்டை எப்படி பிரிக்கிறான்னு பார்த்துருவோம்"

குழந்தையை தூக்கி ஒரு கையில் கொடுத்துவிட்டு இன்னோர் கை பிடித்து சிவபாண்டியை அவள் கூட்டிப்போனதை ஊர் அப்படி பார்த்தது. சிவபாண்டியோ நெஞ்சை நிமிர்த்தி அந்த ஊரை முதல் முறையாக அப்படி பார்த்தான்.

மிச்சமிருக்கும் விஷம்..

"காதல்" என்ற வார்த்தையின் வசீகரம் எல்லாருக்குமானதுதான் ஆனால் அந்த காதலை நாம் சந்தித்து கைகுலுக்கி அதோடு நாம் உரையாடி பயணப்படும்போது அது அவரவர் வாழ்வுப்படி எப்படி எப்படியெல்லாமோ உருமாறிக் கொள்கிறது. இன்னும் எனக்கு காதலின் மீதான வசீகரத்தைவிட அதன் வன்மத்தின் மீதுள்ள பயம் அறுபடாமலே இருக்கிறது. ஆம், அவ்வப்போது ஒரு தென்னைமர அணிலாய் என்னை ரசிக்கவைக்கும் காதல் தான் வேலி ஓணானாகவும் அதுவும் கல்லெறிபட்டு தப்பித்த வேலி ஓணானாகவும் என்னை பயம் கொள்ளவும், அருவருப்படையவும் செய்கிறது.

இப்போதும் அவர்கள் வருகிறார்கள். என் பிடித்தமான கனவுகளுக்கு முன்னதாகவோ இல்லை இறுதியாகவோ. சில நேரம் என் கனவுகளுக்கு நடுவே நின்றுகொண்டு அழுது புலம்புகிறார்கள். என் ஆளில்லா அறையை ஆக்கிரமித்து எனக்கான ஜன்னல்களை அடைக்க முயல்கிறார்கள். என் காலைப் பிடித்து கெஞ்சுகிறார்கள். சில நேரம் என் கழுத்தை பிடித்து நெரித்து கத்துகிறார்கள். ஆனால் ஏனோ அவர்கள் இருவரும் ஒன்றாய் வருவதில்லை ஆளுக்கொரு இரவை என்னிடமிருந்து எடுத்துக்கொள்கிறார்கள். அவன் வரும் இரவில் அவள் வருவதில்லை, அவள் வரும் இரவில் அவன் வருவதில்லை. ஆனால் இரவெல்லாம் என்னை எவ்வளவு இம்சித்தாலும் போகும்போது என் காலில் விழுந்து மன்னிப்பு கேட்டு என்னை கொன்று விட்டு தான் போகிறார்கள். எனது காலையில் அவர்கள்

வந்து போன சுவடுகளே இல்லையென்றாலும் எனது இரவுகள் அவர்கள் வருகையை எதிர்நோக்கி இன்னும் நடுங்கிக்கொண்டுதான் இருக்கிறது.

ஒரு எட்டு வருடங்களுக்கு முன் என் வீட்டிலிருந்து நான்கு வீடுகள் தள்ளி வசித்த காமராசும் கோமதியும் தான் அவர்கள். காமராசை நீங்கள் எளிதில் பார்த்து விடமுடியும். அவர் இப்போதும் உங்கள் எதிர் வீடுகளில் வசிக்கலாம். உங்களோடு ஒன்றாக பணிபுரிந்து கொண்டிருக்கலாம். ஆனால் கோமதியை நீங்கள் அவ்வளவு எளிதில் எங்கும் பார்த்து விட முடியாது. அவளை பார்ப்பதற்கு நீங்கள் ஒரு கோவிலில் அதிக நேரம் காத்திருக்க வேண்டியதிருக்கும். ஒரு மழை நாளில் வெகுநேரம் தன்னை மறந்து நீங்கள் நனைவீர்களானால் ஒருவேளை அவளைப் பார்க்கலாம். ஏனெனில் அவளுக்கு காமராசுக்கு பிறகு மழையைத் தான் அவ்வளவு பிடிக்கும். உங்களுக்கு அதிர்ஷ்டம் இருப்பின் சில நேரம் உங்கள் பேருந்தின் முன்னிருக்கையில் அமர்ந்து அவள் பயணிக்கலாம். அப்படியொரு அழகு அவளுக்கு.

கோமதி காமராசுக்கு வேற யாருமில்லை, சொந்த அத்தை பெண்தான். இருவருக்கும் சிறு வயதில் அப்படி முட்டிக்குமாம். ஆகவே ஆகாது. காமராசுக்கு சிறுவயதிலே பீடி குடிக்கும் பழக்கம் இருப்பதை அவன் அப்பாவிற்கு காட்டிகொடுத்ததே அவள்தானாம். அதே மாதிரி எட்டாம் வகுப்பு ரேங்க் கார்டில் கோமதி தனது அம்மாவின் கையெழுத்து போட்டிருப்பதை சாந்தா டீச்சரிடம் காட்டிக்கொடுத்தது காமராசுதான். ஆனால் இரண்டு பேருக்குமே இருந்த ஒற்றுமை என்ன தெரியுமா, இருவருக்குமே சாந்தா டீச்சரையும் பிடிக்காது பள்ளிக்கூடம் போவதும் பிடிக்காது.

காமராசு பத்தாம்வகுப்பு பெயிலானதும் பெங்களூர்க்கு ஓடி போய் அங்க முட்டாய் கடையில மைசூர் பாகு கிண்டுற வேலையில் சேர்ந்துட்டான். அதே மாதிரி கோமதி எட்டாம் கிளாஸ் பெயிலானதும் வீட்ல குத்தவைச்சுட்டா. காமராசுக்கு அவங்க அம்மா அன்பா எழுதுற கடிதத்தையும் அவங்க அப்பா அதட்டி எழுதற கடிதத்தையும் கோமதிதான் எழுதுவாளாம். காமராசு பெங்களூர் போய் இரண்டு

வருடம் ஆனபின் தான் எழுதிய நூற்றிப்பத்தாவது கடிதத்தில்தான் ஒரு ஓரத்தில் கேட்டாளாம் கோமதி,

"டேய் காமராசு எப்படி இருக்க? உடம்ப பார்த்துக்க, இப்படிக்கு உன்கோமதி" என்று. அன்று தொடங்கியது அவர்கள் காதல். எதிர்ப்பு இல்லாத காதலாகவும் எதிர்பார்ப்பு இல்லாத காதலாகவும் வளர்ந்து கல்யாணத்திலே முடிந்தது.

இதெல்லாம் எனக்கு எப்படி தெரியும் என்கிறீர்களா?. நான் பத்தாம் வகுப்பு படிக்கும் வரை அவர்களை நான் சாதரணமாகத்தான் கடந்து போயிருப்பேன். பத்தாம் வகுப்பு தேர்வில் நான் தோல்வி அடைந்து அம்மா என்னை கம்போடு துரத்தியபோது நான் ஓடி ஒளிந்த இடம் அவர்கள் வீட்டு கோழிமடம். அன்று என் அழுகை கலந்த சிரிப்பு அவர்களுக்கு ரொம்ப பிடித்திருக்கும் போல. அன்றிலிருந்து என் பிடித்தமான இடங்களில் ஒன்றாகிப்போனது அவர்கள் வீடு. நான் செய்தித்தாள்களில் இருந்து கிழித்து கொண்டுபோய் கொடுக்கும் கமல் படங்களுக்காகவும், நான் தினமும் எங்கள் வீட்டில் அடி வாங்கும் காரணங்களுக்காகவும் கோமதிக்கு என்னை மிகவும் பிடித்திருந்தது. அதேபோல் காமராசுக்கு நான் பள்ளிக்கு கட்டடித்து பார்த்து வந்த புதிய சினிமாக்களின் கதையை அப்படியே சொல்வதாலும் சில நேரம் சினிமா கிசு கிசு பேசுவதாலும் பிடித்துபோனது. திருமணம் ஆகி ஐந்து ஆண்டுகள் ஆகியும் குழந்தை இல்லாத குறையை அவர்கள் அவர்களுக்குள்ளாக இருந்த காதலால் மட்டுமே மறைத்திருந்தார்கள்.... சில நேரம் எனக்கு தெரியாமலே என்னை அவர்கள் தங்கள் குழந்தையாக நினைத்து விளையாடியதும் உண்டு. அதன்பின் எனக்கான ஒரு சோத்துருண்டை எப்போதும் அவர்கள் வீட்டில் காத்திருக்கும்.

எனக்கு அவர்களை பிடித்ததை விட அவர்களுக்குள்ளே இருந்த காதல் தான் எனக்கு ஆச்சரியங்களையும் சந்தோசத்தையும் அள்ளிதந்தவாறே இருந்தது. அவர்களின் கண்முன்னே அவர்களின் காதலை நான் காதலித்தேன். எனக்கு தெரியாமல் அவர்கள் ஒளித்து வைக்கும் அந்த காமத்தை கூட அவர்களுக்கு தெரியாமல் பார்த்துவிட முயற்சித்திருக்கிறேன்.

மாரிசெல்வராஜ் - 139

அவர்கள் அடிக்கடி சண்டை போட்டுக்கொள்வார்கள் தான். ஒருத்தருக்கு ஒருத்தர் பேசாமல் ஒரு நாள் இருப்பார்கள் தான். ஆனால் அதற்கான காரணங்களை கேட்கும் போது எனக்கு சிரிப்பு தான் வரும். அதோடு மட்டுமல்லாமல் அந்த காரணங்களை நான் தெருவில் எல்லாருக்கும் சொல்லி விடுவேன். எல்லாரும் அவர்களை கேலி செய்யும் போது அவர்களின் காதல் நடுவீதியில் வெட்கப்படுவதை பார்க்க அவ்வளவு அழகாய் இருக்கும்.

ஒரு நாள் காமராசு தன் கல்யாண போட்டோவில் உள்ள கோமதியின் படத்திற்கு மீசை போட்டுவைத்ததற்காய் ஒரு சண்டை. நடு இரவில் ஒருநாள் காமராசு கனவில் பயந்து அலறியதையும், கோமதியின் காலை பிடித்து ''சாமி என்னை காப்பாத்து சாமி என்னை மட்டும் எப்படியாவது காப்பாத்து'' என கத்தியதை என்னிடம் சொன்னதற்கும் ஒருநாள் சண்டை. பெரும்பாலும் அவர்களின் சண்டைகள் இருவரும் விரும்பும்படியான காமத்திலே முடிவதாக ஒருநாள் முத்துராஜ் முகசவரம் செய்து கொண்டிருக்கும்போது சிரித்துக்கொண்டே கோமதி என்னிடம் சொல்லியிருக்கிறாள். அவள் சொன்னதும் அந்த சின்ன கத்தியோடு அந்த சின்ன வீட்டில் பிடிக்கவே முடியாத மாதிரி காமராசு அவளை விரட்டியிருக்கிறான். இப்பொது நான் சரியாக சொல்லவேண்டும் என்றால் நான் காமராசாய் முழுவதுமாய் மாறி எனக்கான கோமதியை தேடத் தொடங்கியிருந்தேன்.

காமராசாக இல்லாத எனக்கு எப்படி அவ்வளவு சீக்கிரத்தில் கோமதிகள் கிடைப்பார்கள்.

ஆனாலும் நான் எனக்கான கோமதியை தேடி திருநெல்வேலி வீதிகளில் அலைந்த ஒரு மதியவேளையில் ஒரு நகர பேருந்தில் தான் பார்த்தேன் அவளை. கோமதிக்கு எப்போதும் பிடிக்கும் சிவப்புகலர் புடவையைதான் அவளும் கட்டியிருந்தாள். ஆமாம் அவளைப் போலவே ஒரு ஒத்தை ரோசா சொருகி என்னை குழப்பினாள். என்னால் நம்பவேமுடியவில்லை கொஞ்சம் உத்துப்பார்த்தால் அது கோமதி மாதிரி தெரியவில்லை என்ன கொடுமை அது கோமதியே

தான். ஆனால் அருகில் இருப்பது யார் என்று எனக்கு தெரியவில்லை அவனை இதுக்குமுன் நான் பார்த்ததேயில்லை. அவன் காமராசை விட வசீகரமாய் இருந்தான். அவளின் உறவுக்காரனாய் இருக்கலாம். இந்த பேருந்து பயணத்தில் என்னை பார்த்தால் ரொம்ப சந்தோசப்படுவாள். ஆம் அவளோடு இதுவரை நான் பேருந்தில் பயணித்ததேயில்லை. அவளிடம் நான் போய் பேசினால் ரொம்ப எவ்வளவு ஆச்சரியப்படுவாள் என்று நான் எழும்போது எதேச்சையாக அவர்கள் இருவரும் சந்தோசமாய் பேசியபடி என்னை பார்த்திருக்கக் கூடாது. ஆனால் பார்த்தார்கள். என்னை பார்த்ததும் அவன் வேகமாய் இருக்கையில் இருந்து எழுந்துகொண்டான். அவள் என்னைப் பார்த்து சிரிக்கவில்லை. தெரிந்தவன் என்பதுபோல் கூட காட்டிக்கொள்ளவில்லை. பேருந்து போய்கொண்டிருக்கும் போதே அவன் அவசர அவசரமாய் அவளிடம் ஏதோ பேசிவிட்டு கீழே விழுந்து விடுபவனைப்போல இறங்கிப்போனான். அவள் என் முகத்தை திரும்பி பார்க்காமலே வேர்க்க விறுவிறுக்க அடுத்து வந்த பேருந்து நிறுத்தத்தில் இறங்கிபோனாள். மறையும் வரை அவள் என்னை திரும்பிப் பார்க்கவில்லை.

'ஏன் அவன் அவ்வளவு வேகமாய் இறங் கிபோனான்.?'

'ஏன் அவள் அவ்வளவு பதட்டமாய் இறங் கிபோனாள்.?'

என்ன நடந்தது?. நடந்தது நிஜமா இல்லை கனவா என்று நான் யோசிப்பதற்குள் எல்லாம் நடந்து முடிந்துவிட்டது. கண்டிப்பாய் அவன் அவள் உறவுக்காரன் இல்லை. அதேபோல் அவள் கோமதியும் இல்லை கோமதியாக இருந்தால் எப்படி என்னை பார்த்து சிரிக்காமல் பேசாமல் இருக்க முடியும்? யார் இவர்கள்? ஏன் என்னை பார்த்து பயப்படவேண்டும்? என்னை ஏன் இப்படி அவர்கள் பாடாய்படுத்தி சித்ரவதை செய்ய வேண்டும்? கடவுளே கண்டிப்பாய் அது கோமதியாக இருக்க கூடாது. அப்படியே இருந்தாலும் என்னை அவள் சரியாக கவனிக்காமல் சென்றிருக்க வேண்டும்.

எந்த ஒரு குழந்தையின் சிரிப்பையும், எந்த ஒரு அழகான பெண்ணையும் ரசிக்க முடியாதவனாய் அதனை நம்பகூட

முடியாதவனாய் முதன்முறையாய் வந்து இறங்கினேன். தலையே வெடித்துவிடும் போல் இருந்தது. மெதுவாய் ஊரை நோக்கி நடக்கத் தொடங்கினேன். அந்த மனிதனின் சிரிப்பு என்னை பாடாய்படுத்தியது. அவன் முகம் என்னைவிட்டு மறையாமல் இருக்கும்போதே எங்கிருந்தோ சைக்கிளில் வந்த காமராசு என்னை பார்த்து சிரித்தபடி ''டேய் அதுக்குள்ளே இன்னைக்கு வந்திட்டயா சரி சைக்கிளில் ஏறு போவோம்'' என்று சொன்னபோது எனக்கு என்னவோ போலிருந்தது. காமராசின் முகத்தையே பார்க்க பிடிக்கவில்லை. அவன் முகம் பார்க்காமல் என் முகத்தை மறைத்து போலி சிரிப்பையும் சிரித்து பின்னால் ஏறி உட்கார்ந்தேன்.

அவனிடம் கேட்கலாமா?. ஒருவேளை கேட்டு அது உண்மையிலே கோமதியாக இருந்தால் என்ன பண்ணுவது, சரி ஒருவேளை கோமதி எங்கும் போகாமல் இன்று வீட்டில் இருந்தால் எவ்வளவு சந்தோசம் நிம்மதி நமக்கு. சரி கேட்டுவிடுவோம், என்று மெதுவாய் கேட்டேன். ''கோமதி அக்கா இண்ணைக்கு எங்க அண்ண போயிருக்கா?'' என் தலையில் இடியை தூக்கி போடும் ஒரு பதிலை அவன் சந்தோசமாய் சொன்னான் ''அவளும் இன்னைக்கு திருநெல்வேலிக்குத் தான் போயிருக்கால'' என்று. கொஞ்சம் கூட தாமதிக்காமல் கேட்டேன் ''எதுக்கு'' என்று. அவனோ பாவமாய் பதில் சொன்னான். ''ரெண்டு நாளாவே வயிறு வலிக்குனு சொன்னா அதுதான் ஹைகிரவுண்டு ஆஸ்பத்திரில காண்பிச்சுட்டு வான்னு அனுப்பினேன்'' என்று சொல்லிமுடிப்பதற்குள் சண்டாளன் நான் அதை கேட்டுவிட்டேன், ''யார் கூட'' என்று. அதன்பின் அவன் கேட்ட ''யார்கூட பார்த்த'' என்ற கேள்வியும் அதன் தொனியும் என்னை பயம்கொள்ள செய்தது. நான் எவ்வளவோ மறுத்தும் அவன் சரியாக கேட்டான். ''அவன் முகத்துல சின்ன தழும்பு இருந்துச்சா , அவன் முடி சுருள் சுருளா இருந்திச்சா....அவனின் வலதுகையில் ஒரு விரல் மொட்டையாக இருந்ததா.....'' இப்படி அவனது எல்லா கேள்விகளுக்கும் நான் ''ஆமா'' என்ற பதிலை அமைதியாய் சொல்ல, அவன் என்னை என் வீட்டில் இறக்கிவிட்டு வேகமாய் போனான். போகும்போது அவன் என்னை திரும்பி பார்க்காதது எனக்கு அழுகை வந்திடும் போல இருந்தது.

அன்று இரவு என்னால் அவர்கள் வீட்டிற்கு போக முடியவில்லை. என் அம்மா கூட நான் எங்கும் போகாமல் இருப்பதை நினைத்து ஆச்சர்யப்பட்டாள். எப்படி போவது, போய் என்ன பேசுவது, அம்மா ரொம்பநாள் கழித்து அருகில் இருந்து உணவு பறிமாறினாள். எந்த சந்தோசமும் இல்லாமலே படுக்கையில் கிடந்தேன். மறுபடியும் அந்த சுருள் முடிகாரனும் அந்த கோமதியும் என்னை வதைக்க எப்படியோ தூங்கிப்போனேன்.

காலையில் அம்மா அக்கா எல்லோருடைய கூச்சலோடும் கத்தலோடும் தான் எழுந்தேன். மொத்த ஊருமே அழுது கூச்சலிட்டு கூடி கிடந்தது. காமராசு கோமதி வீட்டுக்கு முன்னால். பதறி அடித்துக்கொண்டு ஓடினேன். வீட்டின் படுக்கையறையில் அதே சிகப்பு புடவையோடு படுத்திருந்த கோமதிக்கு பக்கத்தில் கொஞ்சமும் குறையாத காதலோடும் கடைசி நேரத்தில் பகிர நினைத்த சந்தோசத்தோடும் அப்படியே இருவரும் மல்லாந்து படுத்துகிடந்தார்கள் உயிரை மட்டும் விட்டுவிட்டு.

"ஐயோ! குழந்தை இல்லாததுக்கு போய் இப்படி பண்ணிட்டீங்களா? சண்டாள எம் மக்களா", என்று கதறி அழுத ஒரு பாட்டியை கொஞ்சம் விலக்கிவிட்டு தைரியமாகவே பார்த்தேன். என்னை பார்க்க விருப்பமில்லாதவள் போல கோமதி மட்டும் முகத்தை கொஞ்சம் திருப்பிக்கொண்டு கிடந்தாள். அவர்களின் தலைமாட்டில் பாலீத்தின் பையில் இருந்த அந்த அல்வாவில் கலந்த விஷம் இன்னமும் மிச்சம் இருந்தது.

என் தாத்தாவை நான்தான் கொன்றேன்

'உங்கள் தாத்தாவை நீங்கள் கொலை செய்வீர்களா?' ஆனால் நான் தான் என் தாத்தாவை கொலைசெய்தேன். ஆம் ஒரு பூனைக்குட்டி போல் எங்கள் வீட்டில் சத்தமில்லாமல் உலவிக் கொண்டிருந்த அவரை நான் தான் கொலை செய்தேன்.

பொதுவாக எல்லா தாத்தாக்களைப் போல தாத்தாவானதால் என் தாத்தா நல்லவர் என்று சொல்ல முடியாது. அவர் ரொம்ப நல்லவர் என்பதை நீங்கள் நம்பித்தான் ஆகவேண்டும்.

என் தாத்தாவை எனக்கு ரொம்ப பிடிக்கும். எனக்கு எப்போதும் அவர் பிடித்தமானவர்தான், பிடித்தமானவர்களை யாராவது கொலை செய்வார்களா என்று நீங்கள் கேட்டால் நான் செய்வேன், நான் எனக்கு பிடித்தமானவர்களை மட்டுமே கொலைசெய்து வந்துள்ளேன், வருகிறேன். என்னால் எனக்கு பிடித்தமானவர்களை மட்டுமே கொலை செய்ய முடிகிறது.

நொண்டி பெருமாள்தான் என் தாத்தா. நான் நொண்டிபெருமாள் பேரன். ஆனால் என் தாத்தா நொண்டி இல்லை. திருச்செந்தூர் வரை நடந்து சென்று வரக்கூடியவர் ஆனாலும் அவரை யாரும் பெருமாள் என்று சொல்வதில்லை. நொண்டிபெருமாள் என்று தான் சொல்லுவார்கள். அதன் காரணம் தெரிந்துகொள்ள எனக்கு எட்டு வருசம் ஆனது. ஒரு நாள் என் அம்மாவை விடாமல் அவள் பால் கறந்துகொண்டிருக்கும்போது மாட்டுக்கு கொசு தட்டிவிட்டு கொண்டே கேட்டு தெரிந்துகொண்டேன்.

தாத்தாதான் எங்கள் ஊர் அம்மன் கோவிலுக்கு பூசாரி.அம்மன் சிலை கழுவுவது பூஜை செய்வது அவர் வேலை, அம்மனை கழுவும்போது கைகளால் தொட்டு கழுவக்கூடாதாம் எதாவது துணியை கொண்டுதான் தொடவேண்டுமாம். என் தாத்தா அவருடைய ஒரு சோம்பேறி தினத்தில் அம்மன் சிலையை கையால் தொட்டு தேய்த்து கழுவிவிட்டாராம். அவ்வளவுதான் என் தாத்தாவின் பத்து விரல்களும் முடங்கிப் போய்விட்டதாம் நிமிர்த்தவே முடியவில்லையாம். அதன் பிறகு அடுத்தவருடத்தில் சாம்போரையன் ஐயரிடம் வட்டிக்கு கடன் வாங்கி சொந்த கொடை நடத்திய பின்னாடிதான் அவரின் விரல்கள் சரியானதாம். அந்த நாளிலிருந்து எல்லாரும் தாத்தாவை நொண்டிபெருமாள் என்று தான் கூப்பிடுகிறார்களாம். அம்மா சொல்லிமுடித்து ''அவ்வளவு துடிப்புள்ள அம்மன் முத்தாரம்மன்''என்று கன்னத்தில் போட்டுக் கொண்டபோது ஓடி சென்று அம்மன் கோவிலில் நான் ஏற்கனவே திருடியிருந்த மூன்று ருபாயை போட்டு ஒரு சில தோப்புகரணங்களும் போட்டுவிட்டு ஓடிவந்தேன். அந்த மூன்று ரூபாயும் லீலாவிற்கு பொங்கல் வாழ்த்து வாங்க திருடியது. லீலாவிற்கும் தாத்தாவிற்கும் சம்பந்தமில்லை. ஏன் எனக்கும் லீலாவிற்கும் கூட இப்போது எந்த சம்பந்தமுமில்லை. அவள் பெயர் மட்டுமே நினைவிலிருக்கிறது. அவள் இப்போது எங்கு இருக்கிறாளோ.

என் தாத்தாவுக்கு ஒரு நல்ல பழக்கம் இருந்தது. அதாவது பள்ளிக்கூடம், டீச்சர், இதெல்லாம் அவருக்கு பிடிக்கவே பிடிக்காது, அதனாலதான் என் அப்பாவும் படிக்கல, என் சித்தப்பாவும் படிக்கல, எங்களயும் பள்ளிக்கூடம் அனுப்பறதுல அவருக்கு இஸ்டம் இல்லை என்றாலும் வயதாகிவிட்டதால் சபையில் அவர் பேச்சுக்கு மதிப்பில்லாமல் நாங்கள் பள்ளிக்கு அனுப்பப்பட்டோம். எங்க பள்ளிக்கூடம் பக்கத்திலே இருக்கிறதால தாத்தா அடிக்கடி வந்து எதையாவது வாங்கிதருவார். எதாவது காரணம் சொல்லி எங்களை பள்ளிக்கூடத்துல இருந்து நித்தமுடையார் சாஸ்தா கோவிலுக்கு விளையாட கூட்டிக்கிட்டு போவார்.பாவம், யாராவது பார்த்துவிட்டு போய் எங்கள் வீட்ல சொல்லி கொடுத்துருவாங்க. தாத்தாவை அப்பா, அம்மா, சித்தப்பா, சித்தி எல்லாரும் திட்டுவாங்க. ஆனால்

தாத்தா எதையும் காது கொடுத்து கேட்காம எங்க சட்டைக்கு பட்டன் தைப்பாரு, நாங்க அவருக்கு வெத்தலை பாக்கு இடித்து கொண்டிருப்போம்.

அவர் தவறு செய்தால் எப்போதும் சட்டைகளுக்கு பட்டன் தைப்பார். நாங்கள் அவருக்கு வெத்தலை பாக்கு இடிப்போம்.

எங்க தாத்தா எனக்கு வைத்திருந்த செல்லப்பெயர் ''திருட்டு கருப்பன்'' ஆமாம் என்னோட தாத்தா எனக்கு எவ்வளவுதான் காசு கொடுத்தாலும் நான் அவருக்கு தெரியாமலும் அவரோட வேட்டி முந்திய அவுத்து காசு திருடி சில நேரம் அவருக்கும் ஐஸ் வாங்கி கொடுப்பேன். அவரும் ஐஸ்ஸை வாங்கி சாப்பிட்டு முடித்த பிறகு ''டேய் திருட்டு கருப்பா இது என்னோட முந்தி காசுதான'' என்று செல்லமாய் கொட்டுவார். ஆனால் நான் சில நேரம் எங்க வீட்ல புதைத்து வைத்திருக்கிற உண்டியல்களை உடைக்க அவரோட சாப்பாட்டு வெங்கல குண்டாவை எடுத்து போட்டு உண்டியலை உடைப்பேன் அது மட்டும் அவருக்கு பிடிக்காது. இடது கையாலே அடிப்பார், ஏனென்றால் அந்த வெங்கல குண்டான் எங்க பாட்டி அவருக்கு வாங்கி கொடுத்ததாம்.

உண்டியலை எப்போது வேண்டுமானாலும் யாருடையது என்றாலும் உடைக்க வேண்டும் என்றால் உடைக்கலாம். ஆனால் தாத்தாக்களின் வெங்கல குண்டாக்களை எடுத்து சிறிது கூட சேதப்படுத்த கூடாது. ஏனெனில் அது பாட்டிகளின் பரிசு, தாத்தாக்களின் பொக்கிஷம்.

எங்க தாத்தாவுக்கு எந்த கதையும் தெரியாது. அதனால எங்களுக்கு எங்க ஊர்ல அவர் காலத்துல நடந்த கதை, எங்க சித்தப்பா திருடிய கதை, அப்பா அடி வாங்கிய கதை, பட்டறை பாட்டி கிணற்றுக்குள் விழுந்த கதை, சுப்பு தாத்தா பேய்யை கட்டி பிடித்த கதை, வடைமலையானை மாடு விரட்டிய கதை, தலையாட்டி பாட்டியை பூனை கடித்த கதை, பூலான்பேத்தி ஆத்துல போன கதை இப்படி எங்க ஊர்ல நடந்த எல்லத்தையும் எல்லா நேரத்திலேயும் சொல்லுவார், நாங்க கேட்டுட்டுப் போய் எங்க பள்ளிக்கூடத்துல சொல்லுவோம்.

எல்லா ராத்திரியை போலத்தான் அன்றைக்கும் எங்க ஊருக்கு டீவி ஆண்டனா வந்த கதையை சொல்லிட்டு படுத்தாரு. எதுக்குனு தெரியல தாத்தாவுக்கு மறுநாள் காலையில எந்திரிக்கும்போது உடம்பு சரியில்லாமல் போய்டுச்சு, எல்லாரும் வந்து பார்த்துட்டு பார்த்துட்டு போறங்க. நான் அப்போது ஒன்பதாம் வகுப்புக்கு வந்திருந்தேன், என்னை எங்க அப்பா ஸ்ரீவைகுண்டத்துல போய் தாத்தாவுக்கு ஆரெட்டு மாவு, கேப்ப மாவு, அப்புறம் வயித்துபோக்கு மாத்திரை எல்லாம் வாங்கி வரசொன்னார். நான் கிளம்பும்போது தாத்தா பட்டறை பாட்டிகூட கொஞ்சம் சிரித்துதான் பேசிக் கொண்டிருந்தார்.

அப்பல்லாம் எனக்கு ஸ்ரீவைகுண்டத்துக்கு வர்றது என்பது பெரும் கனவு. எப்பவாவது அப்பாக்கூடத்தான் வரமுடியும். தனியா அனுப்பமாட்டாங்க, ஸ்ரீவைகுண்டத்துல தான் ஜவஹர் தியேட்டர் இருக்கு. அதுதான் என்னோட வெறி பிடித்த சாத்தான்.அதுல அப்பாக்கூட, அம்மாக்கூடத்தான் படம் பார்த்திருக்கிறேன் தனியா பார்த்ததில்லை. அன்றைக்கு நான் தனியா வந்தது எனக்கு சொர்க்கத்துக்க தனியா வந்திருக்கிறதா இருந்தது. நான் ஆரெட்டு மாவு, கேப்ப மாவு, மாத்திரை எல்லாம் வாங்கிய பின் தான் எனக்கு அந்த போஸ்டர் கண்ணில் பட்டது.

''இன்றுமுதல் ஸ்ரீவை ஜவஹரில் ராஜ்கிரன் நடிக்கும் 'பாசமுள்ள பாண்டியரே' பாட்டு பைட்டு சூப்பர்'' என்னால் அதை பார்த்துவிட்டு ஒரு அடி நகரமுடியவில்லை கால்கள் தானாகவே தியேட்டரில் நின்றது. அதுவொரு மதியகாட்சி. வாங்கிய பொருட்களுடன் தியேட்டருக்குள் போனதும் தாத்தா, அப்பா, வீடு எல்லாம் மறந்து போனது, குறி சொல்லும் மீனாவும், சுளுக்கு எடுக்கும் ராஜ்கிரணும் என்னை மயக்கி மாலை ஆறு மணி வரை தியேட்டருக்குள்ளேயே வைத்துவிட்டார்கள்.

சரியாக ஐந்தரை மணிக்கு படம் விட்டது, கோவைசரளாவிற்கு பைத்தியம் தெளிந்தது போல எனக்கு இப்போது தான் தெளிந்திருந்தது. ஆனால் அதற்குள் வானம் சிறிது கருக்க தொடங்கியிருந்தது, எனக்கு தாத்தா ஞாபகம் வந்து பயம் கவ்வ பஸ்

ஏறி எங்க ஊர் ப்ஸ்டாண்டில் இறங்கி வேகமாய் நடந்து வீட்டுக்கு அருகில் வந்ததும் கொஞ்சம் பம்மி பம்மி மெதுவாய் வந்தேன். எங்க வீட்ல நிறைய ஆட்கள் கூடியிருந்தார்கள். எனக்கு அழுகை சத்தமும் தெளிவாய் கேட்டது, என் அம்மாவின் அழுகை சத்தம் கேட்டதும் எனக்கு பக்கென்றிருந்தது, மெதுவாய் மாட்டுத் தொழு வழியாய் பம்மி வந்தேன். என் அப்பாவும், என் சித்தப்பாவும் கதறி அழுவதை பார்த்ததும் எனக்கு புரிந்துவிட்டது நம் தாத்தா இறந்துவிட்டாரென,

எனக்கு உடம்பு ஆட தொடங்கிவிட்டது நாம் மருந்து வாங்கி வர நேரம் ஆனதால்தான் தாத்தா இறந்திருக்கிறார். இப்போது இந்த மருந்தோடு நாம அங்க போன அவ்வளவுதான். அப்பா அடிக்கமாட்டார் ஆனால் சித்தப்பா கொன்றுவிடுவார் என்று. தாத்தாவுக்கு வாங்கிய மருந்துகளோடு யாருக்கும் தெரியாமல் தெற்கு வாய்க்கால் ரயில்வே பாலத்திற்கு ஓடிவந்து உள்ளே உக்காந்து கொண்டேன்.

அந்த ஆறரை கடைசி ரயிலும் என் தலைக்கு மேலாக கடந்துபோனது. நல்லா இருட்ட தொடங்கியதும் ரயில்வே பாலத்திற்கு அருகில் உள்ள ஆச்சிமுத்தா கோவில் ஆலமரம் போட்ட சத்தத்தில் ஓடிவந்தேன். இங்க நடு வீட்ல தாத்தாவை பிணமாய் படுக்க வைத்திவிட்டு என்னை காணவில்லை என்று ஊரோடு தேடி கொண்டிருந்தார்கள், நான் யாருக்கும் தெரியாமல் சிமெண்டு குளத்துல உட்காந்திருந்ததை என் சித்தப்பா பார்த்துகொண்டார். என் கைகளில் உள்ள மாத்திரைகளை கோபமாய் வாங்கிகொண்டு என் சட்டை பைக்குள் கையைவிட்டு துளாவியபோது சிக்கிகொண்டது ஜவஹர் தியேட்டர் டிக்கட், அவ்வளவுதான் தூக்கி தூக்கி போட்டு மிதித்தார். அந்த நேரத்திலும் எனக்கு மீனாவும், அவளுடைய அந்த குறி சத்தமும்தான் ஞாபகத்துக்கு வந்தது.

என் சித்தப்பாவுக்கு கை வலித்திருக்க வேண்டும் இல்லை என் மீது கொஞ்சம் அவருக்கு பாசம் இருக்க வேண்டும். அடிப்பதை நிறுத்திவிட்டு என் கலைந்த உடையை, தலையை எல்லாம் சரி செய்து வீட்டுக்கு கூட்டிக்கிட்டு போனார். வீட்டில் எல்லாரும் தாத்தாவை விட்டுவிட்டு என்னை கட்டிபிடித்துக் கொண்டு அழுதார்கள். என்

சித்தப்பா என்னை நான் வழி தெரியாமல் பஸ்ஸில் தூங்கி கால்வாய்க்கு போய் விட்டதாக எல்லாரிடமும் சொல்லிக் கொண்டிருந்தார். என் அம்மாவும் அப்பாவும் என்னை பிடித்து கதறி அழுதார்கள், நான் என் அம்மாவின் மார்பில் தலையை சாய்த்தவாரே கொஞ்சம் அழுது கொண்டே நைசாக என் தாத்தாவை பார்த்தேன், ஆனால் தாத்தா இப்போது என்னை பார்க்கவேயில்லை. சந்தன கண்களோடு மேல் நோக்கி பார்த்துக் கொண்டிருந்தார்.

அலைந்து திரியும் பெருங்கடல்

"எப்படி இருக்கீங்க சுதா"

"என் பெயர் சுதா இல்ல"

"எனக்கு சுதா என்ற பெயரில் இதுவரை தோழிகள் இல்லை ஆதலால் உங்கள் பெயர் சுதாவாக இருந்தால் எனக்கு சந்தோசம்"

"நீ யாரு"

"உங்களிடம் அடிவாங்காமல் தப்பித்தவர்களில் ஒருவன்"

"புரியல"

"அந்த ராம்பாப்புலர் பஸ்ல நானும் உங்கள பார்த்தேன்"

"ஆனால் அப்பாவிகள் மீதும் கோழைகள் மீதும் நான் கோபப்படுவதில்லை அதனால் நீ தப்பித்தாய்"

"நான் கோழையா அப்பாவியா, நில்லுங்க ஏன் பதில் சொல்லாம போறீங்க, நான் பேசுவது உங்களுக்கு தொந்தரவா இருக்கிறதா"

"நீ யாரு என்னை தொந்தரவு செய்ய"

"இந்த நேரத்துல அதுவும் தனியா கடற்கரைக்கு வந்திருக்கீங்க"

"ஏன் கடற்கரைக்கு தனியாய் வருவது ஆம்பிளைத்தனமா"

"இருக்கலாம். இங்கு உங்களை தவிர வேறு எந்த பெண்களும் தனியாக இல்லையே"

அவ்வளவுதான் அதற்கு பின் அவளிடம் பதில்கள் இல்லை அல்லது பதில் சொல்ல விரும்பவில்லை. காற்றின் எல்லா திசைக்கும் பறக்கும் தன் முடிகளையும் துப்பட்டாவையும் பிடிப்பதில்தான் அவளின் கவனம் இருந்தது. திடீரென்று எதையோ தேடியவளுக்கு நான் தான் மணலில் புதைந்து போன அவளின் புது செருப்புகளை தேடி எடுத்துக்கொடுத்தேன்.

ஆண்கள் தேடி எடுத்துக்கொடுப்பதற்காகவே தொலையும் புது செருப்புகள் அவை என்று அவற்றை அப்போது நினைத்தேன்.

"ஹலோ நன்றி சொல்லாமதான் போறீங்க உங்க பெயரையாவது சொல்லலாமே"

"ஏதோ பெயர் சொல்லி வந்து வழிஞ்சிய என்ன பெயர் அது"

"சுதா"

"ஆ... சுதா, அப்படியே வைச்சுக்கோ சுதா என்ற பெயரில் நானும் ஒருநாளும் வாழ்ந்ததில்லை, ஹா ஹா"

வேகமாய் கூட்டத்தோடோ கரைக்கு வந்த அலையோடோ கலந்து காணாமல் போனாள்.

நான் ஒரு ஏமாற்றுக்காரன், நான் ஒரு பொய்யன், நான் ஒரு இதயமில்லாதவன், நான் ஒரு பெண் பித்தன் இப்படியெல்லாம் குற்றம் சுமத்தப்பட்டு பெண் தோழிகளால் என் மீது நம்பிக்கை இல்லா தீர்மானம் கொண்டு வந்த ஒரு தர்மசங்கடமான நாளில்தான் திருச்செந்தூர் கோவில் கடற்கரைக்கு வந்து ஒதுங்கியிருந்தேன்.

அது யாருக்கும் பிடிக்காத ஒரு மதியவேளை. ஆங்காங்கே அந்த உப்பு வெயிலோடும் கடலோடும் சந்தோசமாய் விளையாடி கொண்டிருப்பவர்களை பார்க்கவே கூச்சமாக இருந்ததால் நாளிகிணறு செல்லும் பாதையின் சுவரில் நிழலோடு ஒதுங்கி கொஞ்சம் பாதுகாப்பாய் இருந்த போதுதான் அவளை பார்த்தேன். அய்யா கோவிலுக்கும் செந்திலாண்டவர் கோவிலுக்கும் இடையில் ஆட்கள் குறைவாக இருந்த இடத்தில் முழு கடலையும் பார்த்தவாறு யாருடனும் பேசாமல் தனியாய் நின்றிருந்தவள் தன் கால்களால்

மாரிசெல்வராஜ் - 151

மணலை கிள்ளி அள்ளி கடலுக்குள் வீசியபடியும் காற்றில் பறக்க முயலும் தன் துப்பட்டாவை ஒரு கையால் பிடித்தபடியும் வெகுநேரம் நின்றிருந்தாள்.

நான் ஏற்கனவே இவளைப் பார்த்திருக்கிறேன். ஜோவோடு திருச்செந்தூர் வரும் போது ராம்பாப்புலர் பேருந்தில் வைத்து பார்த்திருக்கிறேன். ஜோ தான் காட்டினாள். பேருந்து கூட்டத்தில் தன் மாரை பிடித்து கசக்கினான் என்று ஒரு நாற்பது வயது மதிக்கத்தக்கவனை அடித்து இழுத்துச் சட்டையை கிழித்துக் கொண்டிருந்தாள். பேருந்தை நிறுத்தி அவனை எல்லாரும் இறக்கிவிட்ட பிறகும் கூட ஜன்னல் வழியாக தலையை வெளியே நீட்டி அவன் முகத்தில் காறித் துப்பும் போது என் மீதும் அவளின் எச்சில் பட்டதாக ஜோ சொல்லி சொல்லி சிரித்தாள். அவள்தான் இவள்.

எப்போதும் தனியாக இருக்கும் அவளிடம் இனிமேல் எப்போதும் தனியாகவே இருக்க போகும் நான் பேச வேண்டும் என்று நினைத்தது என்னை பொறுத்தவரை தப்பில்லைத்தான்.

சுதா, சுதா

உண்மையாகவே இந்த பெயரில் எனக்கு தோழிகள் இல்லை, அக்கா தங்கைகள் கூட இல்லை என்பது ஏனென்று இப்போது வரை எனக்கு தெரியவில்லை.

இனிமேல் அவள் உண்மையான பெயரை கேட்ககூடாது. அவள் எனக்கு கிடைத்த முதல் சுதாவாகவே இருக்கட்டும். ஆனால். நாளைக்கும் அவள் வருவாளா?

இன்று எதற்காக அவள் வந்தாள்? எங்கு போனாள்? யார் இவள். ஏன் இப்படி கிடந்து அலைகிறாள்? இவளைப் பார்க்க நான் ஏன் திடீரென்று இப்படி பிரியப்பட வேண்டும். யாரையும் மதிக்காத ஒருமையில் பேசி என்னை இழிவுசெய்யும் இவளை ஏன் நான் மறுபடி சந்திக்க வேண்டும். ஆம் சந்திக்கக் கூடாது. சந்திக்கவே கூடாது. ''போடி பிஸ்கோத்து''

மறுநாள் அதே இடத்தில் அவளுக்காய் வெகுநேரம் காத்திருந்தேன்.

'ஜோ இல்லாத நேரத்தில் நான் சுதாக்களுக்காக அலைகிறவனாக இருக்கிறேனா, அதற்காகத்தான் ஜோ என்னைவிட்டு போனாளா, அப்படியென்றால் ஜோவுக்கு எல்லாமே தெரியுமா, என் ஜோவும் சுதாவாக மாற வாய்ப்பிருக்கிறதா',

''சீ! நாய வாய கிழிச்சிருவேன், ஜோ யாருடா? எங்க ஜோ சிரிக்கும் போது என்னைக்காவது உன் புத்தி தப்பா போயிருக்கா பொண்ணுகளுக்கு அப்படியொரு சிரிப்பு இருக்கணும்டா. அப்படி சிரிச்சா போதும் எவனுக்கும் கழுத்துக்கு கீழ பார்க்கணும்னு தோணாதுடா, இந்த சுதாவுக்கு அப்படி சிரிக்க தெரியலையோ என்னமோ பாவம்''

ஆனால் அவள் வரவில்லை. மறுபடியும் ''போடி பிஸ்கோத்து'' என்று கிளம்பும்போதுதான் பார்த்தேன் தெற்குதிசையில் கடலை நோக்கி தன் புது செருப்புகளை வீசி எறிந்து விளையாடியபடி இருந்தாள்.

''எப்ப வந்தீங்க.... நீங்க தினமும் வருவீங்களா''

''இன்னைக்கு காலையிலே வந்துட்டேன். நீ அங்க வேர்கடலை வாங்கித் தின்னதை பார்த்தேன்''

''அப்ப எதுக்கு என்னைக் கூப்பிடவில்லை''

''உன்னை எதுக்கு நான் கூப்பிடனும்.''

''உன்னைப் பார்க்கத்தான் நான் வந்தேன்''

''ஆனால் நான் உன்னைப் பார்க்க வரவில்லை''

கொஞ்சம் கூட அவள் என்னை மதிக்கவில்லை அவளின் முழு கவனமும் அந்த செருப்பை தூக்கி கடலில் எறியும் விளையாட்டின் மீதே இருந்தது அந்த செருப்புகள் புது செருப்புகளாய் இருந்தது.

''நேத்து உன் கனவில் நான் வந்தேனா'' (திடீரென்று அவள் தான் கேட்டாள்)

‘‘ஆம். உனக்கு எப்படி தெரியும்’’

‘‘தெரியும்’’

‘‘எதுக்கு இப்படி கடற்கரையில தனியா கிடந்து அலையிற

‘‘இந்த நடுக்கடலுக்குள்ள எப்படியாவது போகணும் துணைக்கு ஆளில்ல வர்றீயா?

நான் எதுவும் பேசவில்லை. அவள் நான் எதிர்பார்த்தது போலில்லை. அவள் என் எல்லா பெண் தோழிகளையும் விட முற்றிலும் வேறுபட்டவளாய் இருந்தாள். அவள் என்னிடம் அத்துமீறினாள். எனக்கு அடிமையாக மறுத்தாள். அவள் கீழ் உதடு பெருத்திருந்தது அவள் கண்கள் என்னை இழிவாகப் பார்த்தது. பேசாமல் இருக்கும்போது அசிங்கமாகவும் பேசும்போது மிக அழகாகவும் அவள் தெரிந்தாள்.

வாழ்க்கையில் இன்னொருமுறை ஜோவை பார்க்க அரை மணிநேரம் மட்டும் தந்து எதாவது பேசிக்கொள் என்று விதி வழிகொடுத்தால் முதலில் இவளைப் பற்றி அவளிடம் சொல்ல வேண்டும். முதலில் தலையில் கொட்டுவாள் அப்புறம் ‘‘இப்படி ஒரு பெண்ணா’’ என்று ஆச்சரியப்படுவாள். ஆனால் நான் ஏன் இவளுக்கு சுதா என்று பெயர் வைத்தேன் என்று கேட்டு மறுபடியும் என்னை விட்டு போய்விடுவாள். முட்டாள் ஜோ.

‘‘மன்னிக்கவும் நான் உன்னைப் பார்க்க வரவில்லை, என் தோழி சுதாவை பார்க்க வந்தேன்’’

(அவள் சிரித்தபடி) ‘‘இதுவரைக்கும் எத்தனை பொம்பளகூட படுத்திருக்க’’

‘‘ஏய் என்ன நினைச்சுகிட்டு இருக்க உன் மனசுல, ரொம்ப ஓவரா பேசுற..... பொம்பள புள்ள மாதிரி பேசு ’’

‘‘எதுக்கு கோபப்படுற நீ சுதாகிட்ட ரொம்ப நாள் பேசி ஒரு தோழனா பழகி அதுக்கப்புறம் என்ன பண்ணுவ, நெற்றியில் திருநீறு பூசிவிட்டு உன் கையை எடுத்து அவளுடைய வலது தோள்ல போட்டு நீ கேக்கப்போற கேள்விதானே இதுவரைக்கும் எத்தனை

ஆம்பிளைங்ககிட்ட படுத்திருக்க?, அதுதான் நானும் கேட்டேன்'' என்று கூறி அலட்சியமாய் கொஞ்சம் மணலை அள்ளி தன் முகத்தில் பூசிகொள்ள அவள் தொடங்கிய போதுதான் அவளிடம் சொல்லாமல் கொள்ளாமல் வேகமாய் கிளம்பிப்போனேன். இனி நான் இவளை பார்க்கக் கூடாது, இவளை நினைக்ககூடாது.

ஐயோ! இவள் மனநிலை பாதிக்கபட்டவளாக கூட இருக்கலாம் அல்லது மனநிலை பாதிக்கப்பட்டவர்களால் காதலிக்கப்பட்டவளாக கூட இருக்கலாம் என்று.

அதன்பிறகு ஒரு வாரம் நான் கடற்கரைக்குச் செல்லவில்லை அவளைப் பார்க்கவுமில்லை. அன்று அம்மாவோடு மார்க்கெட்டுக்கு போயிருந்தேன். அம்மாவுடன் வெளியே போவதற்கும், ஜோவுடன் வெளியே போவதற்கும் எனக்கு பெரிய வித்தியாசம் இருந்ததில்லை. அம்மாவுடன் வெளியே போனால் நான் பேசிக்கொண்டே வருவேன் ஜோவுடன் வெளியே போனால் ஜோ பேசிக்கொண்டே வருவாள் அவ்வளவுதான்.. ஆனால் அம்மா ஊரைப் பற்றி உலகத்தைப் பற்றியெல்லாம் பேசுவாள் ஜோவோ என்னைப் பற்றி மட்டுமே பேசுவாள்.

மார்க்கெட்டில் வழக்கத்துக்கு மாறாக கூட்டம் அதிகமாக இருந்தது. அங்கு அவளை அந்த சுதாவை நான் மட்டுமல்ல, ஊரே வேடிக்கை பார்த்தது. அவளைவிட இருபது வயது மூத்த ஒரு காய்கறி வியாபாரியின் சட்டையை பிடித்து அவனோடு சண்டை போட்டுக் கொண்டிருந்தாள். கேவலமான வார்த்தைகளால் அவனைத் திட்டி கொன்று தின்றுவிட முயன்று கொண்டிருந்தவளை பார்க்காதது போல நான் வந்தாலும் அன்றைய என் இரவில் தன் புது செருப்புகளை தூக்கி எனக்கான என் பெரும் கடலுக்குள் மறுபடியும் வீசி எறிய அவள் தொடங்கியிருந்தாள்.

அலையடித்தது இரவு.

அவளை இன்று கண்டிப்பாய் பார்க்க வேண்டும் என்றுதான் கடற்கரையை நோக்கி போய்கொண்டிருந்தேன் ஆனால் திருச்செந்தூர் பேருந்து நிலையத்தில் ஒரு டீக்கடையில் கண்ணாடி டம்ளரில் டீ

அருந்தி கொண்டிருந்த அவளை நானும் பார்த்துவிட்டேன் அவளும் என்னை பார்த்துவிட்டாள். சிரிக்காமல் கேட்டாள்

''நேத்து மார்கெட்டுக்கு வந்தெ போல''?

''ஆமா நேத்து எதுக்கு அந்த கூட்டத்துல அவ்வளவு பெரிய ஆளை அடிச்ச''?

''கூட வந்தது யாரு உங்க அம்மாவா அப்படியே சீதாப்பிராட்டி மாதிரி இருந்தாங்க''

''போதும் உன் கிண்டல். எதுக்கு அவரை அடிச்ச''?

''அடிக்கிறது ஆம்பிளைதனமாடா''?

''அதைவிடு நீ எதுக்கு அடிச்ச''?

''தக்காளி என்ன விலைன்னு கேட்டேன் மாங்காய் சூப்பரா இருக்குன்னான் பல்ல இளிச்சிகிட்டு... அதுதான் அடிச்சேன் ஆனால் அடிக்கணும்ன்னு நினைக்கல கொல்லணும் தான் நினைச்சேன்''

இனிமேலும் இவளோடு சகவாசம் வைத்துக்கொள்ள கூடாது அதில் எந்த பயனும் இருக்க போவதில்லை. இவள் யாருக்கும் தெரியாத முதலும் கடைசியுமான சூதாவாக இருக்கட்டும் கிளம்பலாம் என்று நான் வேகமாய் நகர்ந்தபோதுதான் கேட்டாள்.

''உன் பெயரென்ன''

''உனக்கு எந்த பெயர் பிடிக்காது முதல்ல அத சொல்லு''

''ராமர்''

''ஓ! அப்படியா ஒருவேளை என் பெயர் அதுவாக கூட இருக்கலாம், ஆமாம் என் பெயர் ராமர்''

(அட ஜோ மட்டும் இதை கேட்டால் எப்படி சிரிப்பாள்)

''ராமர் இன்னைக்கு எங்க வீட்டுக்கு வர்றீயா''

உண்மையாகவே அழுதுவிடுகிறவளை போல கேட்டாள் அவள்.

வீரபாண்டியபட்டிணத்திற்கு முன்னால் குடிசைகள் நிறைந்த தெருவில் இருந்த பத்து ஓட்டு வீடுகளில் ஒரு வீடு அது. நிறைய பாலீத்தீன் கவர்களும், பேப்பர் டம்ளர்களும் சிதறி கிடந்தது அந்த வீட்டின் நடு அறையில். ஆங்காங்கே சிகெரெட் துண்டுகளும் கிடந்தது.

''நீ சிகரெட்டும் குடிப்பியா சுதா''

''ஏன் சிகரெட் குடிக்கிறது ஆம்பிளைத்தனமாடா''

''இருக்கலாம்''

''அப்ப நீ குடிச்சி நான் பார்த்ததேயில்லையே''

''எனக்கு அது பிடிக்காது''

''எனக்கு அது பிடிக்கும்''

''அப்ப டீன்னா நீ சரக்கு கூட அடிப்ப போலிருக்கு''

''ராமர் ஊத்திகொடுத்தா எந்த சீதையும் அடிப்பா''

''சரி உங்க வீட்ல யாருமில்லையா என்னை எதுக்கு கூப்பிட்ட''

''தெரியல வீட்டிற்கு ஒத்தையில வர பயமா இருந்துச்சு அதான்''

''உனக்கு பயமா? உன்ன தொடணும்னு நினைக்கிற ஆம்பிளைங்கதான் பயப்படணும்'' ஆச்சரியமாய் பார்த்தாள்.

அந்த துப்பட்டாவை எடுத்து அந்த உடைந்த கதவின் மீது போட்டுவிட்டு அவளை விட மோசமான கோபமான அந்த மார்புகளை குலுங்கவிட்டு வேகமாய் அருகில் வந்து கேட்டாள்.

''கூட்டமா இருக்கும்போதுதான் நான் புலி, தனியா இருக்கும் போது நான் மான் தெரியுமா, அதுவும் நான்கு கால்களும் ஒடித்துவிடப்பட்ட சப்பாணி மான் என்னால ஓடவே முடியாது.''

''சரி நான் கிளம்புறேன்''

''இன்னைக்கு யாரும் வரமாட்டாங்க ராத்திரிக்கு இங்க தங்கிறீயா?''

"எதுக்கு உன் துணைக்கா?"

"இல்ல உன் சந்தோசத்துக்கு.... உன் சுதாவோடு நீ நிறைய பேசலாம் அவளின் தொடைகளின் மீது உன் பற்களால் ஒரு மிருகத்தை போல கடித்துவிட்டு **sorry** கேட்காமல் இருக்கலாம், மின்சாரம் தடைப்பட்ட நேரத்தில் தீப்பெட்டி தேடுவதாக சொல்லி சுதாவின் மார்பகங்களை தொட்டு பார்த்து கசக்கி பிழியலாம், சுதா மறுப்பு தெரிவித்தாலோ கத்தி கூச்சல் போட்டாலோ சிகரெட் பற்ற வைத்து சுதாவின் காலிடுக்குகளில் சுட்டு அவளின் யோனி மயிர்களை பொசுக்கி உன் பிறவிப் பயனை நீ அடைந்துவிடலாம். விடிந்ததும் சுதா இறந்து கிடப்பாள் நீ ராமராய் உத்தமனாய் உன் மாளிகைக்கு போய்விடலாம், அங்கு உனக்காக காத்திருக்கும் உன் சீதைகளிடம் பத்திரமாய்"

ஒரு நிமிடம் கூட பொறுக்கவில்லை வேகமாக கிளம்பினேன். அவளும் என்னை தடுத்து நிறுத்தவில்லை மாறாக பயந்து ஓடும் ராமனை பார்த்து அவ்வளவு சத்தமாய் சிரித்தாள். அவளின் வாசற்கதவைத் தாண்டி நான் வந்ததும் அவள் கதவை வேகமாக சாத்திக்கொண்டாள். நான்கு குடிசைகளைத் தான் தாண்டியிருப்பேன் திடீரென்று ஞாபகம் வந்தது. அவள் வீட்டில் நான் மறதியாய் விட்டு வந்த என் புத்தகம். "ஐயோ! ஜோவின் புகைப்படம் அதிலிருக்கிறது ஒரு நாய் குட்டியை கொஞ்சிக்கொண்டிருப்பது போல இருக்கும் ஜோவின் புகைப்படம்." அந்த நோட்டை எடுப்பதற்காய் மறுபடி போய் அவள் கதவை தட்டினேன். கொஞ்ச நேரம் கழித்தே கதவு திறந்தது. குளிப்பதற்கு தயாராகி கொண்டிருந்தாளா அல்லது அவள் அம்மாவின் வயிற்றிலிருந்து அப்போதுதான் வெளியே வந்தாளா தெரியவில்லை... அவ்வப்போது ஜோவிடம் கெஞ்சி கூத்தாடி பார்த்திருக்கிறேன் பெண்ணின் இலைமறை காய் நிர்வாணத்தை அதுக்கே எனக்கு பித்து பிடிக்கும். ஜோவுக்கு சளி பிடிக்கும். இப்போது கேட்கவா வேண்டும் நடுங்கிபோய்விட்டது நாடி நரம்பு. நான் அசையாமல் வேர்த்து விறுவிறுத்து நின்றேன்.

"என்னடா ராமர் திரும்பி வந்துட்ட என்ன எந்த சீதையும் வீட்ல இல்லையா"

''புக்கை வைச்சுட்டு போய்ட்டேன் எடுக்கனும்''

''போய் எடுத்துக்கோ''.

பத்து நாள் ஆகிவிட்டது அவளை பார்த்து அவளை நினைக்கவே பயமாய் இருந்தது. ஆனாலும் அவள் வந்து அவ்வப்போது தன் புது செருப்புகளை என் முகத்திற்கு நேராக வீசிக்கொண்டே இருந்தாள்.

ஜோ

ஜோ

ஜோ

ஜோ

ஜோ

ஜோ ஜோ மட்டுமே இந்த உலகில் பெண் இல்லை என்பதை நம்ப எனக்கு அத்தனை வலியாக இருந்தது. ஜோ இப்போது என்ன செய்துகொண்டிருப்பாள் என்று நினைத்துபார்க்க இன்னும் பயமாக இருந்தது. எங்க இருக்க ஜோ?

பஸ்டாண்டுக்கு வேணும்னா போகலாம் அந்த சுதா அங்கு அதிகமாக வரமாட்டாள். ஆட்டோ ஸ்டாண்டுக்கு பக்கத்துல இருக்கிற டீக்கடையில டீ குடிக்கும்போது நண்பன் ஒருத்தன் செய்திதாளின் ஒரு செய்தியை சத்தம்போட்டு படித்தான்.

''திருச்செந்தூரில் பெற்ற தாயை அரிவாள்மனையால் வெட்டிகொன்ற கல்லூரி மாணவி. மனநோயால் பாதிக்கபட்டவரா? போலிஸ் விசாரணை''

செய்திதாளை பிடுங்கிகொண்டு அவளோடு நின்று பேசிய இடத்தில் நின்று மறுபடியும் வாசித்தேன் ''திருச்செந்தூரில் பெற்ற தாயை அரிவாள்மனையாள் வெட்டிக் கொன்ற கல்லூரி மாணவி. மனநோயாளியா போலிஸ் விசாராணை''

அந்த புகைப்படம் இல்லாத செய்தியில் மேலும் நான் தெரிந்துகொண்டது தாயைக் கொன்றவளின் பெயர் மகாலெட்சுமி. வயது 25. ஒருவேளை அது சுதாவாக இருக்குமோ? இருக்கலாம்.

இல்லாமலும் இருக்கலாம். ஒருவேளை நீங்கள் பாதுகாப்பாக அடக்க ஒடுக்கமாய் உங்கள் வீட்டுக்குள் வளர்த்துவரும் எத்தனையோ மகாலெட்சுமிகளில் ஒரு மகாலெட்சுமியாக கூட அது இருக்கலாம். அல்லது கடலுக்குள் தன் தலை மயிர் பறக்க, புதுசெருப்புகளை விட்டெறிகிற எந்தப் பெண்ணாகவும் கூட அது இருக்கலாம்.. ஆனால், என் "ஜோ" வாக கூட அது இருக்கலாம் என்று மட்டும் சொல்லிவிடாதீர்கள்..

தனிமையை கவ்வித் தின்னும் பன்றிகள்

அவன் உங்களுக்கு சினேகிதனாக இருக்கலாம், அவனுக்கு நீங்கள் நலம்விரும்பியாகவும் இருக்கலாம், சிலநேரம் அவனை நீங்கள் நேசிப்பவராகவோ அவன் உங்களின் நம்பிக்கைக்கு உரியவானாகவோ இருக்கலாம். ஆனால் உங்களை விட அவனை எனக்கு நன்றாக தெரியும். இன்னும் சொல்லப்போனால் அரசாங்க ஆஸ்பிட்டலில் அவனது அம்மாவின் அடிவயிறை கிழித்து அவனை வெளியே எடுத்ததிலிருந்து எனக்கு அவனைத் தெரியும்.

அப்போது அவனுக்கு மொழி கிடையாது நான் அவனோடே இருப்பேன். அவன் கை கால்களை அசைத்து அவனை அழவைத்து அவனின் பசியை அவன் அம்மாவுக்கு தெரியவைப்பேன். நான் வேறு யாருமில்லை அவனுடனே இருக்கும் அவனுடைய மனத்தவளை என்று நினைத்துக்கொள்ளுங்கள். இல்லையேல் அவனின் தனிமை நானென்று எடுத்துக்கொள்ளுங்கள். ஆனால் எங்களுக்கு ஒரே உருவம் தான், எங்கள் அழுகையும் சிரிப்பும் ஒரே மாதிரியானவை தான்.

உங்களைப்போல நான் அவனை ஒருபோதும் நேசித்தது கிடையாது. அவன் மீது சிறு இரக்கம் காட்டக்கூட நான் விரும்பியதில்லை. சிலநேரம் அவனை ஒரு குருட்டுப்பூனையாய் அலையவைத்து அறையின் நான்கு சுவர்களிலும் முட்டிகொள்ளச் செய்து அவனை குற்றவாளியாக்கி யாருமற்ற அவன் அறையில்

தொங்கும் நிலைக்கண்ணாடி முன் அவனை நிறுத்தி அதைப்பார்த்து கொடூரமாய் நான் சிரித்திருக்கிறேன்.

அவனுடைய எதிரிகளிடமும் அவனை துரோகியாய் நினைக்கும் அவன் நண்பர்களிடமும் அவனைக் காட்டிக்கொடுப்பதில் சிறிதும் நான் தயங்கியதில்லை. அவர்களை தேடிப்பிடித்து யாருமற்று அவன் அறையில் தனியாய் இருக்கும்போது அவன் அறைக்குள் அழைத்து வந்து அவனைத் துன்புறுத்துவதில் நான் சுகம் கண்டு பழகிவிட்டேன். அவனுக்கு பிடித்தமானவர்களையும் அவர்களின் புகைப் படங்களையும் தொலைபேசி எண்களையும் அவனுக்கு பிடித்த இசையையும் புத்தகங்களையும் கூட எங்கோ ஒளித்து வைத்து அவனை நிராயுதபாணியாக நிறுத்தி சில நேரம் அவனை தற்கொலைக்கு தூண்டக்கூடிய கொடுமையான செயலையும் அவனிடத்தில் நான் செய்ததற்காய் நான் ஒருபோதும் வருந்தியதில்லை.

என்னை பொறுத்தவரை அவன் தூக்கிலிடப்படவேண்டிய குற்றவாளி. நான் அந்த கொடிய சரியான தீர்ப்பை வழங்கிய நீதிபதி அவ்வளவுதான். நேற்று அவன் அறை முழுவதும் அவனுக்கு கொஞ்சமும் பழக்கமில்லாத அந்த சிகரெட் புகைகளைப் பரவவிட்டதோடு, அவன் தனது கையாலாகாதத்தனத்தால் திருநெல்வேலி பேருந்து நிலையத்தில் அநாதையாய் விட்டு விட்டு வந்த அவன் ஜோ வை கூட்டிவந்து அவனை சித்ரவதை செய்த, நான் இன்று அவன் அறை முழுவதும் அந்த பன்றிகுட்டிகளை அழைத்து வந்து நிரப்பியுள்ளேன். அந்த கருத்த பன்றிகுட்டிகள் அவன் படுக்கை, அவன் கழிவறை, அவன் மேஜை, அவன் புத்தகங்கள் எல்லாவற்றையும் தனதாக்கிக் கொண்டு அவனையும் எப்படி தின்ன தொடங்கிவிட்டது பாருங்கள். இத்தனை ருசியாக இந்த பன்றிகள் அவன் வாழ்வை தின்றால் அவன் வாழ்க்கை ஒரு மலம் நிறைந்தது என்றுதானே அர்த்தம்.

இதற்காய் நான் செய்யும் இந்த கொடும்செயலுக்காய் சிலர் என்னைத் துரோகி, எட்டப்பன் என்று சொல்லக்கூடும் அவனின் சரிதத்திலிருந்து என்னை விலகி போகச்சொல்லி கூச்சலிடக்கூடும்.

அவன் இப்போது முன்பு போலில்லை அவனுக்கு வண்ணதாசனைத் தெரியும் மண்ட்டோவைத் தெரியும். எப்போதும் ஜி.நாகராஜனோடுதான் பேசிக்கொண்டிருக்கிறான்,. அது மட்டுமல்லாமல் ஒரு தேவதையால் அத்தனை தீவிரமாக காதலிக்கப்பட்டுக் கொண்டிருக்கிறான். இத்தனைக்கும் மேலாக ஒரு நல்ல சினிமாவை எடுக்க தன் வாழ்க்கையை விலை வைத்து காத்துக்கொண்டிருக்கிறான் என்று சொல்லி அவனை என்னிடமிருந்து காப்பாற்ற முயற்சி செய்கிறவர்களைப் பார்த்துக் கேட்கிறேன், நீங்கள் எப்போதாவது அந்த பன்றிக்குட்டிகளை உன்னிப்பாக பார்த்திருக்கிறீர்களா?

நான் கேட்டது சில தமிழ் சினிமா கதாநாயகர்களை போல இருக்கும் நகரத்து வெள்ளைப் பன்றிகளை அல்ல.... திசைக்கொரு சின்ன கண்களோடும் நீளமான அந்த மூக்கோடும் குட்டி குட்டி கால்களோடும் அரை சாண் வாலோடும் சேறை அப்பிக்கொண்டு எங்கள் சேரி முழுவதையுமே சொந்தமாக்கி கொண்டு திரியும் அந்த கருத்தப் பன்றிகளைப் பார்த்திருக்கிறீர்களா? பார்த்து இருப்பீர்கள் பார்த்து மூக்கை பொத்திகொண்டு வேகமாய் கடந்து போயிருப்பீர்கள்.

உங்களுக்கு அருவருப்பாய் தெரியும் அந்த கருத்த பன்றிகள் உங்கள் வீட்டிற்குள் நுழையும் திருட்டுபூனைகளைப் போல அவன் தெருவில் சாதரணமாய் உலவும். அவன் வயல் பரப்பில் விதைகளைத் தன் நீள மூக்கால் தோண்டி திங்கும். நடு இரவில் அவன் பனைகிழங்கு குழியை பறித்து கிழங்குகளைச் சாப்பிட்டுவிட்டு போகும். அவனுடைய அம்மாக்களை சண்டைக்கு இழுக்கும். அவனுடைய சிறுவர்கள் அதை காண்டாமிருகமாக நினைத்து முள்மரக்காட்டிற்குள் நுழைந்து விரட்டுவார்கள். கர்ப்பிணி பெண்களின் கனவில் சுடலைமாடனாவோ இல்லை முனியசாமியாவோ வந்து பிறக்கும் குழந்தைக்கு தங்கள் பெயரை சூட்டிவிட்டுப்போகும். அவனின் பீயை அது தின்னாலும் அதை திங்க ஒருபோதும் அவன் தயங்கியதில்லை, அப்படி தின்பான்.

எத்தனையோ மனிதத்தன்மையற்ற, ஈவு இரக்கமில்லாத செயல்களை அவன் செய்திருக்கிறான் அல்லது செய்பவர்களுக்கு துணை போயிருக்கிறான். ஆனால் அதெல்லாம் கேட்டால் கால சந்தர்ப்பம் என்பான், என் விரல் பிடித்து நடை பழக்கியது வறுமை, எனக்கு ஓட சொல்லிகொடுத்ததே ஆசைகளும் ஏக்கங்களும் தான், முதல் முதலில் என் முதுகில் ஓங்கி அடித்தது சாதி அப்புறம் என் மண்டையில் அவ்வப்போது ஆணி அடிக்கும் காதல் தோல்விகள் என்று பல காராணங்கள் சொல்லுவான். நீங்கள்தானே சொன்னீர்கள் அவனுக்கு கதையாசிரியர்கள் பலரை தெரியும் என்று.. ஆனால் அவனால் அந்த பன்றிகுட்டிகளிடம் இருந்து தப்ப முடியாது. அவனுக்கு தெரியும் அதன் மொழி அவைகளுக்கு புரியும் அவன் செய்த கொடூரம்.

ஒருநாள் மதியம் வேலை வெட்டி இல்லாமல் அவன் அம்மன் கோவில் திண்ணையில் அமர்ந்து பாட்டுப்பாடி நேரம் போக்கிக் கொண்டிருந்த போது கணேசன் தான் சொன்னான். (கணேசன் நல்லா மேளம் அடிப்பான்)

''தம்பிகளா எப்பவும் போல இன்னைக்கும் ஒரு பன்னிய போட்டுருவமா கள்ளாண்டன் முருகன்கிட்ட சரக்கும் இருக்கு.''

''மஞ்ச மசாலாவுக்கு எவன் காசு கொடுப்பான் நீ கொடுப்பியா'' இது அவன். அப்புறம் என்ன ஒரு கட்டு செய்துபீடி வாங்கவே அக்காக்களுக்கும் அம்மாக்களுக்கும் மாவாட்டிக்கொடுத்து தங்கச்சிகளுக்குப் பாட்டுப் புத்தகம் வாங்கிகொடுக்கணும், எவ்வளவு பெரிய பன்றி அதுக்கு மஞ்ச மசாலா வாங்க எவன்கிட்ட காசு இருக்கு.

மறுபடியும் கணேசன் ''நான் கொடுக்கேண்டா ஆனால் பன்னியை கொன்னு தூக்கிட்டு வர்றது உங்க பொறுப்பு

அவனும் சதீஸூம் சைக்கிளில் கிளம்பி போனார்கள் பாண்டியன் தெருவிற்கு அடுத்துள்ள முண்டன்சாமி கோவிலுக்கு, அங்க இருக்க அடர்த்தியான முள் மரங்களுக்கு கீழதான் அவை கிடக்கும். சதிஸ் ஏற்கனவே எப்போதும் செய்வதுபோல வாழைப்பழத்தில் விஷம்

கொண்ட குருனா மருந்தை திணித்து எடுத்து வந்திருந்தான். அந்த சின்ன நடைபாதையில் ரெண்டு வாழைப்பழங்களை போட்டுவிட்டு ஆலமரத்திற்கு பின்னால் ஒளிந்து கொண்டார்கள்.

அரைமணி நேரத்திற்கு எந்த பன்றியும் வரவில்லை.அவர்கள் ஒரு பீடியை பற்றவைக்கும்போது இரண்டு பன்றிகள் சண்டைபோட்டுக்கொண்டே வந்து பழத்தை சாப்பிடாமல் மிதித்து நசிக்கிவிட்டுப் போனது. அவர்கள் வேறு பழம் வீட்டுக்கு போய் எடுத்து வரலாம் என்று நினைத்தபோதுதான் அந்த பெரிய பன்றி முள் புதருக்குள் இருந்து மெதுமெதுவாய் வந்தது. அதன் உடல் நல்ல பருத்து இருந்தது. நல்ல பசிபோல அதுக்கு, வேகவேகமாய் சாப்பிட்டு முடிப்பதற்குள் அது சுருண்டு விழுந்தது.

அவனும் சதீஸும் அதை வேகமாக போய் இழுத்து பக்கத்தில் உள்ள முள் புதருக்குள் போட்டார்கள். அதன் வயிற்றில் மட்டும் லேசாக உயிர் இருந்தது. சதீஸ் கணேசனையும் கள்ளாண்டனையும் கூப்பிடப்போனான். அவன் அதை சுடுவதற்கு தேவையான வாழைதடைகளையும் காய்ந்த ஓலைகளையும் சேகரிக்கப்போனான்.

எல்லாரும் ஒரே நேரத்தில் வந்து சேர்ந்தார்கள். கணேசனும் கள்ளாண்டனும் பன்றியின் முடியை வளிக்கும் அந்த சிறிய கத்தியோடும் அதன் உடம்பை அறுக்க பெரிய கத்தியோடும் வந்திருந்தார்கள். பன்றியை ஒரு பெரிய பாறாங்கல்லில் தூக்கிவைத்து வாழைத்தடைகளையும் காய்ந்த ஓலைகளையும் போட்டு தீ மூட்டினார்கள். தீ எரிய எரிய முடி கருகி பன்றி நன்கு சுடப்பட்டது, இனி அதன் முடியை முகச்சவர கத்தியால் வழித்து மஞ்சள் பூசி பன்றியை கழுவி அதன் செப்புகளை அறுத்தெடுக்க வேண்டியதுதான் பாக்கி.

கள்ளாண்டனுக்கு இதில் நிறைய அனுபவம் இருக்கிறது. அவனால் அரைமணி நேரத்தில் ஒரு பன்றியை செப்பு செப்பாய் அறுத்தெடுக்க முடியும். ஆனால் அவனுக்கு பன்றியின் ஈரலை கொடுத்து விடவேண்டும் என்பது ஊர் ஒப்பந்தம். கள்ளாண்டியன் தன் கத்தியை கூர்மையாக்கி கொண்டிருந்தான், கணேசனும் அவனும் தீயை அணைத்து கொண்டிருந்தார்கள். சதீஸ் மஞ்சள் வாங்க

மாரிசெல்வராஜ் - 165

போயிருந்தான். திடீரென்று பக்கத்து முள் புதரில் இருந்து கொஞ்சம் பதற வைக்கும் சத்தத்துடன் ஏழு எட்டு பால் குடி மறவாத பன்றிகுட்டிகள் அவர்கள் நிற்கும் பயம் கூட இல்லாமல் அவர்களின் கால்களின் ஊடாக புகுந்து வந்து தோல் கருகி போய்கிடந்த அந்த பன்றியின் அடி மார்புகாம்புகளில் முட்டி முட்டி மோதின. கருகி விறைத்துக்கொண்டு நின்ற அதன் காம்பை கவ்வுவதில் சண்டைக்கூட போட்டுக்கொண்டன.

அவனும் கணேசனும் விலகி வந்து செய்வதறியாது நின்றபோது கள்ளாண்டன் ஓடி வந்து பார்த்துவிட்டு சொன்னான்.

''அட பாவிகளா! ஈனின பன்னியவாடா கொன்னு தூக்கிட்டு வந்தீங்க இந்த கறிய எவன் தின்பான் சவக்கு சவக்குன்னுலா இருக்கும் பொட்ட பன்னி ஈரல தின்னா குடும்பத்துக்கு ஆகாதடா தூக்கி தூரப்போட்டுட்டு வாங்கடா'' என்று வேகமாய் கிளம்பிப்போனான்.

கணேசனும் சொன்னான்'' ஆமாம் மாப்ள கறி நல்லாவே இருக்காது பபூல்கம் மாதிரி சவ்வா இழுத்துகிட்டு கிடக்கும் அப்புறம் இதோட நாட்டு சரக்கையும் சேர்த்து அடிச்சோம் வாயால வயித்தால கூட போனாலும் போயிடும்பா'' வேணாம் வா போவோம் நாளைக்கு நல்ல பன்னியா ரெடி பண்ணலாம்'' என்று அவன் தோள் மீது கை போட்டு அவனை அழைத்துப் போனான்.

கொஞ்ச தூரம் தள்ளி போய் அவன் திரும்பிபார்த்தான். அவன் எங்க பார்த்தான் அவனுக்குள் இருக்கும் நான் பார்த்தேன், நான் மட்டும்தான் பார்த்தேன், இன்னும் அந்த குட்டிகள் அந்த கருகிய காம்போடு மல்லுகட்டி கொண்டிருந்தது மல்லுகட்டிக் கொண்டிருக்கிறது. அவனையும் அவனோடு சேர்த்து என்னையும் அந்த பன்றிகுட்டிகள் கருகிய காம்புகளைப்போல கவ்வி தின்று கொண்டுதான் இருக்கிறது. இப்போது சொல்லுங்கள் அவனுக்குள் இருக்கும் நான் அவனுக்கு துரோகியா? என்னை எப்போதும் ஏமாற்றி அவன் ஆசைகளுகாக என்னை பலிகடாவாக்கும் அவன் எனக்கு துரோகியா?

அப்பாத்துரை மாமா

அப்பாத்துரை மாமாவை உங்களுக்கு தெரியுமா, அவரை நீங்கள் எங்கேயாவது பார்த்திருக்கிறீர்களா? எனக்காய் கொஞ்சம் சிரமப்படாமல் நினைவுக்கு கொண்டுவந்து யோசிச்சு பாருங்க கண்டிப்பா நீங்க அவரை பார்த்திருப்பீங்க....அவர் இல்லாத கிராமமே இருக்கமுடியாது. இப்பக்கூட எதாவது கோவில் திண்ணைகளிலோ டீ கடை பெஞ்சுகளிலோ, சட்னிக்கு தேங்காய் வாங்க வந்த மளிகை கடைக்கு பக்கத்திலோ அல்லது உங்கள் ஊர் விவசாய சங்கங்களுக்கு முன்போ அமர்ந்து பெட்ரோல் டீசல் விலை உயர்வை பற்றி தீவிரமாக அவர் விவாதித்துக் கொண்டிருக்கக்கூடும்.

ஒருவேளை இவர்களுக்கு பெயர்கள் மாறியிருக்ககூடும் ஆனால் அந்த முட்டுக்கை வரை மடித்துவிடப்பட்ட முழு கை சட்டையும் ஏதோ கட்சியின் கரை போட்ட வேஷ்டியோ அல்லது எதாவது இயக்கத்தின் கரை போட்ட வேஷ்டியும், நல்ல வகிடு எடுத்து சீவப்பட்ட கர்லிங் முடியும், கர்சீப் போன்ற நீளமுள்ள தோளில் போடக்கூடிய டவல் துண்டும், கொஞ்சம் லூசாக கையில் தொங்கும் செயின் சில்வர் வாட்சும், சட்டைப் பையில் சொருகப்பட்ட பழைய இங்க் பென்னும், பென்சிலால் வரையபட்டது போல இருக்கும் சின்ன கம்பி போன்ற மீசையும் வெள்ளை கலர் கத்திரி சிகரெட்டும் இவர்களுக்கு பொதுவானதாக இருக்கும். இவர்களுக்கு இவர்களே வைத்துக்கொண்ட பெயர் நீட்.

அப்படிப்பட்ட மாமாக்களில் பெரியப்பாக்களில் தாத்தாக்களில் அண்ணன்களில் ஒருவராக எங்கள் கிராமத்தில் இருந்தவர் தான் அப்பாத்துரை. எனக்கு மாமா முறை ஆகவே இனி நமக்கு அவர் அப்பாத்துரை மாமா.

மனுசனுக்கு எல்லாம் தெரியும், எங்க ஊர்ல இருந்து நாட்டுக்காக மிலிட்டிரிக்கு போன முதல் மரக்கட்டை அப்பாத்துரை மாமா தான். எப்படியோ சீனாக்காரனாலும் பாகிஸ்தான்காரனாலும் கொல்லப்படாமல் பத்திரமா எங்ககிட்டையே திரும்பி வந்துட்டார். அதுக்கு அப்புறம் ஊருக்கு எல்லாமே அப்பாத்துரை மாமா தான். அப்பாத்துரை மாமாவுக்கு இரண்டு குழந்தைகள் இருவரும் ஒரு கிறிஸ்தவ கல்லூரியில் படித்து வருகிறார்கள். மனைவி சகாயமேரி காதல் மனைவி. பணிக்கநாடார் குடியிருப்பிலிருந்து மத பிரசங்கத்துக்கு வாரம் ஒரு முறை வந்து வீடு வீடாய் நோட்டிஸ் கொடுத்த சகாயமேரியை "கடவுள் இல்லை; கடவுளை மற, மனிதனை நினை" என்று வீட்டு கதவில் எழுதி வைத்திருக்கும் அப்பாத்துரை மாமா எப்படித்தான் காதலித்து திருமணம் செய்தாரோ இன்றும் காதலிக்கும் இளைஞர்களுக்கு அவரது காதல் கதை தான் பெரும் நம்பிக்கை.

அப்பாத்துரை மாமா எங்கள் கிராமத்தின் முதல் திராவிட இயக்கத்தின் வழி தோன்றல். பகுத்தறிவாளர். சகாயமேரி அத்தை ஞாயிற்றுக்கிழமை குழந்தைகளுக்கு சண்டே கிளாஸ் எடுத்தால் அப்பாத்துரை மாமா எங்களுக்கு வீட்டிற்கு பின்னாடி உள்ள தென்னைக் கொட்டகையில் வைத்து பகுத்தறிவு வகுப்பு எடுப்பார். "அம்பேத்கர் சிறுவர் இலக்கியப் பேரவை" மாமா எங்களுக்காய் தொடங்கிய இலக்கிய மன்றம். அதன் மூலம் எங்களுக்கு சொற்பொழிவு வகுப்புகளும் எடுத்தார். இதோடு மட்டுமல்லாமல் அவர் மிலிட்டரியில் இருந்து திரும்பியவர் என்பதால் எங்களுக்கு உடற்பயிற்சி வகுப்புகளும் எடுத்திருக்கிறார். அதற்காக நாங்கள் அவர் வீட்டிற்காக விறகு வெட்ட எல்லாம் போயிருக்கோம். விறகு வெட்டுவது தேகல் திடப் பயிற்சி என்று சொல்லுவார். அதை மட்டுமே சொல்லிக்கொண்டிருப்பார்.

ஊரில் என்ன விழா எப்படி நடந்தாலும் அப்பாத்துரை மாமா தான் தலைமை... அவர் என்ன பேசுகிறார் என்பதை கேட்பதற்கென்றே கூட்டம் கூடிவிடும். உள்ளூர் அரசியலில் இருந்து உலக அரசியல் வரை எமக்கு நல்லா புரியும்படி பேசுவதில் அப்பாத்துரை மாமாவை மிஞ்ச எங்க ஏரியாவில் ஆளில்லை என்பது நாங்கள் அறிந்த உண்மை. "இந்தியா என்பது நமக்கு பொண்டாட்டி மாதிரி வந்த இணைப்பு. தமிழ்நாடு என்கிறது நம்ம அம்மா மாதிரி. பொண்டாட்டி கூட வாழத்தான் எல்லாவனும் ஆசைப்படுவான் ஆனால் அந்த பொண்டாட்டி தனக்கு துரோகம் பண்ணினா எதுக்கு அவ? கழட்டிவிட்டுட்டு தனியா வாழுறதுல தப்பே இல்லை" என்று கிராமத்தில் எஞ்சியிருக்கும் தேசியவாதிகளை ஒரு பிடிபிடிப்பார்.

திராவிட இயக்கச்செயல்பாடுகளையும் அவர் சில நேரங்களில் விமர்சிக்க தவறியதில்லை. தாமிரபரணி படுகொலைக்காய் நாங்கள் ஏற்பாடு செய்திருந்த கண்டன கூட்டத்தில் திராவிட இயக்கங்களை ஆவேசமாய் கண்டித்து தனது திராவிட இயக்க கரை போட்ட வேஷ்டியை மேடையிலே அவிழ்த்து எறிந்து அரை நிர்வாணமாய் அவர் இறங்கிப்போனதை பார்த்து மொத்த ஊருமே ஆடிப்போய் விட்டோம். என்ன மனுசண்டா.

எனவே இந்த வருட அம்பேத்கர் பிறந்த தின விழாவிற்கு அவரைத் தலைமை தாங்க நாங்கள் வற்புறுத்தி அழைத்தது மிக சரியானதே.... கடந்த நான்கு வருடம் நடந்த எல்லா விழாக்களுக்கும் அவர்தான் தலைமை என்றாலும் இந்த வருடம் நாங்கள் மிக சிறப்பாக நடத்தத் திட்டமிட்டிருந்தோம். ஊரில் நாங்கள் புதியதாய் நிறுவியிருக்கும் அம்பேத்கர் புகைப்படத் தூணை அப்பாத்துரை மாமாவை வைத்து திறக்க வேண்டும் என்று எங்கள் இளைஞர் நற்பணி இயக்கம் எடுத்த முடிவு ஊரில் பல பெரியவர்களுக்கும் ஆச்சர்யம் தான்.

முழு ஊரையும் விழாக்கோலமாக்கியிருந்தோம். தோரணங்களின் மூலமும் அலங்காரங்களின் மூலமும் எங்களின் நீண்ட நாள் சந்தோசத்தை சரியாக வெளிப்படுத்தியிருந்தோம். முதன்முறையாக அப்பாத்துரை மாமாவின் சிரித்த புகைப்படம் போட்ட போஸ்டர்களை எங்கள் ஊர் முழுக்க நிரப்பியிருந்தோம்.

விழா தொடங்கிவிட்டது. மேடையில் சில பெரியவர்களோடு அப்பாத்துரை மாமா கம்பீரமாய் வீற்றிருக்கிறார். அவருக்கு கூட இந்த விழா தன் வாழ்வின் பெரும் கனவு என்று எங்களிடம் சொல்லியிருக்கிறார். இன்னும் ஒரு மணி நேரத்தில் தலைமை உரை ஆற்றி அண்ணல் புகைப்படத்தை அப்பாத்துரை மாமா திறந்து வைக்கபோகிறார் என்பதை நினைத்துப் பார்க்கவே அவ்வளவு சந்தோசமாய் இருந்தது.

குழந்தைகள் நடனமாடிக்கொண்டிருந்தார்கள். நான் மாலை வாங்க சென்றிருந்தவனை அழைப்பதற்காய் எங்கள் ஊரிலிருந்து ஒரு கிலோ மீட்டர் தூரத்தில் உள்ள எங்கள் ஊருக்கான பேருந்து நிறுத்தத்திற்கு இரு சக்கர வாகனம் ஒன்றில் கிளம்பினேன். அந்த குண்டும் குழியுமான ஆள் அரவமற்ற எங்கள் ஊர் சாலையில் என் வாகன வெளிச்சத்தில் சிக்கினார் முக்கனி (அவர் பெயர் அதுதான் முக்கனி)

முக்கனிக்கு நாற்பது வயது இருக்கும். மூன்று பெண் குழந்தைகள் மனைவி நொச்சியம்மாள். இந்த ஒரு குடும்பம் தான் எங்கள் ஊரில் இருக்கும் ஊர் துணி வெளுக்கும் வண்ணார் குடும்பம்.

"அண்ணே அதுல போறது யாரு"

"நான் தான் சாமி முக்கனி"

அவர் என்னை பார்க்கும்போது அவர் முகத்தில் பரிதாபமும் இயலாமையும் அந்த வெளிச்சம் எனக்காய் அப்பட்டமாய் காட்டிகொடுத்தது.

"இந்த நேரத்தில தனியா எங்க போறீய"

"ஆஸ்பத்திரிக்கு சாமி"

"எதுக்கு யார்க்கு என்னாச்சு"

"எம் பொண்டாட்டி நொச்சிக்கு உடம்புசரியில்லை அங்க வைச்சிருக்கோம் அதுதான் கஞ்சி கொண்டு போறேன்"

''சரி வாங்க நான் பஸ் ஸ்டாப்பிற்கு தான் போறேன் விட்டுறேன் ஏறுங்க''

தயங்கி தயங்கி தான் ஏறினார் முக்கனி. என் மீது அவர் உடல் தொட்டுவிடாதவாறு மிக கவனமாக உட்கார்ந்தார்.

''உடம்புக்கு என்னாச்சு''

''ம்ம் அது அது,,,ம''

''என்னாச்சு உங்ககிட்டதான் கேக்குறேன்''

''ம்ம்ம் கீழ விழுந்துட்டா''

''கீழ விழுந்துட்டாங்களா எப்படி எங்கிருந்து''

''மானத்துல இருந்து''

''என்னது மானத்திலிருந்தா என்ன சொல்றீங்க''

''வானத்திலிருந்து இல்ல சாமி அவ அவளோட மனசிலிருந்து கீழ விழுந்துட்டா''

''அண்ணே ஒன்னும் புரியல ஒழுங்கா சொல்றியளா இல்லையா''

அவ்வளவு தான் அவர் கதறி அழத்தொடங்கிவிட்டார். அது ஆளில்லாத இருட்டு என்பதால் கொஞ்சம் சத்தமாகவே அவர் கதறி அழுததும் நான் வண்டியை ஜெபமணி ஆலமரத்தில் நிறுத்தினேன்.

''அண்ணே இப்ப எதுக்கு அழுறீங்க? சொல்லுங்க உண்மையிலே என்னாச்சு'', இப்போது நான் அவரை முழு வன்மத்தோடு உலுக்கினேன்.

''எப்பா சாமி யார்கிட்டயாவது சொல்லணும்ணு தோணுது ஒருவேளை எம்மேலே தான் தப்போன்னு மனசு கிடந்து அல்லாடுது ஒரு வாய் கஞ்சிகூட எறங்கமாட்டேங்குது''

''ம் சொல்லுங்க என்னாச்சு..''

''நாங்க ஏன் இப்படி பொறக்கணும் ஏற்கனவே பிறந்தவங்க துணி அப்புறம் தலைமுறை தலைமுறையாய் பிறக்கிறவங்க துணி

இதையெல்லாம் துவைக்கிறதுக்கு முக்கனியையும் நொச்சியையும் எதுக்கு அந்த சாமி படைக்கணும் சொல்லுங்க''

''சரிண்ணே என்ன நடந்துச்சு அத சொல்லுங்க''

''எப்பா முந்தா நாள் காலையில நம்ம அப்பாத்துரை சாமி வந்து மூணு நாள்ல மீட்டிங் வருது முகசவரம் பண்ணணும் சாயந்தரம் வீட்டிற்கு வான்னு சொல்லிட்டு போனார். நான் அண்ணைக்கு இருந்த எதோ வேலையில மறந்து தொலைச்சிட்டேன் மறுநாள் காலயிலே அதுதான் நேத்து ராமசாமி புள்ளகிட்ட சொல்லி கூட்டிட்டு வர சொல்லிருக்கார். நான் கிளாக்குளம் முத்தையா நாடார் வீட்ல மாடு செத்துபோச்சுன்னு போய் தொலைச்சிட்டேன். இன்னைக்கு காலையிலேயும் எனக்கு அந்த ஞாபகமும் இல்லாம பாவி நான் பொண்டாட்டிய கூட்டிகிட்டு பொட்டைகுளத்துக்கு வெளுப்புக்கு போய்ட்டேன். சைக்கிள எடுத்துகிட்டு அப்பாத்துரை சாமி அங்க வந்தப்ப தான் எனக்கு என் புத்தியிலே உரைச்சிச்சு நான் ஓடி போய் சவரகத்திய எடுக்கப்போனேன் அதுக்குள்ள அவர் என்னை குளத்துக்குள்ள மிதிச்சி தள்ளிட்டார்பா. நான் அவர் கால்ல விழுந்து மன்னிப்புகேட்டேன் அவர் என்னை அடிச்சு தள்ளிட்டார். நீயே சொல்லுசாமி எந்த பொண்டாட்டி தான் கட்டின புருசன் அடிபடும்போது வேடிக்கை பார்ப்பா அவர புடிக்கதான் செஞ்சிருக்கா அதுக்கு அவர்''

''என் பொண்டாட்டி தூம துணிய துவைச்சி கொடுக்கிற வண்ணாப் பய பொண்டாட்டி நீ என் கையவா புடிக்கிறன்னு'' சொல்லி மிதிக்கக் கூடாத இடத்தில் எங்க உசுரு தடத்தில எல்லாம் மிதிச்சு போட்டுட்டு போய்ட்டார்பா. வலி தாங்காம துடிச்சி போய்ட்டா அந்த செருக்கி மவ. அவள தூக்கிட்டுப் போய் ஆஸ்பத்திரில போட்டுருக்கோம். நான் கும்பிடுற முனியசாமி மேல சத்தியமா சொல்றேன் நான் வேணும்னு எதுவும் செய்யல சாமி, ஊரே மதிக்கிற அந்த மனுச சாமியை நான் மதிக்காம இருப்பனாப்பா, போன வருசம் பொங்கலுக்கு கூட எவ்வளவு பழைய நல்ல துணி அந்த மனுசன் எங்களுக்கு கொடுத்தார். அந்த நன்றியெல்லாம் நான் மறக்கல தம்பி, மறந்து போச்சா அப்படின்னா போய் வெளுப்பு கல்லுல மண்டைய முட்டு

அதை நான் பார்க்கணும்னு சொல்லிருந்தா கூட நான் செஞ்சிருப்பேனே,

இப்போது அவர் அழவில்லை அவர் கண்கள் காய்ந்துவிட்டது. ஆனால் உடல் நடுங்கி கொண்டிருந்தது. நானும் எதுவும் பேசவில்லை என்னால் எதுவும் பேசவும் முடியவில்லை. அவரை ஏற்றி கொண்டு போய் பஸ் ஸ்டாப்பில் விட்டுவிட்டு வந்தவனை கூட்டிக்கொண்டு வந்துவிட்டேன். பீ யை பீ என்று சொல்லாமல் மலம் என்று தின்னும் நாகரீக பன்னியாய் உடம்பு நாறியது.

அப்போது அப்பாத்துரை மாமா பலத்த கரகோசத்துடன் பேச தொடங்கியிருந்தார். ‘‘மகாத்மா காந்தியே, செத்தாலும் சாவேனே தவிர தாழ்த்தப்பட்ட மக்களுக்கு இரட்டை வாக்குரிமை திட்டத்தை கொண்டுவர அனுமதிக்க மாட்டேன்னு சொன்னதை அண்ணல் அம்பேத்கர் சட்ட அமைச்சரானதும் கொண்டுவந்தார். எப்படா அண்ணல் சாவார்னு காத்துகிட்டுகிடந்து அவர் செத்ததும் அந்த சட்டத்தையே கேன்சல் செய்துபுட்டானுவ அதை பண்ண முடிஞ்ச இவனுவளால இன்னும் இந்த இரட்டை தம்ளரை ஒழிக்க முடியுதா. எம் சனமே நாம் யாருக்கும் அடிமைகள் அல்ல நம்மை இனி எவனும் அடிமைபடுத்தவும் முடியாது’’ இன்னும் என்னன்னமோ பேசி கொண்டிருந்தார். எனக்கு ஒன்னுக்கு போகவேண்டும் போலிருந்தது. தொடக்கபள்ளி சுவர் ஓரம் ஒதுங்கினேன். அங்கே ஒட்டப்பட்டிருந்த போஸ்டரில் சிரித்தபடி இருந்த அப்பாத்துரை மாமா படத்தின் மீது ஒன்னுக்கு இருந்துவிட்டு வீட்டிற்கு வந்துவிட்டேன்.

செம்புலப் பெயனீர் போல்

மணிகண்டனும் சாந்தியும் இந்த ஊருக்கு வந்து இன்னும் ஒரு வாரத்துல சரியா மூணு வருஷம் ஆகப்போகுது. ஊருக்குள்ள முதன்முதலில் அவர்கள் வந்த அந்த நாளை மொத்த ஊருமே மறந்திருந்தாலும் கண்டிப்பா மணிகண்டனும் சாந்தியும் அந்த நாளை எப்பவும் மறக்க மாட்டார்கள். ஒரு வாரம் விடாம கொட்டித்தீர்த்த பேய் மழை ஓய்ந்து ஓடி ஒளிந்த ஒருநாள் அது. குறுக்குத்துறை முருகன் கோவில் கோபுரம் முக்கி பெருக்கெடுத்து ஓடிய தாமிரபரணி வெள்ளம் வடியத் தொடங்கிய ஒரு நாள் அது. நாலு நாளா கழிவோட கழிவா கெடைக்குள்ள கிடந்த ஆடு மாடுகள் சந்தோசமாய் மேச்சலுக்கு கிளம்பிய ஒரு நாள் அது. பள்ளிகூடத்து பிள்ளைங்க அடியோடு வெறுத்த பள்ளிக்கூடத்துக்கு பெரும் விருப்பத்தோடு கலர் ஆடைகளுடன் பள்ளிக்கு கிளம்பிய ஒரு நாள் அது.

ஊரின் மேற்கு திசையிலிருந்து பொட்டைக்குளம் சம்புக்காட்டு ஒத்தையடி பாதை வழியாகத்தான் முதன்முதலில் மணிகண்டனும் சாந்தியும் இந்த ஊருக்குள் வந்தார்கள். சாந்தி கையில் ஒரு மாத ஆண் குழந்தையையும் மணிகண்டன் நிறைய துணிகள் அமுக்கப்பட்ட ஒரு பழைய பையையும் வைத்திருந்தான். இரண்டு நாள் பசி மயக்கத்திலும் வெகு தூரம் ஓடி வந்த களைப்பிலும் அழுது அழுது வீங்கிய கண்களோடும் எடுத்து முடியாத கூந்தலோடும் இருந்தாலும் சாந்தி அதே கொள்ளை அழகோடுதான் இருந்தாள். எந்த திசையில் எந்த ஊரில் இருக்கிறோம் என்கிற பயமும் படபடப்பும்

மணிகண்டனின் கண்களில் பார்த்து சாந்தியும் அந்த ஆண் குழந்தையும் கொஞ்சம் மிரண்டு போய் தான் இருந்தார்கள்.

குட்டிப்பரும்பின் மீது உள்ள ஒத்தரூபாய் பிள்ளையார் தான் அவர்களுக்கு இந்த ஊரை காட்டிக்கொடுத்தது. அடைமழை கழுவிய அந்த பெயர் தெரியாத ஊரின் அழகை நம்பி அவர்கள் ஊருக்குள் நடந்தார்கள். அந்த ஊரின் விவசாய சங்கத்தின் முன் தாமிரபரணி வெள்ள சேதங்களையும் மழையின் அட்டகாசங்களையும் பற்றி வியப்பாய் பேசிக்கொண்டு இருந்த ஊர் பெரியவர்கள் அவர்களை விசாரிக்கும் முன்னே அவர்கள் காலில் விழுந்து மணிகண்டனும் சாந்தியும் அந்த ஒரு மாத குழந்தையும் அழுது கதறியதும் ஊர் கூடிவிட்டது.

''ஐயா எங்களுக்கு கோவில்பட்டி பக்கத்துல நாங்க ரெண்டுபேரும் காதலிச்சு கல்யாணம் பண்ணிக்கிட்டது ஊருக்கு பிடிக்கல. எங்கள வாழ விடாம விரட்டுறாங்க. ஊர் தெரியாம திசை தெரியாம ஓடி வந்து நிக்கிறோம்யா''. மணிகண்டனுக்கும் சாந்திக்கும் தாரை தாரயாய் வழிந்த கண்ணீர் அவர்களின் உள்ளங்காலுக்கு அடியில் உள்ள மண்ணில் தேங்கியது. அந்த அடை மழையின் ஈரம் மண்ணில் மட்டுமல்ல அந்த ஊர் மனிதர்களிடமும் காயாமல் இருந்ததால் அவர்களுக்கு ஒரு வீடு கொடுக்கப்பட்டது. பெயர் வைக்காத அந்த ஒரு மாத குழந்தைக்கு ஊரின் குலசாமியான பாண்டியராஜாவின் பெயரையும் அன்றுதான் ஊர் பெரியவர்கள் சூட்டினார்கள்.

இப்போது மணிகண்டனுக்கும் சாந்திக்கும் அந்த ஊரில் உள்ள எல்லாத் தெருக்களும், பாதைகளும், ஓடைகளும், எலி பொந்துகளும் கூட அத்துப்படி. ஊரில் உள்ள யாரும் அவர்களை பெயர் சொல்லி அழைப்பது இல்லை உறவுமுறைகள் சொல்லித்தான் அழைக்கிறார்கள். ஊர் நாட்டாமை கூட சாந்தியை வாய் நிறைய மருமகளே என்றுதான் அழைப்பார். சாந்தியையும் மணிகண்டனையும் பிடிக்காத ஆள் அந்த ஊரில் இல்லையென்றே சொல்லலாம். சாந்தியை குளிக்கபோவதுக்கும் கோவிலுக்கு போவதுக்கும் அழைத்துச்செல்ல ஊர் பெண்கள் போட்டிபோட்டால், எந்த வேலைக்காய் இருந்தாலும் மணிகண்டனை அழைத்து செல்ல ஆண்கள் போட்டிபோட்டார்கள்.

கடைசியாய் நடந்த இரண்டு பொங்கல் விளையாட்டு விழாவிலும் சோடா பாட்டிலில் தண்ணீர் நிறைத்தலில் சாந்தியும் ஓட்டப்பந்தயத்தில் மணிகண்டனும் தான் முதல் பரிசு.அந்த ஊரில் சில வயதுக்கு வந்த ஆண்கள் மணிகண்டனை பார்த்தும் சில பருவ பெண்கள் சாந்தியை பார்த்தும் பொறாமை கூட பட்டார்கள். இரண்டாவது குழந்தைக்கு கூட மொத்த ஊருமே வந்து சீனி தண்ணீர் ஊத்திவிட்டுப் போனது.

மணிகண்டனுக்கு அந்த ஊரில் உள்ள எல்லா வேலையும் தெரியும் வாழைக்காய் சுமக்க, லோடு அடிக்க, வாழை மண்பட்டம் வெட்ட, கான் தோண்ட, வாழைக்கன் அடிக்க இது போதாதென்று கரண்டி பிடிக்கத்தெரிந்த அரைக்கொத்தனார் ஆகவும் ஆகியிருந்தான் மணிகண்டன்.

அன்று மணிகண்டனுக்கு கிளாக்குளத்தில் இடிந்து விழுந்த சுடலைமாடன் சாமி கோவில் மதில் சுவர்களை பூசும் வேலை. இரவு வேலை முடிந்து பதினோரு மணிக்கு பொட்டைக்குளம் பனங்காடு வழியாக வந்துகொண்டிருந்த போது எல்லாரும் திருடி குடித்த பனங்கள்ளை குடித்து பழக்கமில்லாத மணிகண்டனும் குடித்து பார்த்தான். அப்புறம் ரசித்து குடித்தான். அப்புறம் குடித்து விழுந்தான். அப்புறம் அப்படியே விழுந்து கிடந்தான். முதலில் பூமி பார்த்து அப்புறம் அப்படியே வானம் பார்த்து. சாந்தி பள்ளி சீருடையில் வந்து எழுப்பி பார்த்தான் ஆனால் அவன் அப்படியே கிடந்தான். பள்ளி சீருடையில் எப்படி இருப்பாள்? ரெட்டைஜடை கனகாம்பரம், கூடையில் திணிக்கப்பட்ட புத்தகப்பையை தூக்கிகிட்டு அவள் போவதை அப்படியே மணிகண்டன் வானத்திலிருந்து பார்த்தான். சூர்யவம்சம் பாட்டு புத்தகத்தை அவள் கேட்க, அவன் கோவில்பட்டியிலிருந்து திருநெல்வேலி வந்து வாங்கிகொண்டு பேருந்தில் போகும் வழியில் அத்தனை பாடலும் அவனுக்கு மனப்பாடம் ஆகியிருந்தது. ஆசையாய் கேட்டவளின் கண்ணுக்கு முன்னாடி அந்த புத்தகத்தை கிழித்துபோட்டு அவன் பாடிய அந்த படத்தின் அத்தனை பாடல்களும் இப்போது பனைமரக்காட்டுக்குள் அப்படியே கேட்டது.

காலையில் வீட்டுக்குள் மணிகண்டன் நுழையும் போது ஒரு போர்வையால் தன் இரு குழந்தைகளையும் மூடி அதன் பக்கத்தில் தலைவிரி கோலமாய் படுத்திருந்த சாந்தி வேக வேகமாய் எழுந்து வாசற்கதவை பின் பக்க ஜன்னல்களை மற்றும் முன் வாசற்கதவுகளையும் அடைத்தாள். அவள் வாசற்கதவை அடைக்கும் போது முன்னாடி உள்ள டீக்கடையில் நின்ற சில வாலிபர்கள் பேசிகொண்டார்கள்,

''ரொம்ப குடுத்துவைச்சவண்டா மணிகண்டன் பொண்டாட்டினு அமைஞ்சா இப்படி அமையணும், ஆம்பள வந்ததும் கதவ சாத்தி கட்டிபுடிக்கிற பொண்டாட்டி இப்ப எவ நம்ம ஊர்ல இருக்கா?''

மணிகண்டன் மேல் பக்க சுவரில் அடைக்காமல் இருந்த ஒரு ஜன்னலை கவனித்ததால் அவனே போய் அடைத்தான். அடைக்கும் போது பார்த்த பக்கத்துவீட்டு ஜானகி அக்கா மணிகண்டனை பார்த்து ''என்ன இன்னைக்கு காலைலேவா'' என்று சிரித்த, வெட்கம் கொண்ட சிரிப்பு மணிகண்டனை கொதவளையை நெரிப்பது போல் இருந்தது. அலங்கோலமாய் கிடந்த தன் தலைமயிரை ஆத்திரத்தோடு எடுத்து முடிந்தாள் சாந்தி

''என்ன துரை நேத்து வீட்டுக்கு வரல. நாய் காட்டு சோறு சாப்பிட ஆரம்பிச்சாச்சு போல''

''கிறுக்கச்சி மாதிரி பேசாத ராத்திரி முழுதும் வேலை இருந்துச்சு.''

''ஆமா உன்கூட குப்பை கொட்டுன கந்தசாமி அண்ணன மட்டும் ராத்திரியே விட்டுட்டாங்களாக்கும்? உன் வண்டவாளத்தை எல்லாம் அவர் சொல்லிட்டார்.''

''என்ன சொன்னான் அந்த கிழட்டு பையன்?, ஆமாடி நேத்து நான் கள்ள குடிச்சிட்டு காட்லதான் மல்லாக்க படுத்துகிடந்தேன் இப்ப அதுக்கு என்ன?''

''அப்படியே எந்த சக்களத்தி வீட்டுக்காவது போவேண்டியது தான இங்க ஏன் வந்த?''

''நான் ஏண்டி போகணும் நீ வேணும்னா போ, அப்படித்தான என் கூட ஓடி வந்த....''

''நல்லா கேட்டல்லா எப்ப எப்பன்னு இப்ப கேட்டல்லா ஏன் கேக்கமாட்ட உன்ன நம்பி வந்தேன்லா நீ கேப்ப.''

''ஆமா பெரிசா நம்பி வந்துட்டா, காதலிச்சவன் ஒரு மாசம் ஊர்ல இல்லாம போய்ட்டான் அம்மா சொன்னா, ஆத்தா கதறுனா, அப்பன் கெஞ்சினான்னு ஒரு கிழட்டு பயல கல்யாணம் முடிச்சுட்டு அவன்கூட வெக்கமே இல்லாம படுத்து எந்திரிச்சு என்கிட்ட வந்து கண்ண கசக்கிக்கிட்டு நின்னயே அது மறந்து போச்சா?''

''ஆமாடா நான் ஒரு கிழட்டு பய பொண்டாட்டி தான். காதலிச்சவள கூட்டிட்டு போய் கல்யாணம் பண்ண துப்பில்லாம ஊரை விட்டு ஓடி ஒளிஞ்சுட்டு கிழட்டு பையன் பொண்டாட்டிக்கிட்ட கிழவன் தூங்கினதுக்கு அப்புறம் நாய் மாதிரி சுவர் ஏறி வந்து படுத்துருண்டயத்தூ.... அப்ப என்ன மயித்துக்கு வந்த?''

''அதுக்குத்தான் காலத்துக்கும் அனுபவிக்கிறேனே, ஊரை விட்டு உறவை விட்டு அடுத்தவன் பொண்டாட்டிய கூட்டிட்டு போய்ட்டான்ங்கிற பேரோட எவனும் தெரியாத ஊர்ல நடைபிணமாய் திரியிறனே அது போதாதா?''

''த்தூ நீ ஒரு மனுசனா.... ஒண்ணுமே தெரியாத அந்த அப்பாவி கிழவனை சோத்துல விஷம் வைச்சு கொல்ல சொன்னீயே அதையும் பாதகத்தி நான் செஞ்சேன் பார் எனக்கு இதுவும் வேணும் இன்னும் வேணும்.''

''ஆமா நான் சொல்லித்தான் நீ கொன்ன, நான் சொல்லாட்டாலும் அவனே செத்து போயிருப்பான். இல்ல நீ கொன்னுருப்ப சண்டாளி.''

''பாவி இப்படி இரக்கமில்லாம பேசுறீய... புருசன் செத்த வீட்டுக்குள்ள, உன் புள்ளய வைத்துக்குள்ள இருந்து ஒத்த ஆளா முக்கி இழுத்து ஈனி போட்டுட்டு அரிவாள்மனையால என் தொப்புள அறுத்து, ஜன்னல் வழியா எறிஞ்சு, சாவாம உனக்குன்னு வாசல பார்த்து காத்து கிடந்தேன் பார் நான் உனக்கு சண்டாளி தாண்டா

த்தூ...... ஈவ் இரக்கங்கெட்ட பயல த்தூ'' என்று சாந்தி எதையோ தேட பொறுமை இழந்தவனாய் மணிகண்டன் கதவை திறந்து மறுபடி சாத்திவிட்டு எப்பவும் போல என்றைக்கும் போல வேகமாய் வெளியேறினான்.

டீக்கடையில் நின்றவர்கள் இப்போதும் மணிகண்டனை பார்த்து ஏதோ சொல்லி வெட்கமாய் சிரித்தார்கள். மணிகண்டனும் சிரித்தான் ஆனால் மணிகண்டன் மூக்குக்குள் ஏற்கனவே சுருண்டு படுத்திருந்த ஒரு பெரிய கிழட்டுப்பாம்பு இப்போது மெதுவாக நெளிய தொடங்கியிருந்தது.

வன தெய்வம்

அன்புள்ள மகனுக்கு.

தயவுசெய்து இந்த கடிதத்தை உன் அறையில் போய், வேண்டாம் அங்கு உன் அப்பாவின் புகைப்படம் இருக்கிறது, சாமி அறைக்கும் போய்விடாதே! பேசாமல் உன் அறையில் உள்ள கழிப்பறைக்கு போய் அதன் கதவை மூடிவிட்டு படிக்க தொடங்கு... அவசரப்பட்டு அப்படியே என் அறையில் வைத்தோ அல்லது உன் மனைவி மாதவியின் முன்போ குழந்தைகளின் முன்போ படித்துவிடாதே அப்புறம்.... அவ்வளவு தான் இது தான் நான் உன்னிடம் கேட்கும் என் கடைசி ஆசை.

நீ மிகப்பெரும் அதிர்ச்சியிலும் குழப்பத்திலும் இருப்பாய் என்று எனக்கு தெரியும். மன்னித்துவிடு. மாதவியை பற்றி எந்த சந்தேகமும் நீ அடையத் தேவையில்லை அவள் என் அம்மாவை விட என்னை அத்தனை பிரியத்துடன் பார்த்துக்கொண்டவள் மேலும் உன்னை விட்டுப் போவதை விட அவளை பிரிவது தான் என் பெரும் துயரம். அப்புறம் குழந்தைகள் ஐயோ! அந்த பிஞ்சுகளின் பிரிவு, வேண்டாம் அதை எழுதினால் நான் எதிரில் இருக்கும் சுவரில் முட்டிவிடுவேனோ என்று பயமாக இருக்கிறது அப்புறம் உன்னிடம் நான் சொல்ல வேண்டியதை நான் சொல்லாமலே போகக்கூடும்.

எங்கே போவேன்?

இந்த ஐம்பது வயதில் நான் எங்கே போவேன் என்பது என் கேள்வி? இத்தனை வயதில் நீ ஏன் எங்கோ எங்களை விட்டு போகவேண்டும் என்பது உன் கேள்வி? உன் கேள்விக்கு என்னிடம் பதில் இருக்கிறது. ஆனால் என் கேள்விக்கு யாரிடம் பதில் இருக்கிறது என்று தெரியவில்லை. இந்த கடிதத்தை நீ படிக்கும் போது நான் கண்டிப்பாய் ஒரு வனாந்தரத்தை அதாவது மனித நடமாட்டமில்லாத ஒரு பிரதேசத்தை அடைந்திருப்பேன். அங்கு நான்.... வேண்டாம் உன்னிடம் இதை இப்போது சொல்லக்கூடாது, நீ பெண்களை விட மோசமாக சத்தம்போட்டு அழக்கூடியவன் மேலும் உன் அப்பாவைப் போல உனக்கும் பெரும் துயரம் வந்தால் சுவரில் முட்டி முட்டி தன்னை வருத்திக்கொள்ளும் ஒரு பழக்கம் இருக்கிறது அதனால் வேண்டாம்.

மதன் எப்போதாவது உன் அம்மாவான என் கண்களை நீ கூர்ந்து பார்த்திருக்கிறாயா? யோசிக்காதே அதற்கு வாய்ப்பே இல்லை ஏனெனில் உன் அப்பாவிடமே நான் என் கண்களை உன்னிப்பாக பார்க்கவிட்டதில்லை, அப்புறம் எப்படி நீ. அதை விடு குழப்பம் அடையாதே, நீ உன் அப்பாவிடம் என்னைப் பற்றி எப்போதாவது கேட்டுருக்கியா? அப்பா இறப்பதற்கு ஐந்து நாட்களுக்கு முன் உன் மனைவி மாதவி கேட்டாளாம்.

''மாமா அத்தைக்கிட்ட உங்களுக்கு என்ன ரொம்ப பிடிக்கும்னு''. அவர் உடனே ''அவ கண்ணுன்னு'' சொன்னாராம்.

பாவம் உங்க அப்பா அவருக்கு என்னை பற்றி எதுவுமே தெரியாது. அறுபது வயசு ஆன பின்னாலும் கேட்கிறவங்க கிட்டல்லாம் என்ன சொன்னார் தெரியுமா?

''அவ நல்லவ அவ திறமையானவ, அப்புறம் நான் பார்த்ததிலையே பெரிய பேரழகி'' இத தவிர எதையும் அவர் சொல்லி யாரும் கேட்டதில்ல, நானும் கேட்டதில்லை. பாவம் அந்த மனுசன், இல்லை இந்த இடத்தில் நீ கோபப்படாதே உன் அப்பாவை நான் முட்டாள் என்று சொல்லலாம் ஏனென்றால் என்னுடன் அவர் வாழ்ந்த இந்த முப்பது வருட வாழ்க்கையில் ஒருநாள் கூட நான் ஒரு மனநோயாளி பைத்தியகாரி கிறுக்குபிடித்தவள் என்பதை எப்படி

கண்டுபிடிக்காமல் வாழ்ந்து சந்தோசமாய் செத்தும் போனார் என்று எனக்குத் தெரியவில்லை.

பதட்டப்படாதே! நீயும் கண்டுபிடித்திருக்கமாட்டாய், அப்படியே சில நேரம் உனக்கு தெரிந்திருந்தாலும் நம்ப முயற்சி செய்திருக்கமாட்டாய் என்று எனக்கு தெரியும்.

உன் தாய் ஒரு பைத்தியக்காரி. ஒரு ரகசியத்தை அல்லது ஒரு வெறியை, அல்லது ஒரு கொலையை, அல்லது ஒரு கொடூரத்தை நாற்பத்தொன்பது வருடங்களாக யாருக்கும் தெரியாமல் மறைத்து வைத்துக்கொண்டு சிரித்து பேசி திரியும் ஒரு பெண் தனிமையில் எப்படிப்பட்டவளாக இருப்பாள், இருந்திருப்பாள் என் மகனே! ஆனால் நான் இப்போது உன் வீட்டைவிட்டு இந்த நகரத்தை விட்டு வெளியேறுவதற்கு அதுமட்டும் காரணமில்லை என் மகனே.

சொன்னால் நம்பமாட்டாய் உன்னை விட என்னை அதிகாமாய் ஆத்திரமாய் நேசிக்கும் உன் செல்லக் குழந்தைகள் தான் அதற்கு காரணம் என் மகனே.

ஜன்னலற்ற ஒரு வீட்டிற்கு அழைத்து வந்தது போல இந்த கதைகளற்ற நகரத்துக்கு அவர்களை நீ அழைத்து வந்திருக்கிறாய் என்பது உனக்கு தெரியுமா, உன் குழந்தைகள் மற்ற குழந்தைகளை விட கதைகளுக்கு அதிகமாக ஏங்குகிறார்கள் என்பது உனக்கு தெரியுமா, என் விழுந்துவிடாத பற்களுக்கு இடையில் பத்தாயிரம் சுவராஸ்யமான கதைகள் இருப்பதாக அவர்கள் நம்புகிறார்கள் என்பது உனக்கு தெரியுமா, ரவிக்கை அறியாத என் பருவத்தை பால்யத்தை அப்படியே தெரிந்துவிட உன் மனைவி துடிக்கிறாள் என்பது உனக்கு தெரியுமா, நான் கதை சொல்லும் போது உன் கடைசி குழந்தை என் கண்களை உன்னிப்பாக கவனித்து என்னை வெறுப்பேத்துகிறது என்பது உனக்கு தெரியுமா,

அவர்கள் நினைக்கிறார்கள் நம்புகிறார்கள் கிராமம் என்றால் தட்டாம்பூச்சி பிடித்த கதை, ஓணானுக்கு மூக்கு பொடி வைத்த கதை, நிலாவில் வடை சுடும் பாட்டி கதை, மாடு ஆட்டுகுட்டி போட்ட கதை, குதிரை பறந்து திரிந்த கதை, கிழவன் பாம்பான கதை இப்படிப்பட்ட

கதைகள் இன்னும் இன்னும் ஏராளமாய் இருக்கும் என்று. இப்படிப்பட்ட எந்த கதையும் எனக்கு தெரியாது என்று அவர்களிடம் நான் சொன்னால் ''அப்படியென்றால் உனக்கு தெரிந்த கதையை சொல்லு அல்லது உன் கதையைச் சொல்லு'' என்று என் கழுத்தைப் பிடித்து நெரிக்கிறார்கள். இப்போது உனக்கு புரிகிறதா உன் குழந்தைகள் என்னிடம் எதை கேட்டு என் கழுத்தை நெரிக்கிறார்கள் என்று, உனக்கு புரியாது நீ உன் அப்பாவைப் போலவே அப்பாவி முட்டாள்தானே. ஆனால் எனக்கு தெரியும் முப்பது வருடங்களாக நான் இறுக்கிப்பிடித்து வைத்திருக்கும் என் வெறியை ரகசியத்தைக் கேட்டு என் தொங்கிவிட்ட மூக்கின் துவாரங்களின் வழியாக என் பாவத்தின் பாம்புகளை உன் குழந்தைகள் நெளியவிடுகிறார்கள் என்று. ஏன் இப்படி ஒரு பைத்தியக்காரியின் கதையை தெரிந்து கொள்ள இவர்கள் இப்படி பைத்தியமாய் அலைகிறார்கள்.

இது போதாதா எனக்குள்ளே அரை நிர்வாணமாய் அலங்கோலமாய் உறங்கிகிடக்கும் அல்லது உறங்குவது போல கிடக்கும் ஓர் பைத்தியக்காரி ஊளையிட்டு ஊர் திரிய... அவள் விழி திறந்து என் எல்லை மீறினால் அவ்வளவுதான் அவளால் உன் அம்மா குருடாக்கப்படாலாம் உன் குழந்தைகள் குருடாக்கப்படலாம் நீ ஆசையாய் வளர்க்கும் உன் அம்மாவிற்கு அத்தனை பிரியமான நாய் குருடாக்கப்படலாம், பயப்படாதே அவள் இப்போது உறங்கிக் கொண்டுதான் இருக்கிறாள்.

என் அன்பு மகனே ,

உன் மனதை திடப்படுத்திக்கொள் வாய்ப்பிருந்தால் உன்னால் இப்போது முடியுமென்றால் பக்கத்திலிருக்கும் ஒரு நிலைக் கண்ணாடியில் உன் முகத்தை ஒரு முறை பார்த்துக்கொள். ஆம் உன் குழந்தைகள் என் கழுத்தை பிடித்து நெரித்துக்கேட்ட என் கதையை உனக்கு நான் சொல்லப் போகிறேன், அது மட்டுமல்ல உன் தந்தை கூட என்னிடம் பார்க்காத என் முழுமையான நிர்வாணத்தை உனக்கு காட்ட போகிறேன். அதற்கு முன் என் அன்பு மகனே உனக்கு என் ஆயிரம் முத்தங்கள். இன்னும் சிறிது நேரத்தில் நீ அடைய போகும் பெருந்துயரத்திற்கு என்னை நான் பலித்துக்கொள்கிறேன்.

உன் அம்மா பிறந்த ஊர் உனக்கு தெரியும். அதன் பேரும் உனக்கு தெரியும். ஆனால் ஒருமுறை கூட உன்னை நான் அங்கு அழைத்து போகாததற்கு காரணம் உனக்கும் தெரியாது உன் அப்பாவிற்கும் தெரியாது. உன் அம்மா பிறந்த போது சரியாக ஒரு மரம் சாய்ந்து நம் வீட்டின் ஓட்டில் விழுந்ததாகவும் அதிலிருந்த அணில் குஞ்சுகள் உன் பாட்டியின் உடலெங்கும் விழுந்து ஓடியதாக உன் பாட்டி சொல்வாள். அவள் முலைக்காம்பில் இருந்து வடிந்த எனக்கான சீம்பாலை ஒரு அனில் நக்கியதாக கூட அவள் சொல்வதுண்டு.... ஆமாம் அவர்கள் அன்றிலிருந்து உன் அம்மாவை தனித்துவமானவள் என்று நம்பினார்கள், என் உடலை ஒரு வனமாக்கி செழிக்க வைத்தார்கள். உன் அப்பா சொல்லுவாரே பேரழகி என்று, உனக்கும் தெரியும் தானே.... ஆமாம் உன் அம்மா பார்ப்பவரை அச்சமூட்டும் பேரழகியாக வளர்ந்தாள்.

பேரழகி பேரழகி

பேரழகி முத்தாரம்மாள்

பைத்தியக்காரி முத்தாரம்மாள் அப்புறம்

உன் அம்மாவின் ஊர் எல்லா வளங்களையும் கொண்டது, அங்கு யாரும் யாரிடமும் எதையும் கொள்ளையடிக்க தேவையிருக்காது. பசித்தால் ஒரு பக்கம் நெல் விளைகிறது, ருசிக்க ஒரு பக்கம் வாழை குலை சாய்க்கிறது. ரசிக்க பரணி நதி பாய்ந்து வருகிறது வீட்டுக்குள். அப்புறம் ஏன் அவன் மட்டும் அப்படிப்பட்ட கொள்ளைக்காரனாய் அந்த ஊருக்குள் அலைந்தான். ஏன் அவன் மட்டும் எப்போதும் பசிக்கும் மிருகமாய் நடமாடினான், ஏன் அவன் மட்டும் வெறி பிடித்த வேட்டைக்காரனாக திரிந்தான் என்பது யாருக்குமே தெரியவில்லை உன் அம்மா உட்பட.

ஏன் ஒருவன் வேட்டையாடுகிறான் என்பது தெரியாமல் இருப்பது எவ்வளவு அபத்தம். அபத்தமானவர்கள் நாங்கள் இல்லை நான்.

யார் அவன் என்கிறாயா? என் மகனே.... அவன் பெயர் காலப்பெருமாள். அவனின் குடும்பம் எப்போது இந்த ஊருக்குள் வந்தது, அவன் எப்போது இந்த ஊரில் பிறந்து வளர தொடங்கினான்

என்று யோசிப்பதற்குள்ளாகவே அவன் ஒரு ஆளியைப் போல அப்படி மிரட்டுபவனாய் வளர்ந்துவிட்டான். முதலில் கோழிகளை திருடினான் அப்புறம் ஆடுமாடுகளை அதன்பின் தனியாக மாட்டிக் கொள்ளும் ஆட்களிடம் பணம், அப்புறமாகத்தான் தூங்கும் பெண்களிடம் நகைகளை அவர்களின் தாலிக்கொடிகளை, குழந்தைகளின் அரைகொடிகளை எல்லாம் அத்துக்கொண்டு போக தொடங்கியிருந்தான். உனக்கு தெரியுமா அவனின் முகத்தை யாராலும் அரை மணி நேரத்திற்கு பின் தன் நினைவிற்கு கொண்டு வரமுடியாது. அப்படியொரு ஒரு கரி கரியன் அவன் என்று அவனை சொல்லுவார்கள். ஆனால் இதை எல்லாம் உன் அம்மா அடுத்தவர்கள் சொல்லி கேள்விப்பட்டதோடு சரி அவனை அவள் குமரியாகும் வரை பார்த்தது இல்லை.

என் செல்ல மகனே!

ஒரு மிகப்பெரிய சூரியகிரகண நாளில் உன் அம்மா பூப்பெய்தினாள். அவளின் காலிடுக்களில் குருதி வடிய தொடங்கும் போது அவன் மனித ரத்தத்தை ருசிக்கும் ஒரு மிருகமாக மாறியிருந்தான். உன் தாயோ வீட்டிற்குள்ளாகவே வளர்க்கப்படும் ஒரு வனமாக வளர்ந்து திமிறிக்கொண்டு இருந்தாள்.

ஒருவன் வெறிபிடித்த மிருகமான பிறகு அல்லது அவன் மிருகமாகும் வரை காத்திருந்து அவனை அடித்துக்கொல்வது என்பது மனிதத்திற்கான பாவ செயல் அல்ல என்பதை உன் தாயின் ஊர் மக்கள் அனைவருமே தெரிந்து கொண்டார்கள். எப்போது அவன் கையில் கிடைத்தாலும் அவனை கொல்வதற்கு அத்தனை பேருமே வெறிபிடித்து காத்திருந்தார்கள். உன் அம்மாவின் அப்பா மட்டுமல்ல அந்த ஊரின் அத்தனை ஆண்களுமே அவனை கொல்வதில் மட்டுமே தங்களின் முழு ஆண்மை இருப்பதாக நம்பினார்கள்.

மகனே மதன்,

உன் கண்களை கொஞ்சம் மூடிக்கொள். உன் தாய் அவள் ஆடைகளை களையப்போகிறாள். மனித நடமாட்டமற்ற தன் வன

உடலை அவள் அன்று முழுவதுமாய் திறந்து வைத்திருந்தாள். யப்பா! தப்பாக நினைக்காதே மகனே அவள் அப்படியிருப்பதாக அவளே பிரமித்து போனாள். முதல் சொம்பு தண்ணீரை அவள் தன் தலையில் ஊற்றுவதற்கு முன்பாக இரண்டு சொட்டுகள் எடுத்துகொண்டு தன் இரு முலைகாம்புகளில் வைத்து பார்ப்பாள். வனம் பற்றிக்கொண்டு எரியும். இரு கண்களையும் சிக்கென்று மூடிக்கொண்டு கொஞ்சநேரம் முழு வனத்தையும் எரியவிடுவாள். திடீரென்று எங்கிருந்தோ அம்மாவின் குரல் கேட்கும் வேகமாய் சொம்புகளில் தண்ணீரை மோந்து மோந்து தீயை பொசுக்கி குளித்து முடிப்பாள் பின் மஞ்சள் காடாய் மாறி வெளியே வருவாள்.

அன்று அவள் அப்படி கொழுந்துவிட்டு எரிந்து கொண்டிருந்த போதுதான் அவளை இரண்டு கண்கள் பார்த்துகொண்டிருப்பதை அவள் பார்த்தாள். எப்படிபட்ட கண்கள் அவை, மகனே நீ ஓநாயை பார்த்திருக்கிறாயா அல்லது நடுக்காட்டில் ஒற்றை ஆளாய் தன் லிங்கத்தை எழுப்பிக்கொண்டு கத்தும் ஒற்றை கொம்பன் யானையின் கண்களை பார்த்திருக்கிறாயா அப்படி இருந்தது. வெறித்து பார்த்துக் கொண்டிருந்தது. கண்களால் பார்க்க மட்டும்தான் முடியும் என்று இவர்கள் பொய் சொல்கிறார்கள், கண்களால் சதையை கிழித்து ஊன் வடிய வடிய திங்க முடியும். அம்மா அவள் அலறி துடிப்பதற்குள்ளாக அவளுக்கு தெரிந்துவிட்டது அவன் காலப்பெருமாள். கரியன் காலபெருமாள், உடும்பன் காலபெருமாள் கத்திக்கூப்பாடு போட்டாள் ஊர் திரண்டது. ஆனால் அவன் வரும்போதே புலியாக அல்லவா வந்திருந்தான். எல்லாருக்கும் முன்பாகவே அவன் அப்படி பாய்ந்து மறைந்து போனான்.

மனித நடமாட்டமில்லாத அந்த வனத்திற்குள் ஒரு ஒற்றையடி பாதை போடப்பட்டது. அந்த பாதையின் வழியாக தங்கள் லிங்கங்களை தூக்கியபடி ஓநாய்களும், ஒற்றை கொம்பன் யானைகளும் வனத்தை சூறையாட வந்த வண்ணம் இருந்தது. உன் அம்மா கதவு ஜன்னல்களை மூடினாள், மூன்று பாவாடை சட்டைகளை எடுத்து போட்டுக்கொண்டதோடு மூன்று ஜமுக்காளங்களை எடுத்தும் மூடிக்கொண்டாள். அம்மா அப்பா

கைகளுக்குள்ளாக போய் புதைந்து பார்த்தால் அந்த கண்கள் அவளின் விறைத்த காம்புகளை வெறித்துக்கொண்டே இருந்தது. வனம் காய்ந்து சருகானது அப்போதும் விடவில்லை அந்தகண்கள் சிக்கிமுக்கி கற்களை உரசுவது போல அவளின் காம்புகளை உரசியது அவள் கத்திக் கூப்பாடு போட்டாள். ஆனால் யாருக்குமே கேட்கவில்லை. வேறு வழியில்லை வனம் எரிந்தது கொழுந்துவிட்டு எரிந்தது. நாட்கள் கடக்க கடக்க காலப்பெருமாளின் கண்களுக்கு கை கால்கள் முளைத்ததோடு லிங்கமும் முளைவிட்டிருந்தது. அது உன் அம்மாவின் யோனி முடிகளை உரசிய போது வனம் வெடித்து சிதறியது. ஆமாம் மகனே! அதன் பின்னான உன் அம்மாவின் இரவுகளில் காலப்பெருமாளின் கண்கள் இல்லாமல் இல்லை. அது அவளை புணராமல் இருந்ததில்லை.

வெறுமெனே விழிகளை புணர்வதென்பது ஒரு மனப்பிறழ்வு நிலைக்கு கூட்டிசெல்லும் ஆனால் நான் ஏற்கனவே அங்கு தான் நின்றிருப்பதாக உன் அப்பாவிடம் உன்னிடமும் அந்த பைத்தியகார டாக்டர் சொன்னார் தானே, அது வெறுமனே விழிகள் இல்லை மதன் அது அது அது தெரியவில்லை ஆனால் கண்டிப்பாக தெரியும் அது வெறுமென பார்க்க மட்டுமே முடிகிற விழிகள் இல்லை மதன் நம்பு.

மதன் போதும். உன்னால் இதற்கு மேல் படிக்க முடியாது என்று நினைக்கிறேன். வேண்டாம் போதும் கிழித்து எறிந்துவிடு போதும். ஆனால் என்னால் நிறுத்த முடியாது நான் சொல்லியே ஆகவேண்டும். ஒரு பைத்தியக்காரி பேசிக்கொண்டே இருக்கலாம் அது தப்பில்லை ஆனால் அதையெல்லாம் நீ கேட்க வேண்டுமென்று அவசியமில்லை போ போதும் ஏற்கனவே உன் மனைவி ரொம்பவே பயந்து போயிருக்கிறாள்.

ஆனால் அன்று உன் கடைசி குழந்தை முகத்தைப் போல நிலவு அப்படி முழுநிலவாய் இருந்தது அந்த ஊரில், உன் அம்மா அந்த கண்களை புணர்வதற்கு தயாராகிகொண்டிருந்தாள். காலை விரித்தப்படி இப்போது ஒரு எறும்பு அவள் மீது ஊராதா, ஒரு பல்லி அவள் மீது ஊராதா எனக் காத்துக்கிடந்தாள். அந்த கண்கள் கருப்பு கண்கள் அவளின் விரலோடு ஒட்டிக்கொண்டன போலும் அவள்

மாரிசெல்வராஜ் - 187

விரல் ஊர தொடங்கியிருந்தது. அது அவளின் கிறங்கி மூடிய விழிகளை தடவிக்கொண்டிருந்த போது மொத்த ஊரும் கத்திக் கூப்பாடு போடடது... ''ஏய் விடாத பிடி'' அந்த தெருவுக்கு போ, அந்தா மேட்டு தெருவை பார்த்து ஓடுறான் வாங்க, எல்லாரும் வேகமா வாங்க வசமா மாட்டிக்கிட்டான், இனி தப்ப முடியாது'' ஊர் பகை பிடித்து வெறிபிடித்து எரிந்தது. எல்லாரும் ஓடினார்கள். உன் அம்மாவின் அப்பாவும் அம்மாவும் கூட அவளை விட்டுவிட்டு அங்க ஆலமரத்திற்கு ஓடினார்கள். காலப்பெருமாளை பிடித்து விட்டார்கள்.

ராட்சசனை பிடித்துவிட்டார்கள். ஆனால் அவன் அதற்குள் மூன்று பேரின் கால் கைகளை உடைத்திருந்தானாம்.

மகனே! உன் கண்களை இன்னும் இறுக்கமாக மூடிக்கொள் அந்த ராட்சசி கண் விழித்துவிட்டாள்.

மொத்த ஊரும் அவனை கதற கதற அடித்ததாகவும், கருப்பசாமி அண்ணனும், கோபால் அண்ணனும் அவன் நெஞ்சிகூட்டின் மேல் பெரிய கற்களை போட்டதாகவும் அம்மாவும் அப்பாவும் வந்து பேசிக்கொண்டார்கள். அவனுடைய ஆண்குறியை உலக்கையை வைத்து எட்டப்பன் நசுக்கியதாகவும் பேசினார்கள். (போங்கடா தற்குறிகளா ராட்சசனுக்கு எதுக்கு குறி, அவன் உடம்பே அவன் லிங்கம்) காலப்பெருமாளால் ஒரு கையை இழந்த சுந்தரம் தாத்தா அவன் கையை எப்படித்தான் அத்தனை பலம் கொண்டு ஒடித்தாரோ என அம்மா பயந்து வியந்து பேசினாள். எப்படியோ ஒழிந்தான் சண்டாளன் இதுக்குள்ளாக உயிர் போயிருக்கும் என்ன நடந்தாலும் பாத்துக்கலாம் என்று பேசிக்கொண்டிருந்தார்கள்.. ஊரே ஒரு கொலையை செய்துவிட்டு வீட்டுக்குள் போய் பதுங்கிகொண்டது. நாய்களின் நடமாட்டம் கூட இல்லை. ஊருக்கு வெளியே உள்ள சின்ன ஆலமரத்தின் அடியில் அவன் சடலத்தை போட்டுவிட்டு வந்திருக்கிறார்கள் என்று அப்பா சொன்னது அவளுக்கு தெரியும். உன் தாய் அந்த நள்ளிரவில் அந்த ஊரின் கிழக்கு திசை நோக்கி இப்போது நடந்துகொண்டிருந்தாள். பறந்து சென்று கொண்டிருந்தாள்.

வனம் பிரகாசமாய் எரிந்துகொண்டிருந்தது. விரும்பி எரிகிறதா அல்லது வருந்தி எரிகிறா என்பதை வனம் அறியவில்லை. ஆனால் வனம் பற்றி எரிகிறது. எரியும் வனத்தின் தீ ஜூவாலைகள் அந்த விழிகளை இன்னொரு முறை அப்பட்டமாய் பார்த்துவிட நாக்கை சுழட்டி அலைகிறது. அந்த கரிய இருட்டுக்குள் அந்த கரிய உருவம் செத்த நாயைப் போல குப்புற கிடந்தது. உன் தாய் அல்லது வெறிபிடித்த அந்த பைத்தியக்காரி அவனை புரட்டினால், அப்பா ஐயோ! அடேய் என் மகனே! அப்போது அவன் சாகவில்லை. எதோ ஒரு நரம்பில் அவன் உயிர் தொங்கிகொண்டிருக்க வேண்டும். அந்த விழி அப்படியே உருட்டிக்கொண்டு இருந்தது, அவனின் உதடுகள் தண்ணீர் தண்ணீர் என்று தவித்துக்கொண்டிருக்க அந்த பைத்தியக்காரி அந்த மனப்பிறழ்வு அடைந்தவள் அவனை அப்படியே மல்லாக்க படுக்க வைத்து எழுந்து நின்று தன் இருகால்களை விரித்து பாவாடையை தூக்கி சரியாக அவன் வாயில் தன் மூத்திரத்தை செலுத்தினாள். ஐயோ! வனம் கொழுந்துவிட்டு எரிந்தது, அன்று அவள் அடைந்த அந்த நொடி நேரம் அவள் நாடி நரம்பு எல்லாம் வெடித்து சிதறியது. அதை இன்னும் உன் அப்பாவும் எந்த ஆணாலும் அவளுக்கு கொடுக்க முடியவில்லை என் மகனே,

அப்போதுதான் நடந்த எல்லாவற்றையும் வேடிக்கை பார்த்துக் கொண்டிருந்த அந்த கண்களை அவள் பார்த்தாள். அந்த கண்கள் அவனின் கண்கள் அவளின் கண்கள் அவளோட இருக்க வேண்டிய கண்கள் சிறிதும் யோசிக்காமல் கையில் ஏற்கனவே கொண்டு வந்திருந்த ஊசியினால் இரு கண்களையும் குத்தி நோண்டி எடுத்து கையில் வைத்தபடி மேற்கு திசையை நோக்கி நடையைக் கட்டினாள். அதன்பின்பு அவள் கண்களை, யாரும் பார்க்க அவள் அனுமதிக்கவில்லை. அவள் கண்களைப் பார்க்க துடித்த உன் அப்பாவை அதாவது அவளின் கணவனின் மூக்கை அவள் ஒரு முறை கடித்து குதறியிருக்கிறாள்.

அது ஒரு பைத்தியம் அப்படிதான் செய்யும் கடிக்கும் குத்தி கிழிக்கும் ரத்தம் வடியும் போது நக்கி பார்க்கும் பைத்தியம் அது பைத்தியம்.

ஆமாம் மகனே. என் கண்களுக்கு மட்டுமே எல்லாம் தெரியும். அதை பார்க்கவோ அதனுடன் பேசி பழகவோ நான் யாரையும் அனுமதிக்க முடியாது... ஆனால் இதையெல்லாம் உன்னிடம் ஏன் சொல்கிறேன் என்றால் நம்பு மகனே நீ உன் அப்பாவுக்கு பிறந்தவன் அல்ல ஒவ்வொரு முறையும் உன் அப்பா என்னிடம் கூடி இயங்கும் போது நான் அந்த விழிகளைத்தான் தேடி வெறிபிடித்து புணர்ந்து கொண்டிருந்தேன். இன்னும் ஒவ்வொரு இரவிலும் நான் தீராமல் அந்த விழிகளைப் புணர்ந்துகொண்டிருக்கிறேன். இவை எல்லாவற்றையும் தெரிந்துகொள்ள துடிக்கும் உன் குழந்தைகளின் கண்களை காப்பாற்றிக்கொள்ளத்தான் நான் வெளியேறுகிறேன். என்னை சாதாரண சாக்கடைகளிலோ, குளக்கரையிலோ தேடி அருவருப் படையச் செய்துவிடாதே.

நான் வனத்தின் மகள்,

வன தேவதை,

காடுகளில் திரிவேன்,

கண்ட விழி புணர்வேன்,

வந்த வழி மறப்பேன்,

கொண்ட உயிர் துறப்பேன்.

நின்றெரியும் பிணம்

இப்படி நடக்குமென்று யாரும் எதிர்பார்க்கவில்லை.அதுவும் காட்டுப் பேச்சிக்கு பெரும் அதிர்ச்சி. அவள் இதுவரை பெண்கள் மட்டும்தான் தற்கொலை செய்துகொண்டு சாவார்கள் என்றே நினைத்திருந்தாள். அவள் நினைத்ததில் தவறு இல்லைதான், அவர்கள் இந்த ஊருக்கு வந்தே இரண்டு வருடங்கள்தானே ஆகிறது. இந்த இரண்டு வருடத்தில் அந்த மேட்டுத்தெரு லெட்சுமணசாமி மக கடக்குட்டிபுள்ள பத்தாப்பு பரிட்சையில் பெயிலானதற்கும், அப்புறம் அந்த கிழவி பொயிலால் மாமி-மருமகள் சண்டையில் தன் மகன் கண்ணெதிரே தன் கொண்டை பண்ணரிவாளால் அறுபட்ட அவமானம் தாங்க முடியாமல் நடு ராத்திரி அம்மன் கோவில் கிணற்றில் விழுந்து செத்தாள். அதற்குப்பிறகு வேறு யாரும் இதுவரை தற்கொலை செய்து சாகவில்லை. மேலும் அவள் இதற்கு முன் இருந்த பழைய ஊரிலும்

''பய, நிறமாத சூலின்னு கூட பார்க்காம கழுத்தை நெரிச்சு கொன்னுருக்கானே விளங்குவானா அவன் ?'',

''நல்ல காரியம் பண்ணினா நாச்சா, அந்த நாறப்பய கூட வாழ்றதுக்கு பதிலா அவ அந்த தண்டவாளத்துல போய் படுத்ததுதான் சரி அதுதான் அவளுக்கு விடிவு ஆனா போன ராசாத்தி அந்த பச்சைப்புள்ளையையும் கையோட கூட்டிக்கொண்டு போயிருக்கலாம் இப்படி அநாதையா விட்டுட்டு போய்ட்டாளே சண்டாளத்தி'',

"பன்னி மேய்க்கிற சக்கிலிச்சிக்கு மளிகைகடை நாடார் மாப்ள கேக்குதோ அதுதான் கூட்டிட்டுப்போய் சொக்கப்பனை வைச்சுட்டானுவ"

இப்படியெல்லாம் பிறர் சொல்லக் கேட்டிருக்கிறாள்.

"பாவம் அந்தப் பய இப்படி வம்பாங்கொலையா செத்துப் போவானாக்கும்" என்று யாரும் சொல்லி அவள் கேள்விப்பட்டதே இல்லை.

அப்படியென்றால் ஆண்களும் தற்கொலை செய்வார்களா அதுவும் ஒரு பொம்பளைக்காக????

காட்டுப்பேச்சிக்கு துயரத்தைவிட தனக்கு சந்தேகம் வலுத்துக் கொண்டே போவது போலிருந்தது அந்த நேரத்தில் தான் பன்றி குச்சிலுக்குள் சத்தம் அதிகமாக கேட்டது.

"இந்த மனுசன் என்ன இன்னும் எந்திரிக்காம இப்படி கிடக்கார் முழு ராத்திரியும் தூங்கல. காலையிலிருந்து பச்சத்தண்ணி பல்லுல படல என்ன செய்யிறது என்ன கொடுக்கிறது என்ன பேசுறது இவர்கிட்ட, பாவம் ரொம்பத்தான் உடைஞ்சி போயிருப்பார். நாம தண்ணீ குடிச்சாலே அந்த கதிரேசன் கண்ணுக்கு முன்னாடி வந்து நின்னு, ஏலேய் துருவா! உங்க அம்மைகிட்ட கொஞ்சம் குடிக்க தண்ணீ வாங்கிட்டுவாலேன்னு, கேக்குற மாதிரிலா தொண்டைய அடைக்குது அப்படின்னா அந்த மனுசனுக்கு எப்படி இருக்கும். எங்க தூங்கிருக்க போராரு உடம்புதான் இங்க கிடக்கும் மனசு எந்த கருவேலமுள் செடிக்குள்ள கிடந்து கிழிபடுதோ"

மூக்கைச் சிந்தி கூரை ஓலையில் துடைத்தபடியே வெளியே வந்தாள் காட்டுப்பேச்சி.

அவள் நினைத்தது அத்தனையும் உண்மை. முண்டன் கயித்து கட்டிலில் மல்லாக்க படுத்தபடி வெற்று வானத்தையே வெறித்து பார்த்தபடி கிடந்தான். கைகூடி வராத தூக்கமும் கையைவிட்டுப் போன ஒரு உயிரும் அவன் கண் வழியே கண்ணீராய் வடிந்து கொண்டிருந்தது. இன்னும் அவன் வெற்று வானத்தை வெறித்துப்

பார்த்தபடிதான் இருந்தான். அவனை மாதிரி ஊர் மாறி ஊர் மாறி போய் பன்றி மேய்க்கும் சக்கிலியர்களுக்கு வானம் என்பது வெறும் வானம் மட்டும்தானா என்ன?. மேகங்கள் அற்ற ஏதுமற்ற அந்த வெண்ணிற வானம் அவனை இன்னும் சூன்யமாக்கி அவன் துயரத்தை அதிகபடுத்தும் போல இருந்தாலும் அவன் வெற்று வானத்தை வெறித்துப் பார்த்தபடி இன்னும் இன்னும் துயரத்தைக் கூட்டிக்கொண்டு கிடந்தான்.

இந்நேரம் கதிரேசன் மட்டும் வந்திருந்தால் ''என்ன முண்டண்ணே வானத்தயே பார்த்துகிட்டு இருக்கிய வீட்ல ஏதும் சண்டையா? அக்கா என்ன எங்கயாவது போய் தொலைன்னு சொல்லிடுச்சா'' என்ற படிதான் வருவான். எப்படி பையன் எப்படி இப்படி பொறந்தான்? ஏன் இப்படி செத்தான்?. பொறந்ததிலிருந்து எவனாவது என்னிய அண்ணன்னு கூப்பிட்டுருப்பானா ? எத்தனை ஊரு எத்தனை மனிதர்கள் எத்தனை சிறுவர்கள்

''முண்டா எங்கப்பன் செருப்பு அந்து போச்சி கொஞ்சம் சீக்கிரம் தைச்சுக்கொடு'' ''ஆமா முண்டா உன் பன்னி மட்டும்தான் பீய திங்குமா அல்லது நீயும் திம்பையா''

இப்படி எத்தனை வார்த்தை பச்சைபுள்ளங்க பல்லக் காட்டி கேட்கும் போதெல்லாம் மனசு வலிச்சு துடிச்சி சிரிச்சிருக்கிறேன்.

''ஏண்டி பேச்சிமுண்ட புள்ளங்க பள்ளிக்கூடம் போகும்போது எதுக்க வராதன்னு எத்தனை தடவை சொல்றது அதுகள என்ன பன்னி மேய்க்கவா நாங்க அனுப்புறோம்''

என்று ஊரார் ஒதுக்கும் காட்டுப்பேச்சியை அவன் மட்டும் எப்படி அக்கா என்று கூப்பிட்டான். முண்டனுக்கு கதிரேசன் நினைவு கதிர் அறுக்கும் அரிவாள் போல அறுக்கத் தொடங்கியது.

''என்னக்கா இன்னைக்கு என்ன ஊத்திக் கொழம்பா வாசனை வடக்குத் தெரு வரைக்கும் அடிக்கு அதுதான் ஓடி வந்தேன்''

''சாமி எங்க ஊட்ல நீங்க சாப்பிடுறத பார்த்தா உங்க அப்பாசாமியும் அம்மாசாமியும் எங்கள உட்டு வைக்காது சொன்னா கேளுங்க''

‘‘சரி சரி பயப்படாதீங்க முண்டன்ன பன்னி மேய்க்க கிளம்பும் போது சட்டியில போட்டு கொடுத்து விடுங்க நான் அங்க சாப்பிட்டுக்கிறேன் என்ன’’

எப்படி ருசித்து ருசித்து சாப்பிட்டான் பாவி, புளிச்ச கஞ்சியையும் ஊத்திக்கொழும்பையும் அவன் புரட்டி சாப்பிட்டதும் கடைசியில் கூழாக்கி குடித்ததும் முண்டனுக்கு நெஞ்சு அப்படியொரு வலியெடுத்து விம்மியது.

நாலரை ரயில் கிழக்கு பார்த்து போகும் போதே எங்கிருந்தாலும் புத்தகமும் கையுமா குளக்கரைக்கு வந்துவிடுவான் கதிரேசன்.

‘‘என்ன முண்டன்ன எப்பவாவது ரயில்ல போயிருக்கியா’’

‘‘நீங்க வேற பன்னி மேய்க்கிற பயலுக்கு எப்படி ரயில் படியேற தெரியும்’’

‘‘வாங்க ஒருநாள் நான் ஏத்திவிடுதேன் திருச்செந்தூருக்கு போய் கடல் மண்ணை அள்ளிட்டு வந்து கட்டிலுக்கு கீழ போட்டு தூங்குங்க என்ன ?’’

‘‘அது சரி என்னியல்லாம் ஏற விடுவாங்களா அப்படியே சம்மதிச்சாலும் என் பன்னிகுட்டிகள அவங்க ஏத்துவாங்களா அதுக இல்லாம நான் எங்கே போயி என்ன தாலிய அறுத்துறுக்கேன்.’’

‘‘ஏத்துவானுங்க முண்டன்னே ஏத்துவானுங்க வெள்ளைக்கார வம்சம் காந்திய ஏத்தமாட்டேன்னு சொல்லிச்சு, காந்தி வம்சம் அம்பேத்கரை ஏத்தமாட்டேன்னு சொல்லிச்சு அம்பேத்கர் வம்சம் உன்னிய ஏத்தமாட்டேன்னு சொல்லுது., கண்டிப்பா ஒருநாள் ஒன்னையும் ஏத்தும் உன் பன்னிகுட்டிகளையும் ஏத்தும் அதுக்குத்தான ஆளே இல்லாம இந்த ரயில் அங்கிட்டும் இங்கிட்டுமா ஓடிட்டு இருக்கு. நீ பன்னிகுட்டிங்ககிட்ட சொல்லி வை ஒருநாள் ஏத்திருவோம் இல்லன்னா அந்த ரயிலை கவுத்துப்போட்டு நாம அதுமேல ஏறிடுவோம் என்னா ?’’

‘‘ஒரு எழவும் புரியலீங்க’’

''நீ என்னை மாதிரி சின்னப்பயைன்கிட்டல்லாம் இப்படியே ஒரு எழவும் புரியலைங்கன்னு மரியாதையா பயந்துகிட்டு சொன்னா உனக்கு அது புரியவே புரியாது, அவனுங்களும் அதை மறுபடி சொல்லவும் மாட்டானுவ, டேய் நீ சொன்னது ஒரு எழவும் புரியலடா என்னடா சொன்ன மறுபடி ஒருதடவை சொல்லுன்னு அதட்டிக் கேளு அப்பந்தான் ''அதுவந்துன்னு'' பேசவே ஆரம்பிப்பாங்க''

எப்படி ஒரு அரவணைக்கும் பேச்சு அவனுக்கு இந்த வயதில்! இது எப்படி வாய்த்தது. எப்போதும் புத்தகமும் கையுமாகத்தானே இருப்பான். அதில்தான் இவை எல்லாம் எழுதியிருக்குமா. முண்டனுக்கு இன்னும் வானத்தில் ஒரு மேகம் கூட தெரியாமல் இருப்பது கழுத்தை நெரிப்பது போலிருக்க படாரென்று குப்புற படுத்துக்கொண்டான். துணி விரிக்காத அந்த கட்டிலின் கயிறும் அவன் நெஞ்சை இன்னும் கொஞ்சம் சேர்த்து அழுத்தியது.

''முண்டன்ன அந்த புள்ள வேம்படியாவைத்தான் படிக்க வைக்கல அந்த பய துருவனுக்குதான் எட்டு வயசு இருக்கும்ல அவனையாவது பள்ளிக்கூடத்துல சேர்த்துவிடுன்ன''

''நீங்க வேற இங்க தெருவுலயோ அல்லது யார் வீட்டுக்கு முன்னாடியோ ஒரு பன்னிவிட்டை கெடந்தாலும் என் குடிசையை கொளுத்தத்தான் அத்தனை பேர் வீட்டு அடுப்பிலேயும் தீ எரிஞ்சுகிட்டு இருக்கு இவன அங்க அனுப்பிட்டா என் குச்சி விளங்கின மாதிரிதான்''

தலையை நிமிர்த்தி வேகமாக துருவன் இருக்கும் இடத்தை விழியால் தேடினான் முண்டன். துருவன் அங்கு கடைசியாக ஈனிய பத்து பன்னிக்குட்டிகளோடு விளையாடிக்கொண்டிருந்தான்.

''ஏல துருவா இங்க வா'' என்று அவன் கூப்பிட்டதும் துருவன் கையில் வைத்திருந்த தேங்காய் சிரட்டையை தூக்கி எறிந்து விட்டு அப்பாவை பார்த்து ஓடி வந்தான். அவன் பின்னால் அத்தனை குட்டிகளும் ஓடி வந்தன.

''அம்மகிட்ட அந்த கருப்பு கேனை வாங்கிட்டு போய் முனியசாமி கோவில் ஆலமரம் இருக்குல்லா அங்க அப்பா கேட்டுச்சின்னு அரை லிட்டர் சாராயம் வாங்கிட்டு வா. போ ஓடு''

துருவன் குடிசைக்குள் ஓடினான். அவன் பின்னால் ஓடிய பன்னிகுட்டிகளை பார்த்தபடியே இருந்த முண்டன் அவைகளின் தாய் பன்னியைத் தேடி குடிசை நோக்கி திரும்பி பார்த்தான். வீங்கிய முலைக்காம்புகளை காட்டியப்படி அப்படி ஒரு சாய்த்து படுத்துகிடந்தது. ராஜி.

''என்னன்ன பத்து குட்டிப்போல''

''ஆமாம்பா இதுதான் முத ஈத்து, இந்த மாதிரி நாலு ஈத்து ஈத்துச்சுன்னா போதும் வேம்படியாவுக்கு கல்யாணம் வைச்சிருவேன்''

எல்லாருமே சிரித்தார்கள்.

''ஆமா இதுக்கு என்ன பேர் வைச்சிருக்கீங்க'' என்று அவன் கேட்டதும் துருவன்

''பெரியபன்னி'' என்றான் வேகமாக.

''பெரிய பன்னியா ச்சீ வேற பேரு வைக்கலையா''

''இல்ல வேணும்னா நீங்களே வையுங்களேன்''

''இனிமேல் இது பேர் இராஜி, என்று சொன்னபடியே அவன் இராஜி இராஜி என்று கொஞ்சியதும் எல்லாரும் சிரித்ததும், கயிறு இப்போது முண்டனின் அடிவயிறு வரை அழுத்தத் தொடங்கியிருந்தது.

''ஆமா அது என்னன்ன இராஜி'' என்று துருவன் கேட்காமல் இருந்திருந்தால் முண்டனுக்கு அந்த விஷயமே தெரியாமல் போயிருக்கும்.

''அது அது எனக்கு வர்ற பொண்டாட்டி பேருல, அவ இப்படியே தான் பொது பொதுன்னு இருப்பா இதேபோல எனக்கு பத்து குட்டி பெத்துப் போடுவா''

‘‘பன்னிகுட்டியவா பெப்பாங்க’’ என்று துருவன் கேட்டதும் எல்லாரும் சிரித்துவிட்டார்கள்.‘பன்னிகுட்டில்லல பத்து புள்ளகுட்டி’’ என்று வேம்படியாளும் சொல்லி சிரித்தது அன்றுதானே.

இராஜி, கதிரேசனின் மாமன் மகள். ஒரே சாதி , ஒரே மதம் , ஒரே குடும்பம், ஒரே இரத்தம் அப்புறமென்ன பத்து புள்ளக்குட்டி என்ன பதினைந்து புள்ளக்குட்டி கூட அவனுக்கு கொடுப்பாள்; கொடுத்திருப்பாள்; அதற்குள் கதிரேசன் ஏன் அவசரப்பட்டான் என்று முண்டன் முனங்கிய போது முண்டனின் புட்டத்தில் கை வைத்து அழுத்தி உலுப்பினாள் காட்டுப்பேச்சி.

‘‘என்ன இப்படியே படுத்துகிட்டு, எந்திரிங்க துருவன் சாராயம் வாங்கிட்டு வந்துட்டான் வாங்க வேலைய பார்ப்போம் அப்புறம் பொணம் வந்ததுக்கு அப்புறம் தொங்கு தொங்குன்னு ஓடுவியளா’’

அவள் சொல்லி முடித்ததுதான் தாமதம் அவள் புடதியில் வெறிகொண்டு அடித்தான் முண்டன். அதோடு விடாமல் கீழ விழுந்த அவள் புட்டத்தில் ஓங்கி ஒரு மிதி மிதித்தான்.

‘‘சக்கிலிச்சு முண்ட யாரடி பொணம்ங்கிற நேத்து உன் வீட்டு ஊத்திக் குழம்பு நக்கி சாப்பிட்ட அந்த பள்ளபய உனக்கு இன்னைக்கு பொணமா ஆங்’’ என்று மறுபடியும் அடிக்கபோனான். அதற்குள் வேம்படியாள் வந்து தடுத்தாள். காட்டுப்பேச்சியின் ஈரக்குலை ஒரு முறை சுடுகாட்டுக்கு போய் திரும்பி வந்தது போல இருந்தது.

வேம்படியாள் ஒரு செம்பில் வந்து முண்டனுக்கு தண்ணீர் கொடுத்தபடி அம்மாவைத் தூக்கிக்கொண்டு உள்ளே போனாள். தண்ணீரை முகத்தில் வேகமாய் ஓங்கி ஓங்கி அடித்தப்படி வேம்படியாவையே பார்த்தான்.

‘‘நிசமாலுமே அவன்கூட அந்த மகராசன் கூட நீ ஒரு முறை படுத்து எந்திரிச்சுக்க கூடாதா தாய்‘‘என்று நினைத்தபோது நிஜமாகவே அழுதுவிட்டான் முண்டன்.

வேலை கிடைக்கிறது வரை பொறுக்க முடியாது அது கிடைக்கும் போது கிடைக்கட்டும் நாம கல்யாணத்தை முடிச்சி வைச்சிடலாம்

எத்தனநாள் தான் அவனும் படிக்கிறேன் படிக்கிறேன்னு புத்தகத்தை தூக்கிட்டு குளம் குட்டைன்னு சுத்துவான். என்று கதிரேசனின் அம்மாதான் அவன் அப்பாவைக் கூட்டிக்கொண்டு இராஜி வீட்டிற்கு பெண் கேட்டுப் போனாள்.

''யாரு உம்மவனுக்கா என் பொண்ண த் தர சொல்ற, விளங்கும் என் குடி, வேலைக்கு படிக்கிறேன்னு சொல்லிகிட்டு குளம் குட்டைன்னு சக்கிலியன் பின்னாடி சுத்திகிட்டு சக்கிலிச்சு வீடே கெதி அந்த பச்சமுண்ட வேம்படியாவோட நாத்தம்புடிச்ச கவட்டையே கெதின்னு கிடக்குறவனுக்கா என் புள்ளய கொடுப்பேன், அதுதான் ஊரே சொல்லுதே அங்க பாருடா பள்ளப்பய பன்னி மேய்க்கிறான்னு எம் மவளும் போய் பன்னி மேய்க்கணுமா போயிடு இங்க இருந்து ஆமா, எம்மவள ஆத்தாபள்ளன் அம்மாபள்ளனுக்கு கூட கட்டிகொடுக்க கூடாது, ஒரு செவந்தி பள்ளனுக்கு தான் கட்டிகொடுக்கலாம்னு இருக்கேன் ஆனா சக்கிலிச்சி சீல பேன் அப்பி இருக்கும் உன் மவன் இல்ல அந்த சிவந்தி பள்ளன்.''

இராஜி அப்பா இப்படி சொன்னதற்காகவா அவன் செத்துப் போனான் ?

''எங்கண்ணன் சொல்றதுல என்ன தப்பிருக்கு? வேலைக்கு போக துப்பில்லன்னா சும்மாவாவது வீட்ல இருக்கணும்லா அதவுட்டுட்டு நாந்தான் எளவட்டன்னு எழுப்பிகிட்டு சக்கிலிச்சு வீட்டுக்குள்ள போனா எந்த பய மதிப்பான். இராஜிபுள்ளைக்கு இவனை கல்யாணம் பண்ணி வைச்சு அந்த சக்கிலிச்சு முண்ட இவன் புள்ளைய பெத்துப் போட்டான்னா எங்க போயி தொங்கிறதாம் நானும் எங்க அண்ணனும். அவளுக மேட்டுத்தெருவுக்கு வந்தாலே கீழத் தெருவுக்கு நாத்தம் அடிக்கும் அவளுவ சீலைக்குள்ள போய் எப்படிதான் போய் படுப்பானுவளோ. எங்க அண்ணனாவது எங்கிட்ட நாசூக்கா சொன்னான். அவன்கிட்ட மறுபடியும் பொண்ணு கேட்டு ஊருபுள்ளா சொல்ல சொல்றீயா உம்மவன் சக்கிலியச்சிய வைச்சிருக்கிறது உண்மைதான் போலன்னு''

இப்படி அவன் அம்மா அவன் அப்பாவிடம் சண்டை போட்டதற்காகவா கதிரேசன் செத்துப்போனான் ?

முண்டன் வெற்று உடம்பில் துண்டைப் போட்டுக்கொண்டு கட்டதளத்துக்கு தேவையான எல்லா பொருளையும் அப்படியே சாராய கேனையும் எடுத்துக்கொண்டு கூடவே துருவனையும் கூட்டிக்கொண்டு சுடுகாட்டை நோக்கி கிளம்பினான். அகால மரணம் என்பதால் ஊருக்குள் கொண்டு வராமல் மருத்துவமனையிலிருந்து சுடுகாட்டுக்கே கொண்டு வந்து எரித்து விடுவார்கள்.

''பன்னி மேய்க்கிற பய பாடை கெட்டமாட்டானோ அப்படியே வந்து எரிச்சுகொடுத்துட்டு போகமாட்டானோ''

பொயிலால் கிழவி செத்த போது ஊரில் எல்லாரும் கேட்டதிலிருந்து முண்டன் தான் அந்த ஊருக்கு வெட்டியானும் கூட.

கதிரேசனை கொண்டுவந்து அந்த ஆம்புலன்ஸ், சுடுகாட்டில் இறக்கியதும் அழுகை சத்தம் தொடங்கியது.முண்டன் அழக்கூடாது என்று வைராக்கியமாய் இருந்தான் ஆனால் துருவனுக்கு அவ்வப்போது அவனுக்கே தெரியாமல் கசிந்தது. முண்டன் எந்த வேலையையும் செய்யவில்லை அவனால் செய்யவும் முடியவில்லை. அவன் சொல்ல சொல்ல துருவன் தான் எல்லா வேலைகளையும் செய்தான் கொள்ளிகுடம் உடைத்தல், எள்ளும் பெரண்டையும் வீசுதல் இப்படி எல்லா வேலையும் செய்த அவனோடு முண்டன் கட்டைகளை மட்டும் அடுக்கினான். கடைசியாக முண்டன் சொல்லிக் கொடுத்ததைப் போல இதுவரை யாருக்கும் யாருமே சொல்லாத மாதிரி அந்த சுடுகாட்டில் அந்த ஊர்காரர்கள் முன்னாடி அவன் ''யப்பா சாமி நம்ம கதிரேசன் அண்ணன் முகத்தை மூடப்போறேன் கடைசியா பாக்கிறவங்க பார்த்துக்கோங்க பூத்தண்ணி ஊத்தனும்னா ஊத்திக்கோங்க'' என்று சொன்னவாறு அவன் கண் கலங்கியபோது ஊரே எல்லாம் உண்மைதான் என்பது போல அந்த சிறுவனை பார்த்தது.

எந்த நேரத்திலும் பிணம் என்று சொல்லப்படாத கதிரேசனின் மீது அடுக்கப்பட்ட கட்டைகளின் மீது பெட்ரோல் ஊற்றி அவர்கள் நெருப்பு மூட்டிய போது துருவன் கண்களை சிக்கென்று மூடி கொண்டான். முண்டனோ உற்றுப்பார்த்தான் அந்த தீ அவன் கண்களுக்கும் பற்றி எரிந்தது. நெருப்பு எரிய சுடுகாடே

காலியாகிவிட்டது. முண்டனும் துருவனும் மட்டுமே இருந்தார்கள். அழுதுகொண்டே இருந்த முண்டனுக்கு துருவன் சாராயத்தைக் கிளாஸில் ஊற்றி ஊற்றி கொடுத்தப்படியே தன் விரலால் நக்கியும் பார்த்தான் ச்சீப்பா என்றிருந்தது.

''டேய் துருவா கதிரேசன் எதுக்காக செத்துப்போனான் தெரியுமா அவன் மாமா அப்படி பேசுனானே அதுக்கா? இல்லேன்னா அந்த முண்ட அவங்க அம்மா அப்படி ஏசுனாளே அதுக்கா? கண்டிப்பா இருக்காதுடா கண்டிப்பா இருக்காதுடா சத்தியமா இருக்காதுடா'' போதை ஏற ஏற முண்டன் சத்தமாவே கத்த தொடங்கினான்.

''நம்ம சக்கிலி கருப்பன் மேல சத்தியமா சொல்றேண்டா துருவா அவன் அந்த ஊமக்கத்தாள அந்த புள்ள இராஜிக்காக சாகலடா அப்புறம் அய்ய அம்ம அந்த முண்டச்சிக்காகவும் சாகலடா, நம்ம அக்க வேம்படியா முகத்திலயும் நம்ம அம்ம காட்டுப்பேச்சி முகத்திலையும் இனி முழிக்கவே முடியாதுன்னுட்டுதாண்டா அவன் போய் தொங்கிருக்கான்.''

அவன் கத்தி கதறி அழுது கொண்டிருக்கும் போதே துருவன் ''ஐயோ அப்பா ஐயோ அப்பா என்று நெருப்பை பார்த்து கத்தி அலறி கூப்பாடு போட்டான். அவ்வளவுதான் முண்டன் ஓடி போய் ஒரு பெரிய கட்டைய எடுத்து கதிரேசனை ஓங்கி சத் சத் என்று பலம் கொண்ட மட்டும் அடித்து சாய்த்து படுக்க வைத்தான்.

''டேய் டேய் அது ஒண்ணுமில்லடா பொணம் எரிய எரிய நரம்பெல்லாம் நட்டுகிட்டு விடைச்சிக்கிட்டு எந்திரிக்கும் இப்படி ஒரு பெரிய கட்டய எடுத்து ஓங்கி ஒரு போடு போட்டு ஒடிச்சி வைச்சாத்தான் நின்னு எரியும் இதுக்குபோய் பயப்படலாமா'' என்றான்.

அப்போதுதான் கதிரேசன் பிணமாய் எரிய தொடங்கியிருந்தான்.